വർഗ്ഗീയത തുലയട്ടെ

അഭിമന്യു ചോരകൊണ്ടെഴുതിയത്

vargeeyatha thulayatte
abhimanyu chorakondezhuthiyathu

•

prepared by
anilkumar k s

•

first edition
july 2018

•

second edition
april 2019

•

published
chintha publishers, thiruvananthapuram

•

typesetting
star communications, thiruvananthapuram

•

•

cover
vinod

•

വിതരണം

ദേശാഭിമാനി ബുക്ക് ഹൗസ്

H O തിരുവനന്തപുരം-695 035
phone: 0471-2303026, 6063026
www.chinthapublishers.com
chinthapublishers@gmail.com

ബ്രാഞ്ചുകൾ

ഹെഡ്ഡാഫീസ് ബ്രാഞ്ച് കുന്നുകുഴി • സ്റ്റാച്യു തിരുവനന്തപുരം • കെ എസ് ആർ ടി സി ബസ് സ്റ്റേഷൻ ആലപ്പുഴ • കെ എസ് ആർ ടി സി ബസ് സ്റ്റേഷൻ എറണാകുളം • മച്ചിങ്ങൽ ലെയ്ൻ തൃശൂർ • ഐ ജി റോഡ് കോഴിക്കോട് • മാവൂർ റോഡ് കോഴിക്കോട് • എൻ ജി ഒ യൂണിയൻ ബിൽഡിങ് കണ്ണൂർ • സെൻട്രൽ ബസ് ടെർമിനൽ കോംപ്ലക്സ് താവക്കര കണ്ണൂർ

CR - 2101 / 5023
ISBN - 978-93-87842-69-4

വർഗ്ഗീയത തുലയട്ടെ

അഭിമന്യു ചോരകൊണ്ടെഴുതിയത്

തയ്യാറാക്കിയത്:

അനിൽകുമാർ കെ എസ്

ചിന്ത പബ്ലിഷേഴ്സ്
തിരുവനന്തപുരം-695 035
വില : ₹ 180

അനിൽകുമാർ കെ എസ്

കോട്ടയം കറുകച്ചാലിൽ കെ ആർ സുകുമാരന്റെയും പൊന്നമ്മയുടെയും മകൻ. എൻ എസ് എസ് ഹൈസ്കൂൾ പരിപ്പ്, ഗവൺമെന്റ് മോഡൽ ഹയർ സെക്കന്ററി സ്കൂൾ കോട്ടയം, ഗവൺമെന്റ് കോളേജ് നാട്ടകം, എൻ എസ് എസ് ഹിന്ദു കോളേജ് ചങ്ങനാശ്ശേരി, കാര്യവട്ടം കാമ്പസ് (തിരുവനന്തപുരം), ശ്രീനാരായണ കോളേജ് ഓഫ് എഡ്യൂക്കേഷൻ മൂവാറ്റുപുഴ, എം ജി സർവ്വകലാശാല എന്നിവിടങ്ങളിൽ വിദ്യാഭ്യാസം. രശ്മി ജിയോടൊപ്പം *കേരളഭൂഷണം* വാരാന്തത്തിൽ ചലച്ചിത്രനിരൂപണം, *ജനയുഗം* വാരാന്തത്തിൽ 'തിരവെളിച്ചം - കാലം ജീവിതം സമൂഹം' *കവിമൊഴി* മാസികയിൽ 'സെല്ലുലോയ്ഡിലെ അവിസ്മരണീയ ചിത്രങ്ങൾ' *ഒരുമ* മാസികയിൽ 'വെള്ളിത്തിര - കാഴ്ചയുടെ കാണാപ്പുറങ്ങൾ', *പ്രസാധകൻ* മാസികയിൽ - വെള്ളിത്തിരയുടെ രാഷ്ട്രീയം' എന്നീ പംക്തികൾ എഴുതുന്നു. 2014 ലെ മികച്ച ചലച്ചിത്ര ലേഖനത്തിനുള്ള ഫിലിം ക്രിറ്റിക്സ് അവാർഡ്, 2017 ലെ മികച്ച ചലച്ചിത്ര ലേഖനത്തിനുള്ള സംസ്ഥാന അവാർഡ് എന്നിവ ലഭിച്ചു.

കൃതികൾ: *മലയാളം റാങ്ക്ഫയൽ, കഥയുടെ കാലാന്തരങ്ങൾ.*

ചലച്ചിത്ര പഠന ഗ്രന്ഥങ്ങൾ: *ജനകീയ സിനിമ, തിരക്കാഴ്ചകളുടെ സൗന്ദര്യദർശനങ്ങൾ - ലെനിൻ രാജേന്ദ്രന്റെ ചലച്ചിത്രം ജീവിതം രാഷ്ട്രീയം, സുവർണ്ണ ചലച്ചിത്രങ്ങൾ.*

ക്വീയർ പൊളിറ്റിക്സ് ഗ്രന്ഥ പരമ്പര: *വിമതലൈംഗികത: ചരിത്രം സിദ്ധാന്തം രാഷ്ട്രീയം, ട്രാൻസ്ജന്റർ: ചരിത്രം സംസ്കാരം പ്രതിനിധാനം, ലെസ്ബോസ് - മലയാളത്തിലെ ലെസ്ബിയൻ കഥകൾ* (എഡി.).

വിലാസം : വിജയഗിരി, കൊടുവാറ
ഇടയ്ക്കോട്, നേമം പി ഒ
തിരുവനന്തപുരം 695020

ഫോൺ : 9605421086

email : resmianil2009@gmail.com

ഉള്ളടക്കം

ഭാഗം 1
ഇസ്ലാമിക് തീവ്രവാദവും എസ് ഡി പി ഐയും

പോപ്പുലർ ഫ്രണ്ട് മുസ്ലീങ്ങളുടെ ശത്രു
എളമരം കരീം 11

ജീർണ്ണരാഷ്ട്രീയം ഉപേക്ഷിക്കൂ
കോടിയേരി ബാലകൃഷ്ണൻ 18

ഫ്രണ്ടിനും ഐ എസിനും തമ്മിലെന്ത്?
ഡോ. എം എ സിദ്ദിഖ് 23

രാഷ്ട്രീയത്തെ കുത്തിക്കൊല്ലുന്ന മതം
എം ബി രാജേഷ് 28

പോപ്പുലർ ഫ്രണ്ടിന്റെ മുഖംമൂടി അഴിയുമ്പോൾ
റഷീദ് ആനപ്പുറം 33

മതഭീകരതയുടെ വിശ്വരൂപം
പി എം മനോജ് 37

കലാലയങ്ങളിൽ തീവ്രവാദം കടന്നുവരുമ്പോൾ
ഹമീദ് ചേന്നമംഗലൂർ 46

കാമ്പസിനെ തീവ്രവാദമുക്തമാക്കണം
കെ ഇ എൻ 49

അവന്റെ വാക്കുകൾ പടരണം
എൻ സുകന്യ 53

മദമിളകിയ മതഭീകരത
പ്രീജിത്ത് രാജ് 58

ഏതു ന്യായവാദവും നീചം
എൻ പ്രഭാകരൻ 64

ഭാഗം 2
ലാൽ സലാം സഖാവേ....

അഭിമന്യു: ഒരു നിതാന്ത സമരത്തിന്റെ പേര്
സുനിൽ പി ഇളയിടം 67

അവൻ എന്നിൽ എഴുതിക്കൊണ്ടേയിരിക്കുന്നു
സൈമൺ ബ്രിട്ടോ 69

നാൻ പെറ്റ മകനേ
സി പി അബൂബക്കർ 76

രക്തസാക്ഷി സഖാവ് അഭിമന്യുവിന് അഭിവാദ്യം
എം എ ബേബി 79
മായുന്നില്ല ആ നിലവിളി
ഡോ. ടി എം തോമസ് ഐസക് 81
മരിക്കാതെ അർജ്ജുനന്മാർ പുറത്തുണ്ട്
സാനു വി പി 86
അഭിമന്യു അമർ രഹേ
ഡോ. കെ ടി ജലീൽ 89
അഭിമന്യു: ജനമനസ്സുകളിലെ നക്ഷത്രം
കെ ജെ തോമസ് 92
അഭിമന്യുവിന്റെ രാഷ്ട്രീയം
ഡോ. വി വി പ്രകാശൻ 94
അവൻ വിശന്നത് സഹജീവികൾക്കു വേണ്ടി
ടി വി രാജേഷ് 98
കഠാരമുനയ്ക്കു മുന്നിൽ തോല്ക്കാത്ത പോരാളി
ജെയ്ക് സി തോമസ് 102
കൊട്ടക്കാമ്പൂരിലെ കണ്ണീർക്കണം
ആർ സാംബൻ 105

ഭാഗം 3
നിങ്ങൾ മരിക്കുമ്പോൾ ആര് കരയും

അഭിമന്യുവിന്
ടി പത്മനാഭൻ 112
ചോറ്റുപാത്രത്തിലെ കത്തിലുമുണ്ടായിരുന്നു അവൻ
എ എസ് ജിബിന 114
വാക്കുകൾ കൊണ്ടു നിർവ്വചിക്കുവാൻ കഴിയാതെ
ജൂലി 116
ജീവിതത്തെ ഒരുപാട് സ്നേഹിച്ചവൻ
സീന ഭാസ്കർ 119
മഴ നനഞ്ഞു പാടിയ കാലം
അനുരാഗ് ശശീന്ദ്രൻ 121

ഭാഗം 4
കാലം മായ്ക്കാത്ത അടയാളങ്ങൾ

അഭിമന്യുവിന്റെ ഫെയ്സ്ബുക്ക് പോസ്റ്റുകൾ 125

പ്രസാധകക്കുറിപ്പ്

എസ് ഡി പി ഐയും അവരുടെ വിദ്യാർത്ഥി സംഘടനയായ കാമ്പസ് ഫ്രണ്ടും ചേർന്ന് മഹാരാജാസ് കോളേജിലെ എസ് എഫ് ഐ നേതാവായ അഭിമന്യുവിനെ അരുംകൊല ചെയ്തിരിക്കുന്നു. കേരളത്തിലെ കലാലയങ്ങളിൽ വിവിധ കാലങ്ങളിലായി കൊല്ലപ്പെട്ടത് 36 വിദ്യാർത്ഥികളാണ്. അതിൽ 33 പേരും എസ് എഫ് ഐക്കാരാണ്. അപ്പോഴാണ് കോൺഗ്രസ് നേതാവ് എ കെ ആന്റണി പറയുന്നത്, 'കേരളത്തിലെ കലാലയങ്ങളിൽ ഏറ്റവും കൂടുതൽ അക്രമം നടത്തുന്നത് എസ് എഫ് ഐക്കാരാണ് എന്ന്.

കേരളത്തിലെ കലാലയങ്ങളിൽ കൊലപാതകങ്ങൾ ഏറ്റവും കൂടുതൽ നടത്തിയത് കോൺഗ്രസുകാരും സംഘപരിവാറുകാരുമാണ്. എൻ ഡി എഫും എസ് ഡി പി ഐയും അവരോടൊപ്പം ചേരുന്നു. ഇത്തരം അവിശുദ്ധ കൂട്ടുകെട്ടുകളെ തിരിച്ചറിയുന്നതിനുള്ള രാഷ്ട്രീയ പ്രബുദ്ധത കേരളത്തിലെ ജനങ്ങൾക്കുണ്ട്.

അഭിമന്യുവിന്റെ കൊലപാതകത്തെ സംബന്ധിച്ച് ഈ പ്രബുദ്ധതയുടെ പ്രതികരണമാണ് *വർഗ്ഗീയത തുലയട്ടെ - അഭിമന്യു ചോരകൊണ്ടെഴുതിയത്* എന്ന ഈ ഗ്രന്ഥത്തിന്റെ തുടക്കം. ഈ പുസ്തകം ആവിഷ്കരിക്കുന്ന പ്രതിരോധം സ്വയം സ്വാംശീകരിക്കുകയും പ്രചരിപ്പിക്കുകയുമാണ് പ്രബുദ്ധരായ വായനക്കാരുടെ കർത്തവ്യം. അതു നിറവേറ്റാനായാൽ വർഗ്ഗീയതയും ഭീകരവാദവും സൃഷ്ടിക്കുന്ന പൈശാചികശക്തികൾ ഞെട്ടി വിറയ്ക്കും,

ഈ ഗ്രന്ഥം ഞങ്ങൾ വായനക്കാർക്കു നല്കുകയാണ്. ഇതു വലിയ തോതിൽ വായിക്കപ്പെടട്ടെ.

ചിന്ത പബ്ലിഷേഴ്സ്

ഞാൻ നില്ക്കുന്ന
പ്രസ്ഥാനത്തിൽ
എനിക്കൊരു
പേരുണ്ട്.
സഖാവ്...
അതാണെന്റെ ജാതി
അതാണെന്റെ മതം...
അതാണ്...
അതാണ്.... അത് മാത്രമാണ്...
ലാൽസലാം സഖാവേ

അഭിമന്യു

ഭാഗം 1

ഇസ്ലാമിക് തീവ്രവാദവും എസ് ഡി പി ഐയും

പോപ്പുലർ ഫ്രണ്ട് മുസ്ലീങ്ങളുടെ ശത്രു

എളമരം കരീം

'**കാ**മ്പസ് ഫ്രണ്ട്' എന്ന മുസ്ലീം തീവ്രവാദ സംഘടനയുടെ ഭീകര മുഖം അനാവരണം ചെയ്യുന്നതാണ് എറണാകുളം മഹാരാജാസ് കോളേജ് വിദ്യാർത്ഥി അഭിമന്യു കോളേജ് വളപ്പിൽ കൊല്ലപ്പെട്ട സംഭവം. ഇന്ത്യയിലെ വിവിധ സംസ്ഥാനങ്ങളിലെ മുസ്ലീം തീവ്രവാദ ഗ്രൂപ്പുകളെ ഏകോപിപ്പിച്ച് അഖിലേന്ത്യാ സംഘടനയായി മാറിയ 'പോപ്പുലർ ഫ്രണ്ട് ഓഫ് ഇന്ത്യയുടെ (പി എഫ് ഐ) ആശയത്തണലിൽ, കേരളത്തിലെ ഏതാനും വിദ്യാലയങ്ങളിൽ സാന്നിദ്ധ്യമുള്ള 'കാമ്പസ് ഫ്രണ്ടി'ന്റെ തനി നിറം എന്താണെന്ന് പലർക്കും മനസ്സിലായിരുന്നില്ല. പോപ്പുലർ ഫ്രണ്ടും അവരുടെ രാഷ്ട്രീയ പ്രസ്ഥാനമായ എസ് ഡി പി ഐയും മുസ്ലീങ്ങളിൽ ഒരു വിഭാഗത്തെ സ്വാധീനിച്ച് തീവ്രവാദ സംഘടനകളിലേക്ക് റിക്രൂട്ട് ചെയ്യുന്ന കൃത്യമാണ് നടത്തുന്നത്. ബഹുസ്വരതയും മതനിരപേക്ഷ തയും ജനാധിപത്യവും സംരക്ഷിക്കപ്പെടണമെന്ന് ആഗ്രഹിക്കുന്ന ഒരു മനുഷ്യനും അനുകൂലിക്കാനാവാത്ത ഹീനമാർഗ്ഗത്തിലൂടെയാണ് ഇക്കൂട്ടർ സഞ്ചരിക്കുന്നത്.

അഭിമന്യു ഇന്ന് കേരളത്തിന്റെ നൊമ്പരമാണ്. നവാഗതരെ കോളേജിലേക്ക് സ്വാഗതം ചെയ്യുന്ന പോസ്റ്ററുകൾ പതിക്കുന്ന എസ് എഫ് ഐ പ്രവർത്തകർക്കുനേരെയാണ് 'കാമ്പസ് ഫ്രണ്ടു'കാർ പ്രകോപനമുണ്ടാക്കിയത്. 'എസ് എഫ് ഐ - കാമ്പസ് ഫ്രണ്ട് സംഘർഷം' എന്ന് പോപ്പുലർ ഫ്രണ്ട് നേതാക്കൾ പിന്നീട് നല്കിയ വിശദീകരണം ശുദ്ധ കളവാണ്. അത്തരം ഒരു സംഘർഷമുണ്ടായിരുന്നുവെങ്കിൽ, അപ്പുറത്ത് ഒരാൾക്കെങ്കിലും നിസ്സാരമായ ഒരു പരിക്കെങ്കിലും ഏല്ക്കേണ്ടിയിരുന്നില്ലേ? തികച്ചും ആസൂത്രിതമായ കൊലപാതകം! പോപ്പുലർ ഫ്രണ്ടും എസ് ഡി പി ഐയും പരിശീലിപ്പിച്ച് തീറ്റിപ്പോറ്റുന്ന 'കില്ലർ സ്ക്വാഡി'ന്റെ

ഓപ്പറേഷൻ! കൊലയാളികളുടെ വരവും ആക്രമണത്തിന്റെ സ്വഭാവവും വിലയിരുത്തിയാൽ ഇതാർക്കും ബോദ്ധ്യമാവും. ഒരു ഭീകരപ്രസ്ഥാനത്തിനുമാത്രം ചെയ്യാൻ കഴിയുന്നതാണിത്. കേരളത്തിന് അടുത്തകാലം വരെ അന്യമായിരുന്ന ഈ രീതി പ്രാവർത്തികമാക്കിയത് മുസ്ലിംതീവ്രവാദ ശക്തികളാണ്.

പോപ്പുലർ ഫ്രണ്ടിന്റെ പിറവി

നാഷണൽ ഡെവലപ്മെന്റ് ഫ്രണ്ടിന്റെ (എൻ ഡി എഫ്) പിൻഗാമിയായിട്ടാണ് 2006 ൽ പി എഫ് ഐ പിറവിയെടുത്തത്. കേരളത്തിലെ എൻ ഡി എഫ് തമിഴ്നാട്ടിലെ 'മനിത നീതിപസരൈ' 'കർണ്ണാടക ഫോറം ഫോർ ഡിഗ്നിറ്റി' (കെ എഫ് ഡി) തുടങ്ങിയ തീവ്രവാദ സംഘടനകൾ ചേർന്നാണ് പി എഫ് ഐ രൂപവല്ക്കരിച്ചത്. സാമൂഹിക നീതി, മനുഷ്യാവകാശ സംരക്ഷണം തുടങ്ങിയ പ്രശ്നങ്ങളുയർത്തിയാണ് ഈ സംഘടന രംഗത്തുവന്നത്. ആർ എസ് എസിനെപ്പോലെ പോപ്പുലർ ഫ്രണ്ടിനും വിവിധ പോഷകസംഘടനകളുണ്ട്. അതിലൊന്നാണ് കാമ്പസ് ഫ്രണ്ട് ഓഫ് ഇന്ത്യ. പോപ്പുലർ ഫ്രണ്ടിന്റെ ആസ്ഥാനം ഡൽഹിക്കടുത്ത് നോയ്ഡയാണ്.

രൂപവല്ക്കരണ കാലം തൊട്ട് പോപ്പുലർ ഫ്രണ്ട് ഒട്ടേറെ മുസ്ലിം തീവ്രവാദ സംഘടനകളുമായി ബന്ധപ്പെട്ട് പ്രവർത്തിച്ചുവരികയാണ്. ഒട്ടേറെ ആക്രമണങ്ങൾക്ക് ഇവർ നേതൃത്വം നല്കിയിട്ടുണ്ട്. ഒരു ചോദ്യപേപ്പറിൽ മുഹമ്മദ് നബിയെ അധിക്ഷേപിച്ചു എന്നാരോപിച്ചാണ് കോളേജ് അദ്ധ്യാപകനായിരുന്ന പ്രൊഫസർ ടി ജെ ജോസഫിന്റെ കൈ വെട്ടിയെറിഞ്ഞത്. 2013 ൽ വടക്കൻ കേരളത്തിന്റെ വിവിധ ഭാഗങ്ങളിൽ പൊലീസ് നടത്തിയ റെയ്ഡിൽ പോപ്പുലർ ഫ്രണ്ട് കേന്ദ്രങ്ങളിൽനിന്ന് മാരകായുധങ്ങൾ, തോക്കുകൾ, ബോംബുകൾ, വെടിമരുന്ന് തുടങ്ങിയവ കണ്ടെടുത്തിരുന്നു.

1977 ൽ രൂപംകൊണ്ട ജമാ അത്തെ ഇസ്ലാമിയുടെ വിദ്യാർത്ഥി സംഘടനയായിരുന്ന സിമി (സ്റ്റുഡന്റ് ഇസ്ലാമിക് മൂവ്മെന്റ് ഓഫ് ഇന്ത്യ) എന്ന തീവ്രവാദസംഘടനയുടെ പിന്മുറക്കാരാണ് പി എഫ് ഐ. 1979 ൽ ഇറാനിലുണ്ടായ ഇസ്ലാമിക വിപ്ലവത്തിൽനിന്ന് ആവേശം കൊണ്ടാണ് ഇന്ത്യയുടെ മോചനം ഇസ്ലാമിലൂടെ എന്ന മുദ്രാവാക്യം സിമി ഉയർത്തിയത്. ഇന്ത്യയിലെ ഹിന്ദു തീവ്രവാദികൾക്ക് വളരാനും മുസ്ലിം വിരുദ്ധ വികാരം ആളിക്കത്തിക്കാനും സിമി അവസരമൊരുക്കി. 1993 ൽ സിമി നിരോധിക്കപ്പെട്ടു. പരസ്യപ്രവർത്തനത്തിന് അവസരം നഷ്ടപ്പെട്ട സിമി നേതാക്കൾക്കു കൂടി പങ്കുള്ള സംഘടനയാണ് പിന്നീട് രൂപംകൊണ്ട എൻ ഡി എഫ്. തുടർന്നാണ് പി എഫ് ഐ രൂപംകൊള്ളുന്നത്. പോപ്പുലർ ഫ്രണ്ടിന്റെ ദേശീയ ചെയർമാൻ അബ്ദുൾ റഹ്മാൻ, സിമിയുടെ ദേശീയ സെക്രട്ടറിയായിരുന്നു. സംസ്ഥാന സെക്രട്ടറി അബ്ദുൾ ഹമീദ് മാസ്റ്റർ

സിമിയുടെ സംസ്ഥാനസെക്രട്ടറിയായിരുന്നു. കേരളത്തിലെ മുസ്ലിം തീവ്രവാദത്തിന്റെ താത്ത്വികാചാര്യന്മാരിൽ ഒരാളായ പ്രൊഫസർ കോയ (കോഴിക്കോട്) മുൻ സിമി നേതാവാണ്. സിമിയുടെ നേതൃത്വത്തിലുണ്ടായിരുന്ന ഏതാണ്ടെല്ലാവരും പോപ്പുലർ ഫ്രണ്ടിന്റെ വിവിധ സ്ഥാനങ്ങൾ വഹിക്കുന്നു. പോപ്പുലർ ഫ്രണ്ടിന്റെ ഇപ്പോഴത്തെ പ്രസിഡന്റ് ഇ അബൂബക്കറാണ്.

1995 മുതൽ 2018 വരെ കേരളത്തിൽ മുസ്ലിം തീവ്രവാദികൾ കൊലപ്പെടുത്തിയവർ

1.	രാജീവൻ, സി പി എം	വാടാനപ്പള്ളി, തൃശൂർ	1995
2.	സുകേശൻ	തലശ്ശേരി	1997
3.	മുഹമ്മദ് ഫക്കീർ എന്ന സിദ്ധൻ	പഴയന്നൂർ, തൃശൂർ	1998
4.	നാഗൂർ മീര എന്ന നൗഷാദ്	പത്തനംതിട്ട	2000
5.	ബിനു, സി പി എം	നാദാപുരം	2001
6.	കലാധരൻ, ബിനാനിപുരം	എറണാകുളം	2001
7.	അഷ്റഫ്, സി പി എം	അഞ്ചൽ, കൊല്ലം	2002
8.	മണികണ്ഠൻ, ആർ എസ് എസ്	വടക്കെക്കാട്, തൃശൂർ	2004
9.	ഉദയൻ	വാടാനപ്പള്ളി, തൃശൂർ	2004
10.	അശ്വിനി കുമാർ, ആർ എസ് എസ്	ഇരിട്ടി, കണ്ണൂർ	2005
11.	സുനിൽകുമാർ, ആർ എസ് എസ്	കിളിമാനൂർ, തിരുവനന്തപുരം	2006
12.	വിനോദ്	കണ്ണൂർ സിറ്റി	2006
13.	സന്തോഷ്	നോർത്ത് പറവൂർ	2006
14.	രവീന്ദ്രൻ, ആർ എസ് എസ്	തിരൂർ, മലപ്പുറം	2007
15.	ലക്ഷ്മണൻ, ആർ എസ് എസ്	കോട്ടക്കൽ, മലപ്പുറം	2007
16.	വിനോദ്, ആർ എസ് എസ്	വള്ളിക്കുന്നം, ആലപ്പുഴ	2007
17.	സന്ദീപ്, ആർ എസ് എസ്	കാസർകോട്	2008
18.	സുഹാസ്, ബി എം എസ്	കാസർകോട്	2008
19.	യു കെ സലീം, സി പി എം	തലശ്ശേരി	2008
20.	ബൈജു, ആർ എസ് എസ്	പാവറട്ടി, തൃശൂർ	2008
21.	ദിലീപൻ, സി പി എം	ഇരിട്ടി, കണ്ണൂർ	2008
22.	കെ പി സജീവൻ, സി പി എം	മട്ടന്നൂർ, കണ്ണൂർ	2008

23.	വിനീഷ്, സി പി എം	വളപട്ടണം, കണ്ണൂർ	2009
24.	ബിജേഷ്, ഡി വൈ എഫ് ഐ	കുന്ദംകുളം, തൃശൂർ	2009
25.	ഉദയേന്ദ്രൻ	വിദ്യാനഗർ, കാസർകോട്	2011
26.	വിശാൽ, എ ബി വി പി	ചെങ്ങന്നൂർ, ആലപ്പുഴ	2012
27.	സച്ചിൻ ഗോപാൽ, എ ബി വി പി	കണ്ണൂർ ടൗൺ	2012
28.	നസറുദ്ദീൻ, മുസ്ലീം ലീഗ്	കുറ്റ്യാടി, കോഴിക്കോട്	2016
29.	ശ്യാമപ്രസാദ്, എ ബി വി പി	പേരാവൂർ, കണ്ണൂർ	2018
30.	ബിപിൻ, ബി ജെ പി	തിരൂർ, മലപ്പുറം	2017
31.	അഭിമന്യു, എസ് എഫ് ഐ	എറണാകുളം	2018
2003 ൽ ബേപ്പൂർ മാറാട് എട്ട് ആർ എസ് എസുകാരെ കൊന്നതും എൻ ഡി എഫുകാരാണ്.			

കേരളത്തിലെ അക്രമങ്ങൾ

2013 ഏപ്രിലിൽ കണ്ണൂരിലെ നാറാത്ത് എന്ന സ്ഥലത്ത്, പോപ്പുലർ ഫ്രണ്ടിന്റെ ക്യാമ്പിൽ പൊലീസ് നടത്തിയ പരിശോധനയിൽ അവരുടെ തീവ്രവാദബന്ധം തെളിയിക്കുന്ന ഒട്ടേറെ രേഖകൾ, കണ്ടെടുത്തു. 21 പ്രവർത്തകരെ അന്ന് പൊലീസ് അറസ്റ്റു ചെയ്തു. 'തണൽ ചാരിറ്റബിൾ ട്രസ്റ്റി'ന്റെ ഓഫീസ് കെട്ടിടത്തിലാണ് പൊലീസ് റെയ്ഡ് നടന്നത്. ഈ സംഭവം സംബന്ധിച്ച് പിന്നീട് എൻ ഐ എ അന്വേഷണം നടത്തിയിരുന്നു.

2012 ൽ കേരള സർക്കാർ ഹൈക്കോടതിയിൽ നല്കിയ സത്യവാങ്മൂലത്തിൽ സി പി എം, ആർ എസ് എസ് സംഘടനകളിൽപ്പെട്ട 27 പേരെ പോപ്പുലർ ഫ്രണ്ട് സംഘം കൊലപ്പെടുത്തിയതായി പറയുകയുണ്ടായി. ഇതിനു പുറമെ വർഗ്ഗീയ കൊലപാതകങ്ങൾ, 86 വധശ്രമങ്ങൾ, 106 വർഗ്ഗീയ സംഘർഷങ്ങൾ എന്നിവയിലും പോപ്പുലർ ഫ്രണ്ട് എൻ ഡി എഫ് പ്രവർത്തകർക്ക് പങ്കുണ്ടെന്ന് 2014 ൽ കേരള സർക്കാർ ഹൈക്കോടതിയിൽ ബോധിപ്പിച്ചു. 2003 ലെ മാറാട് കൂട്ടക്കൊലയ്ക്ക് പോപ്പുലർ ഫ്രണ്ടിന് ഉത്തരവാദിത്വമുണ്ട്. കേരളത്തിൽ ഒരു സംഘടന നടത്തിയ ഏറ്റവും വലിയ ഈ കൂട്ടക്കൊലയിൽ എട്ട് പേരാണ് കൊല്ലപ്പെട്ടത്. പ്രതികളുടെ കേസ് നടത്തിയതും അവർക്ക് സംരക്ഷണം നല്കിയതും പോപ്പുലർ ഫ്രണ്ടായിരുന്നു.

2005 ൽ ബേപ്പൂർ പോർട്ടിലെ ബോട്ടിൽ നടന്ന ബോംബ് സ്ഫോടനവും 2006 ൽ കോഴിക്കോട് ബസ് സ്റ്റാന്റിലെ സ്ഫോടനവും പോപ്പുലർ ഫ്രണ്ട് നടത്തിയതായിരുന്നു. രാജ്യത്തിന്റെ പല ഭാഗത്തേക്കും തീവ്ര

വാദികളെ റിക്രൂട്ട് ചെയ്തയയ്ക്കുന്നതായും ഇവരെക്കുറിച്ച് പരാതി ഉയർന്നിട്ടുണ്ട്. അങ്ങനെ റിക്രൂട്ട് ചെയ്ത് കാശ്മീരിലേക്കയച്ച നാല് കേരളീയർ 2008 ൽ കാശ്മീരിൽ പട്ടാളവുമായി ഏറ്റുമുട്ടി കൊല്ലപ്പെട്ടു. തീവ്രവാദി റിക്രൂട്ട്മെന്റ് കേസിൽ 18 പേരെ പൊലീസ് അറസ്റ്റു ചെയ്തു. ലഷ്കറെ തോയ്ബയുടെ ദക്ഷിണേന്ത്യയിലെ പ്രവർത്തകനായ തടിയന്റവിട നസീർ മേഘാലയയിൽ അറസ്റ്റു ചെയ്യപ്പെട്ടു. കണ്ണൂർ സ്വദേശിയായ നസീർ ബംഗ്ലൂരു സ്ഫോടനക്കേസിലെ പ്രധാന പ്രതിയാണ്. പോപ്പുലർ ഫ്രണ്ടും ഹുജി (ഹർക്കത്-ഇൽ-ജിഹാദ്-അൽ-ഇസ്ലാം) എന്ന തീവ്രവാദ സംഘടനയുമായി ബന്ധപ്പെട്ടതിന്റെ തെളിവും പൊലീസിന് ലഭിച്ചു.

മൊബൈൽഫോൺ വഴിയുള്ള സന്ദേശങ്ങളിലൂടെ ഭീതി പരത്തുകയും കലാപങ്ങൾ സൃഷ്ടിക്കുകയും ചെയ്യുന്നതിൽ പ്രത്യേക വൈദഗ്ദ്ധ്യം നേടിയവരാണ് പോപ്പുലർ ഫ്രണ്ട്. തെക്കേ ഇന്ത്യയിൽ ജോലിചെയ്യുന്ന വടക്കുകിഴക്കൻ സംസ്ഥാനക്കാരെ ഭയപ്പെടുത്തി, നാട്ടിലേക്ക് തിരിച്ചുപോകാൻ പ്രേരിപ്പിച്ച വാട്സാപ്പ് പ്രചാരണം ഇവർ സംഘടിപ്പിച്ചു. ജമ്മു കാശ്മീരിലെ കഠ്വയിലെ പെൺകുട്ടിയെ പീഡിപ്പിച്ച് കൊലപ്പെടുത്തിയ സംഭവത്തിൽ പ്രതിരോധിക്കാൻ കേരളത്തിൽ വാട്സാപ്പ് സന്ദേശങ്ങളിലൂടെ ഹർത്താൽ നടത്തിയതും പോപ്പുലർ ഫ്രണ്ടാണ്. മൊബൈൽ ഫോൺ വില്പന ഷോപ്പുകളിലെ നടത്തിപ്പുകാരിലും ജീവനക്കാരിലും ഒരുവിഭാഗം തീവ്രവാദികളുടെ സ്വാധീനത്തിലാണ്. ഇവരെ ഉപയോഗിച്ചാണ്, വാട്സാപ്പ് പ്രചാരണം നടത്തുന്നത്.

കേരളത്തിൽ എൻ ഡി എഫ് - പോപ്പുലർ ഫ്രണ്ട്, എസ് ഡി പി ഐ - കൊലയാളി സംഘങ്ങൾ 1995 മുതൽ 2018 വരെ ആസൂത്രിതമായി കൊന്നത് 31 പേരെയാണ്. 2000-2018 കാലത്ത് 14 കൊലപാതകങ്ങളാണ് ഇവർ നടത്തിയത് (കൊല്ലപ്പെട്ടവരുടെ പട്ടിക പ്രത്യേകം കൊടുത്തിട്ടുണ്ട്).

ഗ്രീൻവാലിയും സത്യസരണിയും

മഞ്ചേരി 'ഗ്രീൻവാലി' പോപ്പുലർ ഫ്രണ്ടിന്റെ എല്ലാ വിദ്ധ്വംസക പ്രവർത്തനങ്ങളുടെയും ആസൂത്രണ നിർവ്വഹണകേന്ദ്രമാണ്. മഞ്ചേരിയിലെ പ്രമുഖ സി ഐ ടി യു നേതാവും സി പി എം ലോക്കൽ കമ്മിറ്റി അംഗവുമായ ഷംസുദ്ദീനെ, എൻ ഡി എഫ് റൗഡികൾ വെട്ടിനുറുക്കി. ഈശ്വര നിഷേധിയാണെന്നാരോപിച്ചായിരുന്നു ആക്രമണം. തലനാരിഴ വ്യത്യാസത്തിനാണ് ഷംസുദ്ദീൻ മരണത്തിൽനിന്ന് രക്ഷപ്പെട്ടത്. മഞ്ചേരി ടൗണിലെ 'സദാചാര പൊലീസാ'യി ഈ സംഘം പ്രവർത്തിക്കുന്നു. മഞ്ചേരി യൂണിറ്റി വിമൻസ് കോളേജിലെ വിദ്യാർത്ഥി തസ്നിബാനു യുക്തിവാദിയായ കൊടവണ്ടി നാസറുമായി പ്രണയത്തിലേർപ്പെട്ടപ്പോൾ എൻ ഡി എഫ് സംഘം ആ ബന്ധം ഉപേക്ഷിക്കാൻ പെൺകുട്ടിയെ ഭീഷണിപ്പെടുത്തി. ആ പെൺകുട്ടി വഴങ്ങിയില്ല. തുടർന്ന് തസ്നിബാനു

വിന്റെ വീട്ടുകാരെ ഭയപ്പെടുത്തി കുട്ടിയെ വീട്ടുതടങ്കലിലാക്കി. ഒരു ദിവസം എങ്ങനെയോ രക്ഷപ്പെട്ട് പുറത്തുവന്ന തസ്നിബാനു നാസറുമായി രജിസ്റ്റർ വിവാഹം ചെയ്തു. ഈ വിവാഹത്തിന് സാക്ഷികളായ യുക്തിവാദി സംഘടനാ നേതാവായ ഇ എം ജബ്ബാറിനെയും ഭാര്യയെയും എൻ ഡി എഫ് റൗഡികൾ വീട്ടിൽ കയറി തല്ലിച്ചതച്ചു. പോപ്പുലർ ഫ്രണ്ടിന്റെ ക്രിമിനൽ സങ്കേതമായ 'ഗ്രീൻവാലി' പരിസരത്തുള്ള മുസ്ലീം വീടുകളിലെ പുരുഷന്മാരിൽ 'സുബ്ഹി' നമസ്കാരത്തിന് പള്ളിയിൽ പോകാത്തവരെ വീട്ടിലെത്തി ഭീഷണിപ്പെടുത്തലും പതിവാണ്. ഒരുതരം താലിബാനിസമാണ് ഇവർ നടപ്പാക്കുന്നത്.

മറ്റുമതങ്ങളിൽ നിന്നുമാറി ഇസ്ലാം മതം സ്വീകരിക്കുന്നവരെ മതം പഠിപ്പിക്കുകയും സംരക്ഷിക്കുകയും ചെയ്യുന്ന മഞ്ചേരിയിലെ ഇവരുടെ കേന്ദ്രമാണ് 'സത്യസരണി.' ഹാദിയ ഈ കേന്ദ്രത്തിൽ എത്തിയിട്ടുണ്ടായിരുന്നു. തിരുവനന്തപുരം സ്വദേശിനി അപർണ്ണ എന്ന പെൺകുട്ടിയെ മതം മാറ്റി മലപ്പുറത്തെ ആഷിക് എന്ന ആളുമായി വിവാഹം ചെയ്യിച്ചത് സത്യസരണിയിൽ വെച്ചാണ്. പൊലീസ് നടത്തിയ പരിശോധനയിൽ ഹിന്ദു-ക്രിസ്ത്യൻ മതങ്ങളിൽപ്പെട്ട എഴുപതോളം പേരെ മതപഠനത്തിനും മതപരിവർത്തനത്തിനുമായി സത്യസരണിയിൽ എത്തിച്ചതായി കണ്ടെത്തി. മതപരിവർത്തനത്തിനുശേഷം സുരക്ഷിതമായി താമസിക്കാനും ഇസ്ലാംമത പഠനത്തിനുമായി മലപ്പുറം ജില്ലയിലെ വാഴക്കാട് പഞ്ചായത്തിൽ പാലക്കുഴി എന്ന സ്ഥലത്ത് പോപ്പുലർ ഫ്രണ്ട് പ്രത്യേകം വീടുകൾ നിർമ്മിച്ചൊരുക്കിയിട്ടുണ്ട്.

എന്തിനും 'ഇര' പരിവേഷം

ഇസ്ലാം എന്നാൽ സമാധാനം എന്നർത്ഥം. എന്നാൽ പോപ്പുലർ ഫ്രണ്ട് ഉൾപ്പെടെ ഒരു മുസ്ലീം തീവ്രവാദസംഘടനയും ആ ഇസ്ലാമിനെ അംഗീകരിക്കുന്നില്ല. പോപ്പുലർ ഫ്രണ്ടും കൂട്ടാളികളും അവരുടെ ബീഭത്സ മുഖം മറച്ചുപിടിക്കാനും സംരക്ഷണത്തിനുമായി മനുഷ്യാവകാശ സംരക്ഷകന്റെ മറ കെട്ടി ഉയർത്തും. സംഘപരിവാറിന്റെ അതിക്രമങ്ങളുടെ ഇര എന്ന പരിവേഷം ചാർത്തി ചില ശുദ്ധാത്മക്കളെ തങ്ങൾക്കുചുറ്റും അണിനിരത്തും. ചില ബുദ്ധിജീവികളെ 'വിലയ്ക്കെടുക്കും' അവർ നടത്തുന്ന പത്രസ്ഥാപനങ്ങളുടെയും മറ്റും തലപ്പത്തിരുത്തി ഉയർന്ന പ്രതിഫലം നല്കും. ഈ തീവ്രവാദ സംഘം നടത്തുന്ന കൊലപാതകങ്ങളെക്കുറിച്ചും വിദ്ധ്വംസക പ്രവർത്തനങ്ങളെക്കുറിച്ചും പൊലീസ് നടപടി ഉണ്ടായാൽ 'മനുഷ്യാവകാശ' പ്രവർത്തകരായ ചിലരെ കവചമാക്കും. ഇതെല്ലാം ബോധപൂർവ്വമായ തിരക്കഥയനുസരിച്ചാണ്.

ഇന്ത്യയിൽ ഹിന്ദുരാഷ്ട്രവാദമുയർത്തി മതനിരപേക്ഷതയും ജനാധിപത്യവും തകർക്കാൻ ശ്രമിക്കുന്ന സംഘപരിവാർ ശക്തികൾക്കെതിരെ വിപുലമായ ഐക്യം കെട്ടിപ്പടുക്കാൻ ഇടതുപക്ഷ-മതനിരപേക്ഷ ശക്തി

കൾ ശ്രമിച്ചുവരികയാണ്. ഇത്തരമൊരു സാഹചര്യത്തിൽ, മതപരമായ സ്പർദ്ധയും ഭിന്നതയും സൃഷ്ടിക്കുന്ന പോപ്പുലർ ഫ്രണ്ടുൾപ്പെടെയുള്ള തീവ്രവാദശക്തികളുടെ ലക്ഷ്യം ബി ജെ പി സർക്കാരിന്റെ ജനവിരുദ്ധ നയങ്ങൾക്കും സംഘപരിവാറിന്റെ വർഗ്ഗീയഭീഷണിക്കുമെതിരായ മുന്നേറ്റങ്ങളെ ദുർബ്ബലപ്പെടുത്തുക എന്നതാണ്. ഇവർ മുസ്ലീങ്ങളുടെ ശത്രുക്കളാണ്.

കേരളത്തിലെ മുസ്ലീം ജനതയിൽ 90 ശതമാനത്തിലധികം വരുന്ന സുന്നി മുസൽമാൻ ഇത്തരം തീവ്രവാദങ്ങളെ തുറന്നെതിർക്കുന്നത് ഈ സാഹചര്യത്തിലാണ്.

ജീർണ്ണരാഷ്ട്രീയം ഉപേക്ഷിക്കൂ

കോടിയേരി ബാലകൃഷ്ണൻ

ചെങ്ങന്നൂർ ഉപതിരഞ്ഞെടുപ്പ് ഫലത്തെത്തുടർന്ന് കേരള രാഷ്ട്രീയത്തിൽ ഗുണകരമായ മാറ്റങ്ങളുടെ അടിയൊഴുക്കുകൾ സംഭവിക്കുകയാണ്. കോൺഗ്രസ് നേതൃത്വം നല്കുന്ന യു ഡി എഫിലും യു ഡി എഫിനെ നയിക്കുന്ന കോൺഗ്രസിലും ഒരുപോലെ നാൾക്കുനാൾ പ്രതിസന്ധി വളരുകയാണ്. ബി ജെ പിയിലാകട്ടെ ഒരു സംസ്ഥാന പ്രസിഡന്റിനെ കണ്ടെത്തുന്നതിന് ഒട്ടകം സൂചിക്കുഴൽ കടക്കുന്നതിനേക്കാൾ പ്രയാസകരമായി കാര്യങ്ങൾ മാറി. മലക്കംമറിഞ്ഞ് യു ഡി എഫിലെത്തിയ കേരളത്തിലെ ആർ എസ് പിയുടെ വലതുപക്ഷയാത്ര ദുരന്തഫലം നേരിടുകയാണ്. അതിന്റെ പ്രത്യാഘാതം ആ പാർട്ടിയുടെ കേരളഘടകത്തെ പിടിച്ചുലയ്ക്കുന്നുണ്ട്. സംസ്ഥാനത്ത് കോൺഗ്രസിനുള്ളിലൊരു ബദൽ കോൺഗ്രസും ആർ എസ് പിക്കകത്ത് ഒരു ബദൽ ആർ എസ് പിയും പ്രത്യക്ഷപ്പെടാൻ തുടങ്ങിയിരിക്കുന്നു. ഇങ്ങനെ വലതുപക്ഷ രാഷ്ട്രീയം സംസ്ഥാനത്ത് അഗാധമായ പ്രതിസന്ധിയിലേക്ക് മുതലക്കൂപ്പ് നടത്തുകയാണ്.

ദുഷ്കൃത്യങ്ങളുടെ അന്തമില്ലാത്ത ഘോഷയാത്ര കോൺഗ്രസിൽ അടിക്കടിയുണ്ടാകുന്നുവെന്നാണ് കോൺഗ്രസ് നേതാവ് വി എം സുധീരൻ ആവർത്തിക്കുന്നത്. ജനാധിപത്യം ഉപേക്ഷിച്ച കോൺഗ്രസിൽ നോമിനേഷനും നേതാവിന്റെ ഏകാധിപത്യവുമാണ്. ഭാരവാഹികളെ നിശ്ചയിക്കുന്നതിൽ പ്രവർത്തകർക്കോ കമ്മിറ്റികൾക്കോ ഒരു അധികാരവുമില്ല. ഉമ്മൻചാണ്ടിയെ എ ഐ സി സി ജനറൽ സെക്രട്ടറിയാക്കി ആന്ധ്രയുടെ ചുമതല നല്കി. അതേസമയം, ശ്രീനിവാസൻ എന്നയാളെ എ ഐ സി സി സെക്രട്ടറിയാക്കി തെലങ്കാനയുടെ ചാർജ്ജും കൊടുത്തു. അതോടെ ആരാണ് ഈ ശ്രീനിവാസൻ എന്ന ചോദ്യവുമായി വി എം

സുധീരൻ ഉൾപ്പെടെയുള്ള നേതാക്കൾ രംഗത്തിറങ്ങി. പ്രിയങ്കയുടെ ഭർത്താവ് വധേരയുടെ കമ്പനി ഡയറക്ടറാണ് ശ്രീനിവാസൻ. കോൺഗ്രസ് സംഘടനയിൽ ജനാധിപത്യമില്ല. നേതാവിന്റെ ഇഷ്ടക്കാരെ നിയമിക്കുന്ന നോമിനേഷൻ സമ്പ്രദായമാണ്. ഈ ഇഷ്ടദാന രീതിയുടെ മറ്റൊരു രൂപമാണ്, കോൺഗ്രസിന്റേതെന്ന് കോൺഗ്രസ് പ്രവർത്തകർ കരുതുന്ന രാജ്യസഭാ സീറ്റ് കോൺഗ്രസ് എമ്മിന് ദാനംചെയ്ത നടപടി. രാജ്യസഭാ സീറ്റ് ദാനത്തിൽ ഉമ്മൻചാണ്ടി-ചെന്നിത്തല അച്ചുതണ്ടിന്റെ നടപടിയെ സുധീരൻ പരസ്യമായി തള്ളിപ്പറയുകയാണ് ഇപ്പോഴും. മുസ്ലിംലീഗ് നേതാവ് കുഞ്ഞാലിക്കുട്ടിയുമായി ചേർന്ന് നടത്തിയ കള്ളക്കളിയാണ് രാജ്യസഭാ സീറ്റിന്റെ കാര്യത്തിൽ സംഭവിച്ചതെന്നും കോൺഗ്രസ് നേതാക്കൾ ചൂണ്ടിക്കാട്ടിയിട്ടുണ്ട്.

സംഘടന അകപ്പെട്ടിരിക്കുന്ന ആഭ്യന്തര അപചയത്തിനു പുറമെ, ഉമ്മൻചാണ്ടി മുഖ്യമന്ത്രിയായിരിക്കെ നടത്തിയ എണ്ണിയാലൊടുങ്ങാത്ത വൻ കുംഭകോണങ്ങളെപ്പറ്റിയും അന്ന് കെ പി സി സി പ്രസിഡന്റായിരുന്ന വി എം സുധീരൻ പത്രസമ്മേളനം നടത്തി നാടിന്റെ ശ്രദ്ധയിൽ കൊണ്ടുവന്നു. ബാർ കുംഭകോണം, അദാനി ഗ്രൂപ്പിന് വിഴിഞ്ഞം തുറമുഖ കരാർ നല്കിയതിലെ ക്രമക്കേട്, വൻകിട തോട്ടം ഉടമകൾക്കുവേണ്ടി നടത്തിയ ഭൂമിതട്ടിപ്പ് തുടങ്ങിയതെല്ലാം വസ്തുതകൾ നിരത്തിയാണ് സുധീരൻ ആക്ഷേപം ഉന്നയിച്ചിരിക്കുന്നത്. ഇതിന്മേൽ ഇതുവരെ പ്രതികരിക്കാൻ ആരോപണവിധേയനായ ഉമ്മൻചാണ്ടിക്ക് ധൈര്യമോ ധാർമ്മികതയോ ഉണ്ടായില്ല. കോൺഗ്രസ് ഹൈക്കമാന്റിനെയും കെ പി സി സിയെയും മറികടന്നാണ് വിഴിഞ്ഞം അന്താരാഷ്ട്ര തുറമുഖ കരാർ അദാനിക്ക് നല്കാൻ ഉമ്മൻചാണ്ടി ഒപ്പിട്ടതെന്ന് സുധീരൻ വെളിപ്പെടുത്തി. 29,217 കോടി രൂപയുടെ അധികവരുമാനം ഈ കരാറിലൂടെ അദാനിക്ക് കിട്ടുമെന്ന സി ഐ ജി റിപ്പോർട്ട് ഇതിനൊപ്പം കൂട്ടിവായിക്കണം. എന്നിട്ടും ഉമ്മൻചാണ്ടി മൗനം ഭജിക്കുകയാണ്. ഈ മൗനംകൊണ്ട് സുധീരൻ ഉന്നയിച്ചിരിക്കുന്ന നഗ്നമായ അഴിമതി കുറ്റകൃത്യമല്ലാതാകില്ല. ഇതുൾപ്പെടെയുള്ള വിഷയങ്ങളിൽ ഉന്നയിച്ച പരസ്യ ആക്ഷേപങ്ങൾ നിയമനീതി ന്യായ സംവിധാനങ്ങളുടെ മുന്നിൽ കൊണ്ടുവരാൻ സുധീരൻ തയ്യാറാകുമോ? ഒരു വശത്ത് സംഘടനയ്ക്കുള്ളിൽ ജനാധിപത്യത്തിനുവേണ്ടിയും മറുവശത്ത് ഭരണം അഴിമതിക്കുവേണ്ടി മാറ്റിയ കേരളത്തിലെ സ്വന്തം പാർട്ടിയുടെ നേതാക്കൾക്കെതിരായും നടത്തുന്ന പോരാട്ടം സുധീരൻ തുടരുമോ ഇല്ലയോ എന്ന് കാത്തിരുന്ന് കാണാം. ഈ പോരാട്ടം തുടരുകയാണെങ്കിൽ അത് ഗുണകരമാണ്.

ഇതിനിടെ എസ് ഡി പി ഐക്കാരും അവരുടെ വിദ്യാർത്ഥി സംഘടനയായ കാമ്പസ് ഫ്രണ്ടുകാരും ചേർന്ന് മഹാരാജാസ് കോളേജിൽ എസ് എഫ് ഐ നേതാവ് അഭിമന്യുവിനെ അരുംകൊല ചെയ്തത് ഒരു വലിയ രാഷ്ട്രീയവിഷയമായി പരിണമിച്ചിരിക്കുകയാണ്. ഇതിൽ കോൺഗ്രസ് നേതാവ് എ കെ ആന്റണി നടത്തിയ പ്രതികരണം കോൺ

ഗ്രസ് ഇന്ന് ചെന്നുപെട്ടിരിക്കുന്ന രാഷ്ട്രീയജീർണ്ണതയുടെ വിളംബരമാണ് കാട്ടിത്തരുന്നത്. വിദ്യാർത്ഥി സംഘടനകളുടെ മറവിൽ കാമ്പസിൽ മതതീവ്രവാദ സംഘടനകൾ കടന്നുവരുന്നതിന്റെ ആപത്ത് വലുതാണ്. ഇത് തുറന്നുകാട്ടുന്നതിനും മതനിരപേക്ഷ ചിന്താഗതിക്കാരുടെ യോജിപ്പ് വളർത്തുന്നതിനുമാണ് മഹാരാജാസ് കോളേജിലെ സംഭവം ജാഗ്രതപ്പെടുത്തുന്നത്. ധീരനായ വിദ്യാർത്ഥി നേതാവ് അഭിമന്യുവിന്റെ നീചമായ കൊലപാതകത്തെ അപലപിക്കുന്നതിനു പകരം എസ് എഫ് ഐയെ പഴിചാരുന്നതിനാണ് ആന്റണി തയ്യാറായത്. കേരളത്തിലെ കലാലയങ്ങളിൽ ഏറ്റവും കൂടുതൽ അക്രമം നടത്തുന്നത് എസ് എഫ് ഐ ആണെന്ന കുറ്റാരോപണം, അഭിമന്യുവിന്റെ ചുടുരക്തം കലാലയമുറ്റത്ത് വീണതിന്റെ നനവ് മാറുംമുമ്പ് നടത്താൻ ആന്റണി തുനിഞ്ഞത് രാഷ്ട്രീയ അധാർമ്മികതയാണ്. സംസ്ഥാനത്തെ കലാലയ ങ്ങളിൽ വിവിധ കാലങ്ങളിലായി കൊല്ലപ്പെട്ടത് 36 വിദ്യാർത്ഥികളാണ്. അതിൽ അഭിമന്യു ഉൾപ്പെടെ 33 പേരും എസ് എഫ് ഐ പ്രവർത്ത കരാണ്. 1971 ഒക്ടോബർ എട്ടിന് തിരുവനന്തപുരത്ത് എസ് എഫ് ഐ റാലിയിലേക്ക് വണ്ടികയറ്റി കൊന്ന ദേവപാലിനും 1974 ൽ പട്ടാമ്പിയിൽ കോൺഗ്രസുകാരും സംഘപരിവാറുകാരും ചേർന്ന് ഇരുമ്പുവടിക്ക് തലയ്ക്കടിച്ചുകൊന്ന സെയ്താലിയും കൊല്ലം എസ് എൻ കോളേജിലെ ശ്രീകുമാറും പന്തളം എൻ എസ് എസ് കോളേജിലെ ജി ഭുവനേശ്വരനും തൃപ്പൂണിത്തുറ ആയുർവ്വേദ കോളേജിലെ പി കെ രാജനും എസ് എഫ് ഐ ഇടുക്കി ജില്ലാ വൈസ് പ്രസിഡന്റായിരുന്ന അനീഷ് രാജനും ആ 33 പേരുടെ രക്തസാക്ഷി പട്ടികയിൽ വരുന്നു. തലശേരി ബ്രണ്ണൻ കോളേജിലെ അഷ്റഫിനെ കഠാരയ്ക്ക് ഇല്ലാതാക്കിയാണ് കെഎസ്‌യു കൊലപാതക രാഷ്ട്രീയത്തിന് തുടക്കം കുറിച്ചത്. മഹാരാജാസ് കോളേജിൽ കെ എസ് യുക്കാരുടെ കുത്തേറ്റ സൈമൺ ബ്രിട്ടോ 'ജീവിക്കുന്ന രക്തസാക്ഷിയാണ്'.

കൊലപാതകം ഏറ്റവും കൂടുതൽ നടത്തിയത് കോൺഗ്രസുകാരും സംഘപരിവാറുകാരുമാണ്. ആ ഗണത്തിലാണ് എൻ ഡി എഫും എസ് ഡി പി ഐയും. ന്യൂനപക്ഷ മതത്തിന്റെ മറവിലുള്ള ഈ തീവ്രവാദി സംഘടന താലിബാൻ മോഡൽ കൊലപാതക രാഷ്ട്രീയമാണ് നടത്തിവരുന്നത്. സാമൂഹ്യമാധ്യമങ്ങളിൽ വെല്ലുവിളിയും ഭീഷണിയും എസ് എഫ് ഐ നേതൃത്വത്തിനുനേരെ നടത്തിയശേഷമാണ് ആസൂത്രിതമായി അഭിമന്യുവിനെ അരുംകൊല ചെയ്തത്. അക്രമി കളുടെ കുത്തേറ്റ് എസ് എഫ് ഐയുടെ മറ്റൊരു നേതാവ് അർജുൻ ഗുരുതരാവസ്ഥയിലാണ്. ഏറ്റവും കൂടുതൽ വിദ്യാർത്ഥികളുടെ ജീവൻ നഷ്ടപ്പെട്ട എസ് എഫ് ഐയെ അക്രമിസംഘമെന്ന് മുദ്രകുത്താനുള്ള ആന്റണിയുടെ ഈ ശ്രമം ഗൂഢമായ രാഷ്ട്രീയലക്ഷ്യത്തോടെ യുള്ളതാണ്. ഒരുവശത്ത് സംഘപരിവാറിനെയും മറുവശത്ത് എസ് ഡി പി ഐയെയും പ്രീണിപ്പിച്ച് എൽ ഡി എഫിനും എൽ ഡി എഫ്

സർക്കാരിനുമെതിരെ മഹാസഖ്യമുണ്ടാക്കാനുള്ള ഗൂഢരാഷ്ട്രീയ-ത്തിലാണ് ആന്റണി.

അഭിമന്യുവിന്റെ കൊലപാതകത്തിൽ പ്രതിഷേധിക്കാനോ അക്രമികളെ തുറന്നുകാട്ടാനോ കേന്ദ്രം ഭരിക്കുന്ന ബി ജെ പിയുടെ അദ്ധ്യക്ഷൻ അമിത് ഷാ കേരളത്തിൽ രണ്ടുദിവസം തങ്ങിയിട്ടും തയ്യാറായില്ല. ആന്റണിയുടെ പ്രതികരണത്തെയും അമിത് ഷായുടെ മൗനത്തെയും കൂട്ടിവായിക്കേണ്ടതാണ്. പക്ഷേ, ഇത്തരം അവിശുദ്ധ രാഷ്ട്രീയത്തെ തിരിച്ചറിയാനുള്ള പ്രബുദ്ധത കേരള ജനതയ്ക്കുണ്ട്. സംഘപരിവാറിന്റെ ഹിന്ദുത്വ വർഗ്ഗീയവിപത്തിനെ തടയാൻ നട്ടെല്ലുള്ള രാഷ്ട്രീയനിലപാടെടുക്കാത്ത കോൺഗ്രസ് മറ്റ് തീവ്രവർഗ്ഗീയ ശക്തികൾക്കും കീഴടങ്ങുകയാണ്. ഈ രാഷ്ട്രീയം യു ഡി എഫിനെ കൂടുതൽ കടുത്ത രാഷ്ട്രീയ പ്രതിസന്ധിയിലെത്തിക്കും.

കോൺഗ്രസിൽ മാത്രമല്ല, യു ഡി എഫിലെ ഓരോ ഘടകകക്ഷി കളിലും രാഷ്ട്രീയ നയത്തെ ആസ്പദമാക്കി പ്രതിസന്ധി രൂക്ഷമാവു കയാണ്. അത് യു ഡി എഫിൽ ചേക്കേറിയ ആർ എസ് പിയുടെ കേരള ഘടകത്തിൽ പ്രത്യേകിച്ചും. ഇടതുപക്ഷ ഐക്യത്തിന്റെ നിലപാടാണ് ആർ എസ് പി ദേശീയതലത്തിൽ സ്വീകരിച്ചിട്ടുള്ളത്. അപ്രകാരം ബംഗാളിലും ത്രിപുരയിലും ആർഎസ്പി ഇടതുപക്ഷ മുന്നണിയിലാണ്. സി പി ഐ എം, സി പി ഐ പാർട്ടി കോൺഗ്രസുകളെ അഭിവാദ്യം ചെയ്യാൻ ആർ എസ് പി നേതാക്കൾ എത്തിയിട്ടുണ്ടായിരുന്നു. ഇടതു പക്ഷ ഐക്യത്തെ തുരങ്കംവയ്ക്കുന്ന ആർ എസ് പി കേരള ഘടക ത്തിന്റെ സമീപനം മാറ്റണമെന്ന് രണ്ട് കമ്യൂണിസ്റ്റ് പാർട്ടികളുടെയും കോൺഗ്രസുകൾ അഭ്യർത്ഥിച്ചിട്ടുണ്ട്. അപ്രകാരം യു ഡി എഫ് വിട്ട് വന്നാൽ ആർ എസ് പിയെ ഉൾക്കൊള്ളാൻ എൽ ഡി എഫ് തയ്യാറാണ്. കഴിഞ്ഞ ലോക്സഭാ തിരഞ്ഞെടുപ്പിൽ ഒരു സീറ്റിനുവേണ്ടി ഇടതുപക്ഷ നയവും മാർക്സിസ്റ്റ് ലെനിനിസ്റ്റ് ആശയവും വഞ്ചകമുന്നണിക്ക് പണയപ്പെടുത്തി. ഇതിനെതിരെ ആ പാർട്ടിയിൽ ഉയർന്നുവന്ന പോരാട്ടത്തിന്റെ ഭാഗമായി നേതാക്കളിലും അണികളിലും ഒരുവിഭാഗം പുറത്തുവന്ന് ഇടതുപക്ഷചേരിയിൽ നിലയുറപ്പിച്ചു. സി പി ഐ എമ്മിൽ ചേർന്ന നേതാക്കളും പ്രവർത്തകരും ധാരാളമാണ്. ആർ എസ് പി ലെനിനിസ്റ്റ് പാർട്ടി എൽ ഡി എഫുമായി സഹകരിക്കുകയും എൽ ഡി എഫ് സ്ഥാനാർത്ഥിയായി കോവൂർ കുഞ്ഞുമോൻ മത്സരിച്ച് നിയമസഭാംഗമാവുകയും ചെയ്തു. എന്നാൽ, യു ഡി എഫിൽ ചേർന്ന ആർ എസ് പിയുടെ എല്ലാ സ്ഥാനാർത്ഥികളെയും ജനങ്ങൾ നിയമസഭാ തിരഞ്ഞെടുപ്പിൽ തോല്പിച്ചു. ചെങ്ങന്നൂർ ഉപതിരഞ്ഞെടുപ്പ് ഫലം വന്നതിനെത്തുടർന്ന് കോൺഗ്രസ് മുന്നണി വിടണമെന്ന അഭിപ്രായം ആർ എസ് പിയിൽ ശക്തിപ്പെട്ടിട്ടുണ്ട്. ഇടതുപക്ഷ ഐക്യത്തിന്റെ കൊടി ഉയർത്തണമെന്ന് പരസ്യമായി പറയാൻ ചില നേതാക്കൾ തയ്യാറാ യിട്ടുണ്ട്. ഈ നേതാക്കളുടെ ശബ്ദം കേൾക്കാനും യു ഡി എഫ് വിട്ട്

പുറത്തുവരാനുമുള്ള രാഷ്ട്രീയതീരുമാനം ആർ എസ് പി കേരളഘടകം എടുക്കാൻ തയ്യാറാകുന്നില്ലെങ്കിൽ ആ പാർട്ടി വലിയ തകർച്ച നേരിടും. ഒരു പാർലമെന്റ് സീറ്റിനുവേണ്ടി രാഷ്ട്രീയനയം അടിയറവ് വച്ചതിന്റെ ദുരന്തമാണ് ആ പാർട്ടി ഇന്ന് നേരിടുന്നത്.

ആഭ്യന്തര സംഘർഷത്തിൽ ആടിയുലയുന്ന കോൺഗ്രസ് നേതൃത്വത്തിന് മുന്നണിയെ നയിക്കാനുള്ള കെല്പില്ല. യു ഡി എഫ് മുങ്ങുന്ന കപ്പലാണ്. എന്നാൽ, ഇടതുപക്ഷ ജനാധിപത്യ മുന്നണി ആശയപരമായും സംഘടനാപരമായും കരുത്തോടെ മുന്നോട്ടുപോകുന്ന മുന്നണിയാണ്. എൽ ഡി എഫുമായി സഹകരിക്കാനും ഒന്നിച്ച് പ്രവർത്തിക്കാനും കൂടുതൽ കക്ഷികളും ഗ്രൂപ്പുകളും വ്യക്തികളും മുന്നോട്ടുവരുന്നുണ്ട്. ഈ രാഷ്ട്രീയ അന്തരീക്ഷത്തിൽ ജനാധിപത്യവും മതനിരപേക്ഷതയും പുലരാൻ താല്പര്യമുള്ള കോൺഗ്രസിലെയും ആർ എസ് പിയിലെയും നേതാക്കളും പ്രവർത്തകരുമടക്കം വീണ്ടുവിചാരത്തിന് തയ്യാറാകണം.

ഫ്രണ്ടിനും ഐ എ സിനും തമ്മിലെന്ത്?

ഡോ. എം എ സിദ്ദിഖ്

ജീവിതത്തെയും സമൂഹത്തെയുംകുറിച്ച് യാഥാർത്ഥ്യബോധമുള്ള ധാരാളം സങ്കല്പങ്ങളുണ്ടായിരുന്ന അഭിമന്യു എന്ന പ്രതീക്ഷയെ, മഹാരാജാസിന്റെ നിലാമരങ്ങൾക്കു ചോടെയിട്ട് കുത്തിവീഴ്ത്തിയ 'കാമ്പസ് ഫ്രണ്ട്' പ്രവർത്തകർ അവരുടെ മുഖംമൂടി സ്വയം വലിച്ചുകീറപ്പെട്ട് പരിഹാസ്യരായി കേരളമനസ്സാക്ഷിയുടെ മുന്നിൽ നില്ക്കുകയാണിപ്പോൾ. വിദ്യാർത്ഥികളെ പാഠം പഠിപ്പിക്കാൻവന്ന, വിദ്യാർത്ഥികളല്ലാത്ത ആ ഫ്രണ്ടുകാർ ഞങ്ങളുടെ ആരുമല്ലെന്ന് എസ് ഡി പി ഐയുടെ ഉത്തരവാദപ്പെട്ട നേതാക്കളിൽ ചിലർ ആവർത്തിച്ചുപറഞ്ഞപ്പോൾ, രാഷ്ട്രീയതത്ത്വചിന്തയിലെ ഒരു വാക്ക് ഉപയോഗിച്ചുപറഞ്ഞാൽ രാജാവ് നഗ്നനാവുകമാത്രമല്ല, നഗ്നത ഇരട്ടിക്കുകയാണ് ചെയ്തത്. പടം പൊഴിച്ചുകഴിഞ്ഞാൽപ്പിന്നെ പാമ്പിന് പടത്തോടെന്തുബന്ധമെന്ന് ചോദിക്കും പോലെ വിഷം അതിന്റെ സഞ്ചിയിൽ ഭദ്രമാണെന്ന് അവർ അംഗീകരിക്കുകയും ചെയ്തു. പരസ്പരബന്ധമില്ലായ്മയാണ് ഞങ്ങളുടെ ബന്ധമെന്ന് പരോക്ഷമായി അംഗീകരിക്കുന്ന ഈ പ്രയോഗകൗശലം ഒരിക്കലും ബഹുജനപ്രസ്ഥാനങ്ങളുടെയോ ജനാധിപത്യചിന്തയുടെയോ ഭാഗമല്ല. എൻ ഡി എഫിന്റെ രൂപീകരണത്തിനുമുമ്പും അതിനുശേഷവും ന്യൂനപക്ഷജീവിതത്തെ മുൻനിർത്തി 'പോപ്പുലർ ഫ്രണ്ട്' നടത്തിക്കൊണ്ടിരിക്കുന്ന ഇമ്മാതിരി ഗിമ്മിക്കുകൾക്ക് ഇന്ത്യയിൽ സംഘപരിവാറിനോടും അന്തർദ്ദേശീയമായി ഐ എസ് ഐ എസിനോടുമാണ് സാമ്യമെന്ന് കാണാൻ പ്രയാസമില്ല. ഗൗരി ലങ്കേഷ് വധത്തിന് കാരണക്കാരനായ വ്യക്തിയെയും അയാളുടെ സംഘത്തെയും, ഇവർ ഞങ്ങളുടെ ആരുമല്ല എന്നുപറഞ്ഞ് കൈയൊഴിഞ്ഞ പരിവാരവർഗ്ഗീയത എപ്രകാരമാണോ സംഘർഷങ്ങളുടെ അനുഭൂതികൾ വിജയകരമായി

വിക്ഷേപിച്ചുകൊണ്ടിരിക്കുന്നത്, അതുമാതിരി തന്ത്രംതന്നെയാണിത്. ഭൂരിപക്ഷസമൂഹത്തിന്റെ വ്യാജപിന്തുണ ആർജിച്ചെടുത്ത് ഇന്ത്യയിൽ പരിവാർ തുറന്നനിലയിൽ അതൊക്കെ ചെയ്യുമ്പോൾ അതിന് ബദൽ തങ്ങൾമാത്രമാണെന്ന അഹന്തയോടെ പോപ്പുലർ ഫ്രണ്ട് അത് രഹസ്യമായി ചെയ്യുന്നു എന്നേയുള്ളൂ.

ഇന്ത്യയിലെയും വിശേഷിച്ച് കേരളത്തിലെയും കുറെയേറെ യുവാക്കളെ ഇത്തരം രാഷ്ട്രീയ ഫിലോസഫിയിലൂടെ ഹൈജാക്ക് ചെയ്യാനും അവർക്കായിട്ടുണ്ട്. അതിന്റെ ഏറ്റവും അവസാനത്തെ ചിത്രമാണ് അഭിമന്യു. ഈ വിഷയത്തെ അഭിമന്യുവിന്റെ മതവുമായി ചേർത്ത് മറ്റൊരു മുതലെടുപ്പിന് ശ്രമിക്കുന്ന ഭൂരിപക്ഷവർഗ്ഗീയവാദികൾ ശ്രദ്ധിച്ചിരിക്കാനിടയില്ലാത്ത മറ്റൊരു സത്യമാണ് ന്യൂനപക്ഷസ്നേഹം പറയുന്ന എൻ ഡി എഫിന്റെ ബോംബിനും വടിവാളുകൾക്കും കൊലക്കത്തികൾക്കും ഇരയായി പിടഞ്ഞുവീണ ആദ്യരക്തസാക്ഷി കൊല്ലം ജില്ലയിലെ അഞ്ചൽ തടിക്കാട് അഷ്റഫ് എന്ന സഖാവാണെന്നത്.

കേരളത്തിന്റെ പശ്ചാത്തലത്തിൽ നോക്കിക്കാണുമ്പോൾ, 1993 ൽ രൂപപ്പെട്ട എൻ ഡി എഫ് 2006 ൽ പോപ്പുലർ ഫ്രണ്ടിൽ ലയിക്കുന്നു. 2009 ജൂണിൽ പോപ്പുലർ ഫ്രണ്ടിന്റെ രാഷ്ട്രീയരൂപമായ എസ് ഡി പി ഐ നിലവിൽവരുന്നു. വിവിധ സംസ്ഥാനങ്ങളിൽ പ്രവർത്തിച്ചിരുന്ന എൻ ഡി എഫ് മാതിരിയുള്ള സംഘടനകളെ സംയോജിപ്പിച്ച് സംയുക്ത ഫ്രണ്ടായി മാറിയ പോപ്പുലർ ഫ്രണ്ടിന്റെ വിദ്യാർത്ഥിപ്രസ്ഥാനമാണ് കാമ്പസ് ഫ്രണ്ട്. വനിതകളുടെ നാഷണൽ വിമെൻസ് ഫ്രണ്ടും പുരോഹിതരെ സംഘടിപ്പിക്കുന്ന കൗൺസിലുകളുമടക്കം വിദഗ്ദ്ധമായ പ്രൊഫഷണലിസത്തോടെയാണ് പി എഫ് ഐയുടെ കോൺഫെഡറേഷൻ പ്രവർത്തിച്ചുവരുന്നത്. ഇന്ത്യൻ സാമൂഹികജീവിതത്തിലെ വൈകാരിക വിഷയങ്ങളെ സ്ത്രീ, ദളിത്, ന്യൂനപക്ഷ, പരിസ്ഥിതി വ്യാഖ്യാനങ്ങൾ നല്കി നിഗൂഢമായ സമരതന്ത്രങ്ങൾ ആവിഷ്കരിക്കുന്ന പോപ്പുലർ ഫ്രണ്ട്, അതിന്റെ ബഹുജനാടിത്തറ വർദ്ധിപ്പിച്ചത് ഇസ്ലാമിന്റെ തത്ത്വചിന്തയെ വക്രമായി ഉപയോഗിച്ചുകൊണ്ടാണ്. ആരംഭകാലത്ത്, അവരുടെ പ്രവർത്തനഫണ്ടുപിരിവുപോലും ഇസ്ലാമിലെ സക്കാത്തിന്റെ ഒരു വിഹിതം ഞങ്ങൾക്കുള്ളതാണ് എന്ന യാചന അവതരിപ്പിച്ചുകൊണ്ടായിരുന്നു. ഞങ്ങൾ മതത്തിനുവേണ്ടി പോരാടുന്നവരാണെന്നും അതിനാൽ ആ വിഹിതമാണ് ഞങ്ങൾ ചോദിക്കുന്നതെന്നുമുള്ള അവരുടെ ആ തന്ത്രത്തെ മതേതരപണ്ഡിത സമൂഹം ചോദ്യംചെയ്ത് തുടങ്ങിയതോടെ ആ യാചന അവരുപേക്ഷിച്ചു.

'ദഅ്‌വത്ത്' എന്ന പ്രേഷിതവൃത്തിയാണ് തങ്ങളുടെ ധർമ്മമെന്ന് പ്രഖ്യാപിച്ച് 1993 ൽ രൂപപ്പെട്ട എൻ ഡി എഫിന് സിമി (Students Islamic Movement of India) യുമായുള്ള ബന്ധം കുപ്രസിദ്ധമാണ്. എൻ ഡി എഫിന്റെ സുപ്രീം കൗൺസിൽ മെമ്പറായിരുന്ന പ്രൊഫസർ പി കോയ, സിമിയുടെ സ്ഥാപകനേതാക്കളിൽ ഒരാളായിരുന്നല്ലോ!

സ്വാതന്ത്ര്യത്തെയും നീതിയെയും സംബന്ധിച്ച വിശാലവും സാർവ്വദേശീയവുമായ ഇടതുപക്ഷ മുദ്രാവാക്യങ്ങളാണ് തങ്ങളുടേതെന്ന് അവകാശപ്പെടുന്ന ഈ സംഘടനകൾ തത്ത്വത്തിലും പ്രവർത്തനത്തിലും തീവ്രവലതുപക്ഷ ചെയ്തികളുള്ളവരും ഫാസിസ്റ്റുകളുമാണ്.

ചെറിയൊരുദാഹരണം പറയാം. എൻ ഡി എഫിന്റെ മുഖപത്രമായിരുന്ന *തേജസി*ന്റെ പത്രാധിപസമിതി അംഗമായിരുന്ന ആസിഫ് എഴുതിയ *താലിബാൻ നേർച്ചിത്രങ്ങളുടെ ആൽബം* എന്ന പുസ്തകം നോക്കുക. അതിന്റെ 'പ്രഥമവാക്യം' എന്ന ആമുഖം അവസാനിക്കുന്നത് മുല്ലാ ഉമറിനെ, അമീറുൽ മുഅ്മിനീൻ മുഹമ്മദ് മുല്ല ഉമർ എന്ന് അഭിസംബോധന ചെയ്തുകൊണ്ടാണ്. പിന്നെ ഇങ്ങനെയും തുടരുന്നു: "21-ാം നൂറ്റാണ്ടിലെ സൈനിക ശാസ്ത്രീയ സാമ്പത്തിക രാഷ്ട്രീയ ശക്തിയായ അമേരിക്കയുടെ മൂക്കിനിടിച്ച് ചോരയൊലിപ്പിച്ച ഈ തെമ്മാടികൾ, അല്ലെങ്കിൽ ചുണക്കുട്ടികൾ ആരാണെന്ന നിഷ്പക്ഷലോകത്തിന്റെ കൗതുകമാണ് ഈ കൃതിക്ക് പ്രചോദനം." (സർജ് ബുക്സ്, ചാവക്കാട്, 2003).

ആരെയാണ് ഇസ്ലാമികലോകം അമീറുൽ മുഅ്മിൻ (സത്യസന്ധൻ) എന്ന് അഭിസംബോധന ചെയ്യുന്നതെന്ന് എല്ലാവർക്കുമറിയാം. അത് പ്രവാചകൻ മുഹമ്മദ് നബിയാണ്. താൻ പ്രവാചകന്റെ പ്രതിപുരുഷനാണെന്ന ഉസാമയുടെ അവകാശവാദത്തിന്റെ നേർപ്പകർപ്പാണ് ആസിഫിന്റെ മുല്ലയെ അഭിസംബോധന ചെയ്യുന്ന വാക്യവും. മറ്റൊന്ന് നിഷ്പക്ഷലോകം എന്ന മേൽവിലാസമാണ്. താലിബാന്റെ തത്ത്വചിന്തയാണ് പൊതുസമൂഹത്തിന്റെ തത്ത്വചിന്ത എന്ന മുൻവിധിയിൽനിന്നു വരുന്ന പ്രയോഗമാണത്.

താലിബാന്റെ പ്രത്യയശാസ്ത്രത്തിന് ഇസ്ലാമിന്റെ പ്രത്യയശാസ്ത്രവുമായുള്ള വൈജാത്യത്തെപ്പറ്റിയുള്ള തികഞ്ഞ ബോധം ലോകമുസ്ലിങ്ങളിൽ നല്ല ശതമാനത്തിനുമുണ്ട്. മാത്രവുമല്ല, താലിബാനടക്കമുള്ള എല്ലാ നവഭീകരപ്രസ്ഥാനങ്ങളും മുതലാളിത്ത ഉദാരവല്ക്കരണത്തിന്റെ ഉല്പന്നങ്ങളാണെന്ന പഠനവും വന്നുകഴിഞ്ഞിട്ടുണ്ട്. എന്നിട്ടുപോലും ഇത്രയും പ്രകടമായി താലിബാൻ ചുണക്കുട്ടികളെ പുനരവതരിപ്പിക്കുന്ന ശ്രമങ്ങൾക്കുപിന്നിലെ ലക്ഷ്യവും വ്യക്തമാണ്.

1980 കളോടെ ഇസ്ലാമികസമൂഹത്തിന്റെ ആഗോള സ്വഭാവത്തിലുണ്ടായ പ്രകടമായ ചില മാറ്റങ്ങളുടെ പ്രതിഫലനമാണ് ഈ ഭീകരവാദ പ്രത്യയശാസ്ത്രം. പ്രവാചകന്റെ കാലംമുതൽ സഹിഷ്ണുതയുടെയും സാർവ്വലൗകികതയുടെയും പ്രചോദനാത്മകമായ സംസ്കാരം വച്ചുപുലർത്തുന്ന ഇസ്ലാമിക സമൂഹങ്ങളോടുള്ള മുതലാളിത്ത ശക്തികളുടെ വെറുപ്പിന്റെ ഉപോല്പന്നമാണ് താലിബാനിസമടക്കമുള്ള എല്ലാ ഇസ്ലാമിക്സ്റ്റേറ്റ് വിചാരമാതൃകകളും. താലിബാന്റെ രൂപീകരണത്തിൽ അമേരിക്കയുടെ പങ്കാളിത്തം ചരിത്രവുമാണ്. അമേരിക്കയോട് പിണങ്ങിയതോടെ, തങ്ങളുടെ നിലനില്പിനുവേണ്ടി ഗതിയില്ലാതെയാണ് മതത്തെയും

ദൈവത്തെയും അതിന്റെ കർമശാസ്ത്രത്തെയും മുൻനിർത്തി അവർ ബഹുജനപിന്തുണ നേടാനാരംഭിച്ചത്. അതിനുശേഷമുള്ളതും ഇറാഖിലും സിറിയയിലും വേരുപിടിച്ചുവളർന്നതുമായ ഐ എസ് ഐ എസിനെക്കുറിച്ചും ഏറെ പറയേണ്ടതില്ല.

ഐ എസിന്റെ ഏറ്റവും മുഖ്യമായ സ്വഭാവം അതൊരനിഷേദ്ധ്യ ഭരണസങ്കല്പ (rebel governance) മാണെന്നതാണ്. എവിടെയാണോ തങ്ങൾ പ്രവർത്തിക്കുന്നത് ആ പ്രദേശത്തിന്റെ സ്വഭാവത്തിനും കാലഘട്ടത്തിനും അനുസരിച്ച് രൂപംമാറാൻ അതിനുകഴിയും. 1999 ൽ അബു മുസ്അബ് സർഖാവിയുടെ ജമാഅത്തുൽതൗഹീദ്, തുടർന്ന് ഇറാഖിലെ അൽ ഖായ്ദ, 2006 ലെ മജ്ലിസ് ഷൂറ അൽ മുജാഹിദീൻ, സർഖാവിക്കുശേഷമുള്ള 2006 ലെ ഇറാഖിലെ ഇസ്ലാമിക് സ്റ്റേറ്റ് അഥവാ ദഅ്വത്തുൽ ഇറാഖ്, 2013 ൽ രൂപംകൊണ്ട ഇറാഖിലെയും അൽ ഷാമിലെയും ഐ എസ്, 2014 മുതൽ പിന്നീടിങ്ങോട്ടുള്ള ഐ എസ് ഐ എസ്. ഇത്തരം മാറ്റങ്ങൾക്ക് എൻ ഡി എഫിന്റെ തുടക്കംമുതലുള്ള പടംപൊഴിക്കലുകളുമായി ബന്ധമുണ്ടെന്നു പറഞ്ഞാൽ എങ്ങനെയാണ് നിഷേധിക്കാനാവുക?

2006 ൽ അബു-ഉമർ അൽ ബാഗ്ദാദിയുടെ നേതൃത്വത്തിൽ ഐ എസ് ഐ രൂപപ്പെടുന്നത് ഒരു ഭരണകൂടത്തെ രൂപപ്പെടുത്തുക എന്ന ഉദ്ദേശ്യത്തോടെയാണ്. അതിന്റെ ഭാഗമായാണ് 2007 ൽ ഐ എസിന്റെ ആദ്യമന്ത്രിസഭയും 2009 ൽ അതിന്റെ പരിഷ്കരിച്ച രൂപവും അവർ പ്രഖ്യാപിച്ചത്. അപ്പോഴേക്കും ഇറാഖിലെ രൂക്ഷമായ ആഭ്യന്തര രാഷ്ട്രീയത്തിൽനിന്ന് സിറിയയിലേക്കുമാറാൻ അവർക്ക് കഴിഞ്ഞിരുന്നു. നിനവ ഹസാഖ ഇടനാഴിയിലൂടെയുള്ള തീവ്രവാദത്തിന്റെ കുടിയേറ്റം അതിന്റെ നേർച്ചിത്രമാണ്. ഒരു സാങ്കേതികവിദഗ്ദ്ധ ഭരണരൂപ (technocratic government) മായിട്ടാണ് ഐ എസ് ഭരണകൂടത്തെ ഘടനചെയ്യുന്നത്. ഇത്തരം രാഷ്ട്രീയ മുഖംമൂടികളിലൂടെ ഐ എസിനുണ്ടായ നേട്ടം ലോകത്ത് മുസ്ലിങ്ങൾ എവിടെയുണ്ടോ അവിടെയെല്ലാം തങ്ങൾക്കിട പെടാൻ അവകാശമുണ്ടെന്ന ധാരണ പാകപ്പെടുത്തിയെടുക്കാനായി എന്നതാണ്. സിറിയയിലും ഇറാഖിലും യമനിലുമെല്ലാം അവർ രൂപപ്പെടുത്തിയ ജാബത്തുകൾ ഇതിന് സാക്ഷ്യമാണ്. ഫ്രണ്ട് എന്ന ഇത്തരം പ്രയോഗങ്ങൾ ഇസ്ലാമിന്റെ അടിസ്ഥാനശിലയായ സാഹോദര്യം എന്ന ആശയത്തിൽനിന്ന് എത്രവിദൂരതയിലാണ് നിലകൊള്ളുന്നത്!

അത്യന്തം അപകടകരമായ ഇത്തരം പ്രത്യയശാസ്ത്രത്തിലേക്കുള്ള റിക്രൂട്ടിങ് ഏജൻസിയെപ്പോലെയാണ് എൻ ഡി എഫും അതിന്റെ സഹോദരസംഘടനകളും തുടക്കംമുതൽ പ്രവർത്തിച്ചുവരുന്നത്. പോപ്പുലർ ഫ്രണ്ടിന്റെ നേതൃത്വത്തിൽ സംഘടിതമായി നടന്നുവരുന്ന മത കോടതി, നിരീക്ഷണ പൊലീസ്, കായികപരിശീലനം, രഹസ്യപഠന ക്ലാസ്, മാധ്യമവിചാരങ്ങൾ, നവമാധ്യമക്കൂട്ടായ്മകൾ, സ്ത്രീ സദസ്സുകൾ, പണ്ഡിതസഭകൾ, പരേഡുകൾ എന്നിവയുടെയെല്ലാം ഘടന ഐ

എസിന്റെ ഭരണകൂടവിഭാഗങ്ങളിൽനിന്നു പകർത്തിയതാണ്. ദിവാനുകൾ എന്ന പ്രത്യേകരൂപത്തിൽ പ്രവർത്തിക്കുന്ന ദിവാൻ അൽ-ഖദ (കോടതി), ദിവാൻ അൽ-ജുന്ദ് (പ്രതിരോധം), ദിവാൻ-അൽ-ആം (പൊതുസുരക്ഷ) പോലെയുള്ള ഇത്തരം സങ്കല്പങ്ങൾ ഇസ്ലാമിക സമൂഹത്തിന്റെ സാംസ്കാരികവളർച്ചയെ വലിയതോതിൽ പിറകോട്ടടിക്കുന്നവ തന്നെയാണ്.

എൻ ഡി എഫ് ആയിരുന്നപ്പോഴും പോപ്പുലർ ഫ്രണ്ട് എസ് ഡി പി ഐ രൂപമാറ്റത്തിനുശേഷവും ഈ ഫ്രണ്ടുകൾ ആവിഷ്കരിക്കുന്ന രാഷ്ട്രീയതന്ത്രം ശരിയായ രൂപത്തിൽ അതിന്റെ അണികളിൽ ഭൂരിഭാഗവും തിരിച്ചറിഞ്ഞിട്ടില്ല. കരുണാമയനായ അല്ലാഹുവിനെ അറിയുന്നവർ ജീവിതത്തിൽ നിഷ്കളങ്കരായിരിക്കും (ഇഖ് ലാസ് എന്ന പ്രതീകം) എന്ന സങ്കല്പം *ഖുർ ആനി*ലുണ്ട്. എന്നാൽ, ഓരോ പോപ്പുലർ ഫ്രണ്ടുകാരും അവരുടെ ആന്തരികബോധത്തെ അടിമപ്പെടുത്തി തന്റെ ശരീരത്തെയും വിശ്വാസത്തെയും ജനാധിപത്യവിരുദ്ധമായി ചിട്ടപ്പെടുത്തുമ്പോൾ തന്നിൽപ്പെടാത്തവരെ മുഴുവൻ ശത്രുവായിട്ടല്ലാതെ കാണുകയേയില്ല. അഭിമന്യു നേരിട്ടത് ആ ദുരന്തമാണ്.

കേരളത്തിലെയും ഇന്ത്യയിലെയും ന്യൂനപക്ഷ ദളിത് പ്രശ്നങ്ങളിൽ നാളിതുവരെ ധാർമ്മികമായി ഇടപെടാൻ കഴിഞ്ഞിട്ടില്ലാത്ത ഇത്തരം കൂട്ടങ്ങൾ കലാപങ്ങൾ, സംഘം ചേർന്നുള്ള മോറൽ പൊലീസിങ്, ആരാധനാലയങ്ങൾ പിടിച്ചെടുക്കൽ, മതപരിവർത്തനം ഗൂഢലക്ഷ്യമായ മതസ്വാതന്ത്ര്യ ക്യാമ്പയിൻ, മതേതരവിരുദ്ധ പ്രഭാഷണങ്ങൾ മുതലായ കാര്യങ്ങളിൽ കൈയും മെയ്യും മറന്ന് പോരാടുന്നതും കാണാം. നമ്മുടെ നാട്ടിൻപുറങ്ങളിലെ ഏതൊരു സാധാരണ പോപ്പുലർ ഫ്രണ്ടുകാരന്റെയും പൊതുസ്വഭാവം വിനയമില്ലായ്മയും വിദ്വേഷവുമാണ്. അവർക്ക് ആരെയും വിമർശിക്കാം. എന്നാൽ, അവരെ വിമർശിക്കുന്നവരെ അവർ സംഘടിതമായി ഭർത്സിക്കുകതന്നെ ചെയ്യും. അഭിമന്യുവിന്റെ രക്തസാക്ഷിത്വം മുന്നോട്ടുവയ്ക്കുന്ന മുഖ്യമായ രാഷ്ട്രീയസന്ദേശം സാമൂഹികജീവിതം അങ്ങേയറ്റം ദുരിതപൂർണ്ണമായിരിക്കുന്ന ഇതുപോലൊരു ഇന്ത്യൻ സാഹചര്യത്തിൽ ഉദാര ജനാധിപത്യത്തിന്റെ ഈ വികൃത രാഷ്ട്രീയം നമുക്കിനിയെന്തിന് എന്നതാണ്. മുസ്ലിം യുവത ഗൗരവമായി വിശകലനം ചെയ്യേണ്ട കാര്യമാണത്.

രാഷ്ട്രീയത്തെ കുത്തിക്കൊല്ലുന്ന മതം

എം ബി രാജേഷ്

മഹാരാജാസിലെ അഭിമന്യുവിന്റെ ഹൃദയരക്തം തെറിച്ചു വീണത് കേരളീയ ജീവിതത്തിന്റെ പൊതുമണ്ഡലത്തിലാണ്. നമ്മുടെ അരാഷ്ട്രീയമായ വ്യാജ സ്വാസ്ഥ്യങ്ങളുടെ സ്വീകരണ മുറികളിലേക്കാണ്. ഒരമ്മയുടെ ഹൃദയഭേദകമായ വിലാപം മാത്രമായി അഭിമന്യുവിന്റെ രക്തസാക്ഷിത്വം അവസാനിക്കുകയില്ല. ഒറ്റക്കുത്തിന് ആ കൗമാരക്കാരന്റെ ഇടനെഞ്ച് തകർത്ത് ഹൃദയം പിളർന്ന ആ കഠാര കഠോരമായ സമകാലിക യാഥാർത്ഥ്യങ്ങളിലേക്ക് കണ്ണുതുറപ്പിക്കേണ്ടതാണ്. മഹാരാജാസിന്റെ മുറ്റത്തുവീണ അഭിമന്യുവിന്റെ ചോര ഒട്ടേറെ ചോദ്യങ്ങൾ കേരളത്തോട് ഉന്നയിക്കുന്നുണ്ട്. കൊലയാളിയുടെ കഠാരയ്ക്കു പിന്നിലുള്ള കൈകളെക്കുറിച്ച്, അതിനു മുകളിലുള്ള ഇരുട്ടു നിറഞ്ഞ തലച്ചോറുകളെക്കുറിച്ച്, അവിടെ കുടിപാർക്കുകയും പകരുകയും ചെയ്യുന്ന ഹിംസാത്മകമായ മതമൗലികവാദത്തിന്റെ വൈറസുകളെക്കുറിച്ച്, അതിനു വളക്കൂറുള്ള സാർവ്വദേശീയവും ദേശീയവുമായ പശ്ചാത്തലത്തെക്കുറിച്ച്, അവിടെ വേരുപിടിക്കുന്ന സ്വത്വബോധത്തിന്റെ വിഷച്ചെടികളെക്കുറിച്ച്, കാമ്പസിന്റെ അരാഷ്ട്രീയ ശൂന്യതകളിലേക്ക് അവ പറിച്ചു നടുന്നതിനുള്ള സംഘടിത ശ്രമങ്ങളെക്കുറിച്ച്. അങ്ങനെ അനേകം പ്രശ്നങ്ങളെക്കുറിച്ചുള്ള ജാഗരൂകമായ വിചിന്തനങ്ങളിലേക്ക് നയിക്കേണ്ട ഒരു രക്തസാക്ഷിത്വമാണിത്. അക്രമരാഷ്ട്രീയമെന്ന ലളിതയുക്തിയിലും സാമാന്യവല്ക്കരണത്തിലും അഭിമന്യുവിന്റെ ആസൂത്രണ കൊലയെ ഒതുക്കാനാവില്ലെന്നു മാത്രമല്ല അത്തരം പരിശ്രമങ്ങളെയൊന്നും നിഷ്കളങ്കമായി കാണാനുമാവില്ല. സാമാന്യവല്ക്കരണങ്ങൾ, കൊലകളിലൂടെ ഭീതി വിതയ്ക്കുന്നത് രാഷ്ട്രീയ പ്രയോഗമാക്കി മാറ്റിയ പോപ്പുലർ ഫ്രണ്ട് - കാംപസ് ഫ്രണ്ട് - എസ് ഡി പി ഐ തീവ്രവാദ അച്ചുതണ്ടിനുള്ള

സുരക്ഷാ കവചമൊരുക്കലായിരിക്കും. വീണ്ടുവിചാരമില്ലാത്ത മാർക്സിസ്റ്റ് വിരോധത്താൽ കാഴ്ച മറഞ്ഞ (അതോ നിശ്ചയിച്ചുറപ്പിച്ചു തന്നെയോ?) *ടൈംസ് ഓഫ് ഇന്ത്യ*യും എ കെ ആന്റണിയുമൊക്കെ ചെയ്തതാണ്. എസ് എഫ് ഐ ക്ക് അതേ നാണയത്തിൽ കാമ്പസ് ഫ്രണ്ടിന്റെ മറുപടി എന്ന് അമർത്തിവക്കാനാവാത്ത ഉന്മാദത്തോടെ ക്രൂരമായൊരു കൊലയ്ക്ക് തലക്കെട്ടിൽ തന്നെ ന്യായം ചമച്ച *ടൈംസ് ഓഫ് ഇന്ത്യ*, ആദ്യമൊന്ന് പതറി നിന്ന കൊലയാളിത്രയത്തിന് വർദ്ധിത വീര്യത്തോടെ തിരിച്ചുവരാനും ന്യായീകരണത്തിന്റെ പരിച തീർക്കാനും സഹായിച്ചു.

ആന്റണിയുൾപ്പെടെയുള്ളവർക്ക് മാർക്സിസ്റ്റ് വിരുദ്ധതമൂലം തിരിച്ചറിയാൻ കഴിയാതെ പോകുന്നത് മഹാരാജാസിലെ ഒറ്റക്കുത്തിന്റെ ആഴവും യഥാർത്ഥ ഉണർവ്വുമാണത്. മഹാരാജാസിലേത് ഇതിനു മുമ്പുണ്ടായിട്ടുള്ള കൊലപാതകങ്ങളിലൊന്നു മാത്രമല്ലാത്തതിനു കാരണം നിശ്ചയിച്ചുറപ്പിച്ച ഒരു തീവ്രവാദി ആക്രമണമാകുന്നതു കൊണ്ടാണ്. കൊല നടത്തിയ പോപ്പുലർ ഫ്രണ്ട് എന്ന തീവ്രവാദ സംഘടന മത രാഷ്ട്ര സ്ഥാപനമെന്ന പ്രഖ്യാപിത ലക്ഷ്യത്തിനായി സായുധ തീവ്രവാദ മാർഗ്ഗം അവലംബിക്കുന്നവരാണ്. ഹിന്ദുരാഷ്ട്രത്തിന്റെ മൂന്ന് ആന്തരിക ഭീഷണികളിലൊന്നായി സംഘപരിവാർ ആചാര്യൻ ഗോൾവാൾക്കർ തന്റെ *വിചാരധാര*യിൽ കമ്യൂണിസ്റ്റുകാരെ അടയാളപ്പെടുത്തിയത് പോലെ ഇസ്ലാമിക മതമൗലികവാദം കമ്യൂണിസ്റ്റുകാരെ തങ്ങളുടെ സാർവ്വദേശീയ ഭീഷണികളിൽ ഒന്നാമതായാണ് എന്നും കണക്കാക്കിയിട്ടുള്ളത്. തൊണ്ണൂറുകളോടെ സോഷ്യലിസ്റ്റ് ചേരി ദുർബ്ബലമാവുകയും ആഗോളതലത്തിൽ കമ്യൂണിസ്റ്റുകാർ ഒരു പ്രബല രാഷ്ട്രീയ ശക്തിയല്ലാതാവുകയും ചെയ്തുവെങ്കിലും പ്രത്യയശാസ്ത്ര ഭീഷണിയായി ഇസ്ലാമിക മതമൗലിക വാദികൾ ഇപ്പോഴും തിരിച്ചറിയുന്നതു കൊണ്ട് നിതാന്തമായ ശത്രുത പുലർത്തിപ്പോരുന്നു. ഇന്ത്യയിലെ തിരഞ്ഞെടുപ്പു രാഷ്ട്രീയത്തിൽ വളരെ പരിമിത സ്വാധീനം മാത്രമുള്ളവരെങ്കിലും സംഘപരിവാറും കമ്യൂണിസ്റ്റുകാരോടു പുലർത്തുന്ന ശത്രുത പ്രത്യയശാസ്ത്ര പരമാണ്.

അടിസ്ഥാനപരമായ ഈ പ്രത്യയശാസ്ത്ര ശത്രുതയോടൊപ്പം കമ്യൂണിസ്റ്റുകാർക്ക് രാഷ്ട്രീയമായി നിർണ്ണായക സ്വാധീനമുള്ള കേരളത്തിന്റെ സവിശേഷ സാഹചര്യത്തിൽ ആ സ്വാധീനം തകർത്തല്ലാതെ തങ്ങൾക്ക് മുന്നോട്ടു പോകാനോ നിലനില്ക്കാനോ പോലുമാകില്ലെന്ന് സംഘപരിവാറിനെപ്പോലെ പോപ്പുലർ ഫ്രണ്ടടക്കമുള്ള ഇസ്ലാമിക തീവ്രവാദികളും തിരിച്ചറിയുന്നുണ്ട്. മതനിരപേക്ഷവും ജനാധിപത്യപരവുമായ ഒരു പൊതുമണ്ഡലം കേരളത്തിൽ വികസിച്ചുവന്നതിന്റെ മുഖ്യചാലകശക്തിയും താരതമ്യേന ബലവത്തായി ഇപ്പോഴും നിലനില്ക്കുന്നതിന്റെ കാരണവും കമ്യൂണിസ്റ്റുകൾ ഉയർത്തുന്ന വർഗ്ഗരാഷ്ട്രീയമാണ്. ആ വർഗ്ഗ രാഷ്ട്രീയത്തിന്റെ അടിത്തറ ഭേദിച്ചു മാത്രമേ കേരളത്തിന്റെ പൊതുമണ്ഡലത്തെ പൊളിച്ചു

മാറ്റാനാവൂ. സംഘപരിവാറിനെപ്പോലെ പോപ്പുലർ ഫ്രണ്ടും ഇടതുപക്ഷത്തിന്റെ നെഞ്ച് പിളർക്കാൻ കഠാരകൾ രാകിമിനുക്കുന്നതിന്റെ യഥാർത്ഥ ലക്ഷ്യമിതാണ്. പോപ്പുലർ ഫ്രണ്ടിന്റെ യഥാർത്ഥ ശത്രു ഇടതുപക്ഷവും അത് പ്രസരിക്കുന്ന പുരോഗമനാശയങ്ങളുമാണ്. സംഘപരിവാറിനും അങ്ങനെ തന്നെ. ശത്രുത അവർ തമ്മിലല്ല. അവർക്കിരുവർക്കും പൊതുവായി ഇടതുപക്ഷത്തോടാണ് ശത്രുത. സംഘപരിവാർ പ്രതിനിധീകരിക്കുന്ന ഹിന്ദുത്വ തീവ്രവാദവും പോപ്പുലർ ഫ്രണ്ട് പ്രതിനിധീകരിക്കുന്ന ഇസ്ലാമിക തീവ്രവാദവും നിലനില്ക്കുന്നത് പരസ്പരം ആശ്രയിച്ചുമാണ്. ഇടതുപക്ഷ പ്രതിരോധത്തെ ഭേദിച്ചു കഴിഞ്ഞാൽ പൊതുമണ്ഡലത്തെ പൊളിച്ചുമാറ്റാനും സമൂഹത്തെ വർഗ്ഗീയമായി പകുത്തെടുക്കാനും എളുപ്പമാണെന്നവർക്കറിയാം. അതുകൊണ്ട് പോപ്പുലർ ഫ്രണ്ടിന്റെ കഠാര അഭിമന്യുവിന്റെ ഹൃദയം പിളർന്ന് നീണ്ടുവരുന്നത് കേരളീയ പൊതുമണ്ഡലത്തെ ലക്ഷ്യമാക്കിയാണ്. നമ്മുടെ മതനിരപേക്ഷ-ജനാധിപത്യബോധത്തിനു നേരെയുള്ള തീവ്രവാദ താക്കീതാണത്.

കേരളത്തിൽ ഹിന്ദുത്വ-ഇസ്ലാമിക തീവ്രവാദശക്തികൾ പൊതുമണ്ഡലത്തിൽ ആധിപത്യം നേടാനായി സൂക്ഷ്മവും ബഹുമുഖവുമായ ആക്രമണങ്ങൾ കഴിഞ്ഞ കാൽനൂറ്റാണ്ടായി ശക്തിപ്പെടുത്തിയിട്ടുണ്ട്. സാർവ്വദേശീയതലത്തിൽ ഇസ്ലാമിക തീവ്രവാദത്തിന്റെ വളർച്ചയുടെയും ഇന്ത്യയിൽ ഹിന്ദുത്വശക്തികളുടെ അധികാരാരോഹണത്തിന്റെയും പശ്ചാത്തലം ഇതിന് വളക്കൂറുള്ള മണ്ണൊരുക്കി. പ്രത്യയശാസ്ത്രപരവും സാംസ്കാരികവും രാഷ്ട്രീയവുമായ ഈ ബഹുമുഖ ആക്രമണത്തിന്റെ പ്രധാന യുദ്ധമുഖങ്ങളിലൊന്നായി ഇവർ കാമ്പസുകളെ നിർണ്ണയിച്ചിട്ടുണ്ട്. അതിനൊരു സവിശേഷ കാരണമുണ്ട്. ജനാധിപത്യപരവും മതനിരപേക്ഷവുമായ ആശയങ്ങൾക്ക് സ്വാധീനമുള്ള കേരളീയ പൊതുമണ്ഡലത്തിനു ബലം പകരുന്ന അടരുകളിൽ പ്രധാനമാണ് രാഷ്ട്രീയ ജാഗ്രതയുള്ള കലാലയങ്ങൾ. ഈ രാഷ്ട്രീയ ജാഗ്രതയുടെ കാവൽ തകർത്ത കത്തുകയറാൻ ഇവർ പതിനെട്ടടവും പയറ്റിക്കൊണ്ടിരിക്കയാണ്. അതിന് ആശയബലം കൊണ്ടാവാതെ വരുന്ന പരാജയത്തിൽ നിന്നാണ് കത്തിയെടുക്കുന്നത്.

മഹാരാജാസിന്റെ പുരോഗമനാഭിമുഖ്യവും ഇടതുപക്ഷാടിത്തറയും അതിലുറച്ച വിശാല ജനാധിപത്യബോധവുമെല്ലാം കാമ്പസുകളെ അരാഷ്ട്രീയതയുടെ മരവിപ്പ് ബാധിച്ച ആഗോളവല്ക്കരണ കാലത്തും അതിനെ ഒരു വെളിച്ചത്തുരുത്തായി നിലനിർത്തുന്നുണ്ട്. മഹാരാജാസിന്റെ ഈ സവിശേഷമായ സാമൂഹിക-രാഷ്ട്രീയ ഉള്ളടക്കമാണ് ഇടുക്കിയിലെ വിദൂരമായ മലമടക്കുകളിലുള്ള വട്ടവടയെന്ന ഒരു കുഗ്രാമത്തിൽനിന്ന് അതീവ ദരിദ്രമായ കുടുംബത്തിലെ, നിരക്ഷരരായ മാതാപിതാക്കളുടെ മകനായ അഭിമന്യുവിനെ ആ കാമ്പസിന്റെ പ്രിയനേതാവാക്കി മാറ്റുന്നതും. മഹാരാജാസ് പോലുള്ള ഒരു ബഹുസ്വര കാമ്പസിനല്ലാതെ ഒരു വരേണ്യ കലാലയത്തിന് ഇങ്ങനൊരു നേതൃത്വം ചിന്തിക്കാനാവുമോ?

മഹാരാജാസ് പോലുള്ള പ്രതിരോധത്തിന്റെ ഊർജ്ജസ്രോതസ്സുകളായ പൊതുകലാലയങ്ങൾ വീണുകഴിഞ്ഞാൽ കലാലയങ്ങളിലാകെ തങ്ങളുടെ അധിനിവേശം അനായാസമാകുമെന്ന് അവർ കണക്കുകൂട്ടുന്നു. പൊതുകലാലയങ്ങളിലെ എസ് എഫ് ഐ യുടെ ആഴത്തിലുള്ള സ്വാധീനവും ശക്തമായ സാന്നിദ്ധ്യവുമാണ് ആ പരിവർത്തനത്തിനുള്ള പ്രധാന തടസ്സം. സംഘടനാ പ്രവർത്തനവും രാഷ്ട്രീയ ബോദ്ധ്യവുമൊന്നും ഇല്ലാത്ത പല സ്വകാര്യ-സ്വാശ്രയ കോളേജുകളിലും മതമൗലികവാദ ശക്തികൾക്ക് വേരു പിടിക്കാനനുയോജ്യമായ അന്തരീക്ഷം വളർന്നുവന്നിട്ടുണ്ട്. ആഗോളവല്ക്കരണം വിദ്യാഭ്യാസത്തിന്റെ വ്യാപകമായ കച്ചവടവല്ക്കരണത്തിലേക്ക് നയിച്ച തൊണ്ണൂറുകൾക്കു ശേഷമാണ് ഈ അന്തരീക്ഷം പതുക്കെ വളർന്നുതുടങ്ങിയത്. കച്ചവടവല്ക്കരണത്തിന്റെ ആനുകൂല്യം മുതലാക്കി മത-സാമുദായിക ശക്തികൾ സ്ഥാപനങ്ങൾ ആരംഭിച്ചും മറ്റു വിദ്യാഭ്യാസ മേഖലയിൽ പിടിമുറുക്കി. അവയിലൂടെ ഒളിയജണ്ടകളുമായി മതമൗലിക ശക്തികളും സമർത്ഥമായി വലവിരിച്ചു. കച്ചവടവല്ക്കരണത്തിനെതിരായ ചെറുത്തു നില്പ്പുകളെ നേരിടാൻ സ്വകാര്യ മൂലധന ശക്തികൾ കാമ്പസ് രാഷ്ട്രീയ നിരോധനത്തിനായി ആസൂത്രിതവും സംഘടിതവുമായ അഭിപ്രായരൂപീകരണം നടത്തി. മൂലധന താല്പര്യങ്ങളുടെ കാവലാളുകളായ പ്രബല മാദ്ധ്യമങ്ങൾ ഈ അഭിപ്രായ രൂപീകരണത്തിന്റെയും അരാഷ്ട്രീയ ആശയപ്രചാരണത്തിന്റെയും നേതൃത്വമായി. മൂലധന നിർമ്മിതമായ ആശയമണ്ഡലത്താലും മാധ്യമ നിർമ്മിതമായ അഭിപ്രായ രൂപീകരണത്താലും സ്വാധീനിക്കപ്പെട്ട് കോടതികൾ പോലും അരാഷ്ട്രീയ ഗ്യാലറികളുടെ കൈയടിക്കായി കളിച്ചപ്പോൾ കാമ്പസ് രാഷ്ട്രീയം നിരോധിക്കപ്പെടുകപോലും ചെയ്തു. രാഷ്ട്രീയം നിരോധിക്കപ്പെട്ട കാമ്പസിന്റെ സുരക്ഷിത താവളങ്ങളിലേക്ക് തീവ്രവാദപരമായ, മതമൗലികത തടസ്സമേതുമില്ലാതെ ഒളിച്ചു കടത്തപ്പെട്ടു. മൂലധന താല്പര്യങ്ങളും മത-സാമുദായിക ശക്തികളും തമ്മിലുള്ള സഹവർത്തിത്വം കാമ്പസ്‌രാഷ്ട്രീയത്തിനെതിരെ ഇരുകൂട്ടരെയും ഒന്നിപ്പിച്ചു. ഇതിനെല്ലാമൊപ്പം വ്യക്തിവാദം, കരിയറിസം, ഉപഭോഗപരത എന്നിവയിലധിഷ്ഠിതമായ അരാഷ്ട്രീയ ജീവിത വീക്ഷണം പുതുതലമുറയുടെ മനോഭാവത്തെ നിർണ്ണയിക്കുന്ന ഘടകങ്ങളായതോടെ പൊതുകലാലയങ്ങളുടെ പോലും രാഷ്ട്രീയ ജാഗ്രത ശോഷിച്ചു തുടങ്ങി. എങ്കിലും വിദ്യാർത്ഥി സംഘടനകൾ, മറ്റ് പല സർഗ്ഗാത്മക ഇടങ്ങൾ എന്നിവയിലൂടെ പൊതുകലാലയങ്ങൾ ഒരുപരിധി വരെ പൊരുതി നിന്നു. സ്വകാര്യ-സ്വാശ്രയ കോളേജുകളിൽ അരാഷ്ട്രീയതയുടെ മറവിൽ മൗലികവാദപരമായ മതപ്രബോധനങ്ങൾ ഒളിഞ്ഞും തെളിഞ്ഞും അരങ്ങേറിക്കൊണ്ടിരുന്നു. സിറിയയിലെ വിശുദ്ധ യുദ്ധത്തിനിറങ്ങി പുറപ്പെട്ട പലരും സ്വാശ്രയ പ്രൊഫഷണൽ കോളേജുകളിൽ നിന്ന് പഠിച്ചിറങ്ങിയവരായത് യാദൃച്ഛികമല്ല. ആർ എസ് എസും ഈ സാദ്ധ്യത തിരിച്ചറിയുന്നുണ്ട്. കോയമ്പത്തൂരിൽ ചേർന്ന അവരുടെ പ്രതിനിധി സഭാ സമ്മേ

ളനം കേരളത്തിൽ സ്വാധീനമുറപ്പിക്കാൻ നിശ്ചയിച്ച കർമ്മപരിപാടികൾ പ്രധാനം പ്രൊഫഷണൽ കോളേജുകളിലെ വിദ്യാർത്ഥികളെ ലക്ഷ്യം വെക്കലായിരുന്നുവെന്നോർക്കുക.

അതായത് മഹാരാജാസിൽ അരങ്ങേറിയത് വെറുമൊരു കത്തിക്കുത്തല്ല. ബൗദ്ധിക കേന്ദ്രങ്ങളെന്ന നിലയിൽ കാമ്പസുകളെ ഭയപ്പെടുത്തി കീഴ്പ്പെടുത്താനും സ്വതന്ത്രചിന്തയുടെയും ആശയസംവാദങ്ങളുടെയും ജനാധിപത്യ ഇടങ്ങൾ അപഹരിക്കാനുമുള്ള മതതീവ്രവാദത്തിന്റെ പദ്ധതിയുടെ പരീക്ഷണമാണ്. സംഘപരിവാർ രാജ്യം മുഴുവൻ നടപ്പാക്കി വരുന്ന പദ്ധതി പോപ്പുലർ ഫ്രണ്ട് തങ്ങളുടെ സവിശേഷ രീതിയിൽ മഹാരാജാസിൽ പ്രയോഗിക്കുകയായിരുന്നു. എങ്ങനെയാണിത് അതിജീവിക്കാനാവുക? കലാലയങ്ങളെ പേശീബലത്തിന്റെയും ആയുധ ശേഷിയുടെയും പരീക്ഷണശാലയാക്കുന്നതിനെ നേരിടേണ്ടത് സംവാദാന്തരീക്ഷം ബോധപൂർവ്വം ശക്തിപ്പെടുത്തുകയും ആശയസമരത്തിന് മൂർച്ച കൂട്ടുകയും ചെയ്തുകൊണ്ടാണ്. ചിന്താസ്വാതന്ത്ര്യത്തിന്റെ തുറസ്സുകളാക്കി കാമ്പസിനെ വികസിപ്പിക്കുന്നതിലൂടെയാണ്. ആ തുറസ്സുകളിൽ കലയും സാഹിത്യവും സിനിമയും നാടകങ്ങളുമെല്ലാമായി സർഗ്ഗാത്മകതയുടെ വിസ്മയം തീർക്കട്ടെ. കഠാരയെയും മതതീവ്രതയുടെ ഹിംസ വിളയുന്ന ക്ഷുദ്രമസ്തിഷ്കങ്ങളുടെ നിബിഡാന്ധകാരങ്ങളെയും നവീനാശയങ്ങളുടെ തൂവെളിച്ചം കൊണ്ടല്ലാതെ പിന്നെങ്ങനെയാണ് നേരിടാനാവുക.

പോപ്പുലർ ഫ്രണ്ടിന്റെ മുഖംമൂടി അഴിയുമ്പോൾ

റഷീദ് ആനപ്പുറം

വർഗ്ഗീയകലാപങ്ങളും മതഏകീകരണവും ഉത്തരേന്ത്യൻ സംസ്ഥാനങ്ങളെ സംഘർഷഭൂമിയാക്കിയപ്പോഴും അതിൽനിന്നെല്ലാം വിട്ടുനിന്ന സംസ്ഥാനമാണ് കേരളം. എല്ലാ മതങ്ങളുടെയും അവാന്തര വിഭാഗങ്ങളുടെയും സാമുദായിക സംഘടനകളുടെയും ശക്തമായ വേരോട്ടമുണ്ടായിട്ടും കേരളം മതസഹിഷ്ണുത എക്കാലവും കാത്തു സൂക്ഷിച്ചു. നവോത്ഥാന-കമ്യൂണിസ്റ്റ് മൂല്യങ്ങളും ഉയർന്ന സാക്ഷരതയും ജീവിത നിലവാരവുമെല്ലാമാണ് കേരളത്തിൽ അത്തരം സവിശേഷത സൃഷ്ടിച്ചത്. ആർ എസ് എസ് ഉൾപ്പെടെയുള്ള സംഘപരിവാർ സംഘടനകൾക്ക് കേരളത്തിൽ കാര്യമായ വേരോട്ടം ലഭിക്കാത്തതിനു പിന്നിലും കേരളത്തിലെ ജനങ്ങൾ കാത്തുസൂക്ഷിച്ച മതേതര മൂല്യങ്ങളാണ്. സി പി ഐ എം ഉൾപ്പെടെയുള്ള ഇടതുപക്ഷ സാന്നിദ്ധ്യവും ന്യൂനപക്ഷ ഭൂരിപക്ഷ വർഗ്ഗീയതകളെ തടഞ്ഞു നിർത്തുന്നതിൽ നിർണ്ണായക പങ്കുവഹിച്ചു. എന്നാൽ 1992 ഡിസംബർ ആറിന് ബാബറി മസ്ജിദ് തകർത്തതോടെ ഈ സാഹചര്യത്തിന് നേരിയ ഉലച്ചിൽതട്ടി. 1990 കളിൽ ലോകത്താകമാനം ശക്തി പ്രാപിച്ചുവന്ന ഇസ്ലാമിക തീവ്രവാദ ഗ്രൂപ്പുകൾ അരക്ഷിതാവസ്ഥയിലായ മുസ്ലീം മനസ്സുകളിൽ മത വികാരം കുത്തിവെച്ച് പതുക്കെപ്പതുക്കെ കേരളത്തിൽ വേരൂന്നിത്തുടങ്ങി. നിരുപദ്രവകാരികളെന്നുപറഞ്ഞ് ചില മുസ്ലീം സമുദായ സംഘടനകൾ അത്തരം സംഘടനകൾക്ക് കേരളത്തിൽ പച്ച പരവതാനി വിരിച്ചു. അതിന്റെ ദുരന്തമാണ് ഇന്ന് കേരളം അനുഭവിക്കുന്നത്. ന്യൂനപക്ഷ ഭൂരിപക്ഷ തീവ്രവാദ സംഘടനകൾ പരസ്പരം സഹായിച്ച് കേരളത്തിൽ ശക്തിപ്രാപിക്കുന്നതിനുള്ള ശ്രമമാണ് നടക്കുന്നത്.

കേരളത്തിൽ മുസ്ലിം സാമുദായിക സംഘടനകൾ എക്കാലവും ശക്തമായിരുന്നു. സുന്നികൾ, മുജാഹിദ്, ജമാഅത്തെ ഇസ്ലാമി മുതൽ

തബ്ലീഗ് വരെ കേരളത്തിൽ പ്രവർത്തിക്കുന്നു. കേരളത്തിന്റെ ഭരണത്തെ പലപ്പോഴായി നിയന്ത്രിക്കുന്നതിൽ നിർണ്ണായക സ്വാധീനം ചെലുത്തിയ മുസ്ലീംലീഗ് ഇത്തരം സംഘടനകൾക്ക് എല്ലാവിധ സഹായവും നല്കുന്നു. എന്നാൽ ഈ സംഘടനകളൊന്നും തീവ്രവാദത്തെ പ്രോത്സാഹിപ്പിക്കുന്നില്ലെന്നാണ് പൊതുവിൽ പറയുന്നത്. പലരും എൻ ഡി എഫ്, പോപ്പുലർഫ്രണ്ട് പോലുള്ള തീവ്രവാദ സംഘടനകൾക്കെതിരെ മഹല്ലുകൾ കേന്ദ്രീകരിച്ച് പ്രചാരണം സംഘടിപ്പിക്കുന്നു. എന്നാൽ പുറമേ തീവ്രവാദത്തിനെതിരെ പറയുമ്പോഴും അകമേ അത്തരക്കാരെ ഇവരെല്ലാം സഹായിക്കുന്നുവെന്നു വേണം കരുതാൻ. എൻ ഡി എഫും ഇപ്പോൾ പോപ്പുലർ ഫ്രണ്ടും എസ് ഡി പി ഐ യും സമുദായത്തിനകത്ത് സജീവമാകുന്നത് ഇതിനാലാണെന്ന നിരീക്ഷണം ശക്തമാണ്. മഹാരാജാസ് കോളേജിലെ എസ് എഫ് ഐ നേതാവ് അഭിമന്യുവിനെ പോപ്പുലർ ഫ്രണ്ടിന്റെ വിദ്യാർത്ഥി സംഘടനയായ കാമ്പസ് ഫ്രണ്ടുകാർ അതിദാരുണമായി കൊലപ്പെടുത്തിയപ്പോൾ കൊലയാളികളെ പരോക്ഷമായെങ്കിലും ചിലർ ന്യായീകരിച്ചത് ഇതിനാലാണ്. ഒരുകാലത്ത് വർഗ്ഗീയ തീവ്രവാദ സംഘടനകളെ പുറത്തു നിർത്തിയ മഹല്ലുകളിൽ ചിലത് ഇപ്പോൾ അത്തരം സംഘടനകൾക്ക് അംഗീകാരം നല്കുന്നുവെന്നത് കാണാതിരുന്നുകൂട.

കേരളത്തിൽ മുസ്ലിം യുവാക്കൾക്കിടയിൽ മത തീവ്രവാദത്തിന്റെ വിത്തുപാകിയതിനു പിന്നിൽ എൻ ഡി എഫിന്റെ പങ്ക് വലുതാണ്. ബാബറി മസ്ജിദിന്റെ തകർച്ച സൃഷ്ടിച്ച അന്യതാബോധത്തെ ബുദ്ധിപൂർവ്വമായി വഴിതിരിച്ചു വിടുകയായിരുന്നു അവർ. ചില ചെറു ഗ്രൂപ്പുകളെയും ഇവർ ഏകോപിപ്പിച്ചു. പഴയ ഐ എസ് ഐ, സിമി തുടങ്ങിയ സംഘടനകളിലെ ചിലരായിരുന്നു രൂപീകരണത്തിനു പിന്നിൽ. ദളിത്, പരിസ്ഥിതി സംരക്ഷണം പോലുള്ള വിഷയങ്ങൾ ഏറ്റെടുത്ത് പ്രവർത്തിക്കുന്ന ചില ഗ്രൂപ്പുകളിലും ഇവർ നുഴഞ്ഞുകയറി. അതിനായാണ് നാഷണൽ ഡവലപ്മെന്റ് ഫ്രണ്ട് എന്ന പേര് സ്വീകരിച്ചത്. പൊതു മനസ്സിൽ പലവിധ വിഷയങ്ങൾ ഉയർത്തിക്കൊണ്ടുവന്നാണ് അവർ സ്വീകാര്യത കൈവരിച്ചത്. മലപ്പുറം ജില്ലയിലെ ഗ്രീൻവാലിയിൽ ഇവർ പ്രത്യേക കേന്ദ്രവും സ്ഥാപിച്ചു. എന്നാൽ 2009 ൽ എൻ ഡി എഫിന് സമാനമായി മറ്റു സംസ്ഥാനങ്ങളിൽ പ്രവർത്തിക്കുന്ന സംഘടനകളെ ഉൾപ്പെടുത്തി പോപ്പുലർ ഫ്രണ്ട് എന്ന സംഘടന രൂപീകരിച്ചു. തമിഴ്നാട്ടിലെ മനിത നീതി പാശറൈ, കർണ്ണാടകഫോറം ഫോർ ഡിഗ്നിറ്റി എന്നീ സംഘടനകളും ഈ ഗ്രൂപ്പിലുണ്ട്. പുറമേയ്ക്ക് പരിസ്ഥിതി, ദളിത് സ്നേഹം പ്രകടിപ്പിക്കുമ്പോഴും മുസ്ലിം തീവ്രവാദമാണ് ഇവരുടെ ആത്യന്തിക ലക്ഷ്യം.

കേരളത്തിൽ ഈ അടുത്തുണ്ടായ പല വിഷയങ്ങളിലും ഇവരുടെ പങ്ക് എടുത്തു പറയേണ്ടതാണ്. ഹാദിയ വിഷയത്തെ വർഗ്ഗീയ വിഷയമാക്കിയതിൽ പോപ്പുലർ ഫ്രണ്ടിന്റെ പങ്ക് വലുതാണ്. കൊച്ചിയിൽ ഹൈക്കോടതിയിലേക്ക് ഇവർ മാർച്ചും നടത്തി. കാശ്മീരിലെ കത്വ

യിൽ മുസ്ലിം ബാലിക കൊല്ലപ്പെട്ട സംഭവത്തിന്റെ മറവിൽ നടത്തിയ വാട്സ് ആപ്പ് ഹർത്താലിന് പിന്നിലും ഇവരുണ്ട്. കൊടിഞ്ഞിയിൽ ഇസ്ലാം മതം സ്വീകരിച്ച ഫൈസൽ എന്ന യുവാവിനെ ആർ എസ് എസുകാർ കൊലപ്പെടുത്തിയപ്പോൾ അതിലെ ഒരു പ്രതിയായ ബിപിനെ കൊല പ്പെടുത്തിയ കേസിലും അറസ്റ്റിലായത് പോപ്പുലർ ഫ്രണ്ട് പ്രവർത്തക രാണ്. മുമ്പ് തിരൂരിലെ യാസിർ വധക്കേസിലെ രണ്ടാം പ്രതിയായ രവിയെ കൊലപ്പെടുത്തിയതും പോപ്പുലർഫ്രണ്ടാണ്. സംസ്ഥാനത്ത് പൊലീസ് കണക്ക് പ്രകാരം 31 പേരെയാണ് ഇതുവരെ എസ് ഡി പി ഐ പ്രവർത്ത കർ കൊലപ്പെടുത്തിയത്. അതിൽ അവസാനത്തെ ഇരയാണ് അഭിമന്യു.

സ്ത്രീകൾക്കിടയിലും കാമ്പസുകളിലുമാണ് പോപ്പുലർ ഫ്രണ്ടിന്റെ പ്രധാന പ്രവർത്തനം. ഇതിനായി നാഷണൽ വുമൺഫ്രണ്ട്, കാമ്പസ് ഫ്രണ്ട് ഓഫ് ഇന്ത്യ എന്നീ പോഷക സംഘടനകളും രൂപീകരിച്ചിട്ടുണ്ട്. കേരളത്തിലെ കാമ്പസുകളിൽ എസ് എഫ് ഐ ശക്തമായതിനാൽ അതിനെ തകർക്കാതെ കാമ്പസുകളിൽ ഒരുചുവട് മുന്നേറാനാകില്ലെന്ന് കാമ്പസ് ഫ്രണ്ടിനറിയാം. അതിനാൽ എസ് എഫ് ഐ വിരുദ്ധരായ എല്ലാ സംഘടനകളെയും തന്ത്രപൂർവ്വം ഒരു കുടക്കീഴിൽ അണിനിരത്തിയാണ് കാമ്പസ് ഫ്രണ്ടിന്റെ പ്രവർത്തനം. പ്രഫഷണൽ കോളേജ് കേന്ദ്രീകരി ച്ചാണ് ഈ പ്രവർത്തനം കൂടുതലും. വർഷങ്ങൾക്കു മുമ്പ് കോഴിക്കോട് മെഡിക്കൽ കോളേജിൽ രൂപീകരിച്ച 'ഇന്റിപ്പെന്റൻസ്' എന്ന സംഘടന ഇതിന് ഉദാഹരണമാണ്. കെ എസ് യു, എം എസ് എഫ്, എസ് ഐ ഒ, എ ബി വി പി തുടങ്ങിയ എസ് എഫ് ഐ വിരുദ്ധരായ എല്ലാ സംഘട നകളും ചേർന്നാണ് അവിടെ ഇന്റിപെന്റൻസ് രൂപീകരിച്ചത്. ഇതിനു പിന്നാലെ മടപ്പള്ളി കോളേജ്, മഹാരാജാസ് കോളേജ് തുടങ്ങിയിടത്ത് ഫ്രറ്റേർണിറ്റി എന്ന പേരിൽ സംഘടന രൂപീകരിച്ചു. കാമ്പസ് സമൂഹം നിരാകരിച്ച കാമ്പസ് ഫ്രണ്ടിന് വളഞ്ഞ വഴിയിൽ അംഗീകാരം നല്കു ന്നവയാണിത്. *ഖുർആൻ* ക്ലാസ് അടക്കമുള്ളവ സംഘടിപ്പിച്ചാണ് വുമൺഫ്രണ്ട് സ്ത്രീകളെ ആകർഷിക്കുന്നത്. എല്ലാത്തിനും ആത്മീയ പരിവേഷം നല്കുന്നതിന് ഖത്തീബ്മാരുടെ സംഘടനയായ ഇമാംസ് കൗൺസിലുമുണ്ട്.

എല്ലാ മത തീവ്രവാദ സംഘടനകളുടെയും മുഖമുദ്ര തികഞ്ഞ അസ ഹിഷ്ണുതയാണ്. പോപ്പുലർ ഫ്രണ്ടും എസ് ഡി പി ഐയും പിന്തുടരു ന്നതും ഈ വഴിയാണ്. ആർ എസ് എസിനെപ്പോലെ സി പി ഐ എം ആണ് ഇവരുടെയും കടുത്ത ശത്രു. അതിനാലാണ് ഫസൽ വധക്കേ സിലടക്കം ആർ എസ് എസുമായി ചങ്ങാത്തം കൂടാൻ പോപ്പുലർ ഫ്രണ്ടിന് തെല്ലും മടിയില്ലാത്തത്. ആർ എസ് എസിനെപ്പോലെ അതി ക്രൂരമാണ് പോപ്പുലർ ഫ്രണ്ടിന്റെയും ആക്ഷൻ. തൊടുപുഴ ന്യൂമാൻ കോളേജ് അദ്ധ്യാപകൻ ജോസഫിന്റെ കൈവെട്ടിയ കേസിലും നാദാ പുരത്ത് ഈന്തുള്ളതിൽ ബിനുവിനെ കൊലപ്പെടുത്തിയതിലും ഒടുവിൽ ഒറ്റക്കുത്തിന് അഭിമന്യുവിന്റെ ജീവനെടുത്തതിലും ഇവ നമ്മൾ കണ്ടു.

അത്രയ്ക്കും പരിശീലനം ലഭിച്ച ഒരു ഗ്രൂപ്പുതന്നെ ഇവർക്കുണ്ടെന്ന് പൊലീസ് കണ്ടെത്തിയിട്ടുണ്ട്. നാറാത്ത് ഒരു കേന്ദ്രത്തിൽ നിന്ന് ബോംബ് അടക്കമുള്ള ആയുധങ്ങൾ പിടിച്ചെടുത്തിരുന്നു. പോപ്പുലർ ഫ്രണ്ട് ബന്ധമുള്ള ചിലർ ഐ എസിൽ ചേർന്നതിനെക്കുറിച്ചും പൊലീസിനും എൻ ഐ എക്കും വിവരം ലഭിച്ചിട്ടുണ്ട്.

മതസഹിഷ്ണുതയ്ക്കും സാഹോദര്യത്തിനും പേരുകേട്ട കേരളത്തിൽ ന്യൂനപക്ഷ വർഗ്ഗീയതയായാലും ഭൂരിപക്ഷ വർഗ്ഗീയതയായാലും ഒരേപോലെ ചെറുക്കേണ്ടതാണ്. അത്തരം വിഷ വിത്തുകൾ വളർന്നു പന്തലിക്കാൻ അനുവദിക്കരുത്. അതിനുള്ള ജാഗ്രതയാണ് നമ്മൾ കാണിക്കേണ്ടത്.

മതഭീകരതയുടെ വിശ്വരൂപം

പി എം മനോജ്

'രണ്ടുപേരും പതിവുപോലെ സന്തോഷവാന്മാരായിരുന്നു. അവരുടെ മുഖം ശാന്തവും സ്വച്ഛവുമായിരുന്നു. ജയിൽ ജീവനക്കാരുമായി അവർ തമാശകൾ പറഞ്ഞുകൊണ്ടിരുന്നു.' നാഥുറാം ഗോഡ്സെയുടെ വിചാരണയും മൊഴിയും ഉൾപ്പെടുത്തിയുള്ള *മെ ഇറ്റ് പ്ലീസ് യുവറോണർ* എന്ന പുസ്തകത്തിലുള്ളതാണിത്. ഹരിയാനയിലെ അംബാലയിൽ അറുപത്തിയെട്ടു വർഷം മുമ്പുണ്ടായ ഈ രംഗം ഇന്ത്യയെ ബാധിച്ച മത മനോരോഗത്തിന്റെ ലക്ഷണമായിരുന്നു. ഗാന്ധിവധത്തിൽ ശിക്ഷിക്കപ്പെട്ട്. തൂക്കുകയറിലേറുന്നതിനു തൊട്ടുമുമ്പും നാഥുറാം ഗോഡ്സെയും നാരായൺ ആപ്തെയും സന്തോഷവാന്മാരായിരുന്നു.

സമാനമായ അവസ്ഥ ആറരപ്പതിറ്റാണ്ടിനുശേഷം കേരളത്തിലും കണ്ടു. പ്രവാചകനിന്ദ ആരോപിച്ച് തൊടുപുഴ ന്യൂമാൻസ് കോളേജ് അദ്ധ്യാപകൻ പ്രൊഫ. ടി ജെ ജോസഫിന്റെ കൈവെട്ടിമാറ്റിയ കേസിൽ പത്തു പ്രതികൾ ശിക്ഷിക്കപ്പെട്ട് കോടതിയിൽ നിന്ന് പുറത്തിറങ്ങിയത് ആഹ്ലാദച്ചിരിയോടെയായിരുന്നു. 'അപൂർവ്വ സൗഭാഗ്യം' ലഭിച്ചവരുടെ ആ നിറചിരി പിറ്റേന്ന് ഒന്നാം പേജ് ചിത്രമായി പത്രങ്ങളിൽ ഇടംപിടിച്ചു. പ്രതികളിൽ ഒരാളുടെ മുഖത്തും വിഷമമോ കുറ്റബോധമോ കണ്ടില്ല. ചിരിച്ചുല്ലസിച്ചാണ് എല്ലാവരും കോടതിക്ക് പുറത്തിറങ്ങിയത്. ഗാന്ധിവധത്തെയും ജോസഫ് മാഷിന്റെ കൈവെട്ടിയ കേസിനെയും കണ്ണിചേർക്കുന്നത് ആ ചിരിയാണ്.

നാഥുറാം ഗോഡ്സെ തന്റെ മൊഴിയിൽ ഇങ്ങനെ പറയുന്നുണ്ട്:

> രാജ്യത്തിനുവേണ്ടി സ്വയം സമർപ്പിക്കുന്നത് പാപമാണെങ്കിൽ ഞാൻ പാപം ചെയ്തവനാണ്. അത് നന്മയാണെങ്കിൽ ആ നന്മ എനിക്കവകാശപ്പെട്ടതാണ്. മനുഷ്യന് അതീതമായ ഒരു ശക്തി

> കോടതി നടത്തിയാൽ ഞാൻ ചെയ്തത് ശരിയെന്ന് ആ കോടതി വിധിക്കും. മനുഷ്യരാശിയുടെ നന്മക്കുവേണ്ടിയുള്ള ഒരു പ്രവൃത്തി യാണ് ഞാൻ ചെയ്തത്. ലക്ഷക്കണക്കിനു ഹിന്ദുക്കൾക്കു നാശം വിതച്ച ഒരു വ്യക്തിയെയാണ് ഞാൻ നിറയൊഴിച്ചത്.

കൊടും കുറ്റകൃത്യങ്ങൾക്ക് വിനിയോഗിക്കുന്നവർക്ക് ഐ എസ് സ്വർഗ്ഗീയ പ്രതിഫലം വാഗ്ദാനം ചെയ്യുന്നു. അത് മനശാസ്ത്രപരമായ ആയുധമാണ്. കൊല്ലപ്പെട്ടവരുടെ പുഞ്ചിരിക്കുന്ന മുഖം ഐ എസ് മാധ്യ മങ്ങളിൽ കാണാം. ഗാന്ധിഹത്യ മനുഷ്യരാശിയുടെ നന്മക്കുവേണ്ടിയുള്ള സദ്കൃത്യമായി കണ്ട ഗോഡ്സെയും അദ്ധ്യാപകന്റെ കൈ വെട്ടിയ കേസിൽ പൊട്ടിച്ചിരിയോടെ ശിക്ഷ ഏറ്റുവാങ്ങുന്ന പോപ്പുലർ ഫ്രണ്ട് പ്രവർത്തകരും തമ്മിലുള്ള സാദൃശ്യത്തിനു രണ്ടു സംഭവങ്ങളിൽ മാത്രം ഒതുങ്ങാത്ത സാമ്യമുണ്ട്.

എറണാകുളം മഹാരാജാസ് കോളേജിൽ എസ് എഫ് ഐ നേതാവ് അഭിമന്യുവിനെ വധിച്ചത് ഒറ്റക്കുത്തിനാണ്. കൊലയാളികളുടെ രാഷ്ട്രീ യത്തെക്കുറിച്ചു സന്ദേഹമില്ല. അവർ കാമ്പസ്ഫ്രണ്ടിന്റെ പ്രവർത്തക രാണ്. പുറത്തുനിന്നെത്തിയത് എസ് ഡി പി ഐ എന്ന പാർട്ടിയുടെ പ്രവർത്തകരാണ്. കൊലയാളികളിൽ ചിലരെ കൃത്യം കഴിഞ്ഞയുടനെ പിടികൂടി. ആ വാർത്ത വന്നപ്പോൾ എസ് ഡി പി ഐക്ക് കാമ്പസ് ഫ്രണ്ട് എന്ന പേരിൽ ഒരു വിദ്യാർത്ഥി സംഘടനയില്ല, എസ് ഡി പി ഐ ഒരു അക്രമത്തെയും പ്രോത്സാഹിപ്പിക്കുന്ന സംഘടന അല്ല എന്നാണ് ആ പാർട്ടി നേതൃത്വത്തിന്റെ പ്രതികരണം വന്നത്. ഇവിടെയും സാദൃശ്യങ്ങൾ കാണേണ്ടതുണ്ട്. ഗാന്ധിവധത്തെക്കുറിച്ച് അന്വേഷിച്ച ജസ്റ്റിസ് കപൂർ കമ്മീഷൻ എഴുതുന്നുണ്ട്:

> ആർ എസ് എസ് ഒരു രീതിയിലും ഗാന്ധിജിയുടെ വധത്തിന്റെ ഉത്തരവാദികളല്ല. അതായത് ഒരാൾക്കും ആ സംഘടനയെ സമാ ധാനത്തിന്റെ വക്താവിന്റെ വധത്തിന്റെ ഉത്തരവാദികൾ ആക്കുക വയ്യ. ഉത്തരവാദികൾ ആയിട്ടുള്ളവർ സവർക്കറിന്റെ ഹിന്ദുമഹാ സഭയിൽ അംഗങ്ങളാണ്. ആർ എസ് എസിന്റെ അംഗങ്ങൾ ആണെന്ന് തെളിയിക്കപ്പെട്ടിട്ടില്ല.

ഗോഡ്സെയ്ക്ക് 1932 വരെ ആർ എസ് എസിൽ അംഗത്വം ഉണ്ടായി രുന്നു. അയാൾ ആർ എസ് എസ് ആണ് എന്നതിൽ സഹോദരൻ ഗോപാൽ ഗോഡ്സെ ഒരിക്കലും സംശയിച്ചിട്ടില്ല. ആർ എസ് എസിന്റെ എക്കാലത്തെയും സംരക്ഷകൻ എന്ന് വിശേഷിപ്പിക്കപ്പെടുന്ന വല്ലഭായ് പട്ടേൽ ആഭ്യന്തരമന്ത്രിയായിരിക്കുമ്പോഴാണ് ഗാന്ധി വധത്തിനുശേഷം ആ സംഘടനയെ നിരോധിച്ചത്. എന്നിട്ടും നാഥുറാമിന്റെ ആർ എസ് എസ് ബന്ധത്തെക്കുറിച്ച് പറഞ്ഞാൽ, ഗാന്ധിവധത്തിലെ ആർ എസ് എസ് പങ്കിനെക്കുറിച്ചു സൂചിപ്പിച്ചാൽ മാനനഷ്ടക്കേസ് കൊടുക്കാൻ തക്ക

മാനം തങ്ങളിലുണ്ടെന്നു സംഘപരിവാറിന് തോന്നുന്നു. എൻ ഡി എഫും പോപ്പുലർ ഫ്രണ്ടും എസ് ഡി പി ഐയും ആയി വ്യത്യസ്ത വേഷങ്ങളിൽ നെഞ്ചുപിളർക്കാനും തലയും കൈയും വെട്ടിയെടുക്കാനും എത്തുന്നവരും ഈരീതി തന്നെ പിന്തുടരുന്നു.

പോപ്പുലർഫ്രണ്ട് എന്താണ് എന്ന് നോക്കുക. അവർ അവകാശപ്പെടുന്നത് ഇന്ത്യൻ മുസ്ലീങ്ങളുടെ സമ്പൂർണ്ണ ശാക്തീകരണവും ഇതര പാർശ്വവല്കൃത വിഭാഗങ്ങളുടെ വിശാലകൂട്ടായ്മയും ലക്ഷ്യമാക്കി പ്രവർത്തിക്കുന്ന നവ സാമൂഹികപ്രസ്ഥാനമാണു പോപ്പുലർ ഫ്രണ്ട് ഓഫ് ഇന്ത്യ എന്നാണ്. രാഷ്ട്രീയ സ്വയം സേവക് സംഘ് പറയുന്നത് ഭാരതത്തെയും അതിലെ ജനങ്ങളെയും ദേവീരൂപത്തിൽ (ഭാരതാംബ) കണ്ട് സേവനം ചെയ്യുകയും ഭാരതത്തിന്റെ ആത്മീയ ധാർമ്മിക മൂല്യങ്ങളെ സംരക്ഷിക്കുകയും ഭാരതത്തിലെ ഹിന്ദുക്കളുടെ താല്പര്യങ്ങൾ സംരക്ഷിക്കുകയും ആണ് ഈ സംഘടനയുടെ പ്രഖ്യാപിത ലക്ഷ്യം എന്നാണ്. രണ്ടു സംഘടനകൾക്കും പരിവാർ ഉണ്ട്. ആർ എസ് എസിനു രാഷ്ട്രീയ സേവികാർ സമിതി, അഖില ഭാരതീയ വിദ്യാർത്ഥി പരിഷത്ത് ഭാരതീയ ജനതാപാർട്ടി, ഭാരതീയ മസ്ജിദ് സംഘം, ഭാരതീയ കിസാൻ സംഘം, വനവാസി കല്യാൺ ആശ്രമം, ആരോഗ്യ ഭാരതി, ക്ഷേത്ര സംരക്ഷണ സമിതി, കേസരി തുടങ്ങിയവ. സംഘത്തെ മാതൃകയാക്കിയാണ് പോപ്പുലർ ഫ്രണ്ട്, പരിവാർ ഘടകങ്ങൾ രൂപീകരിച്ചത്. ജൂനിയർ ഫ്രണ്ട്സ്, കാമ്പസ് ഫ്രണ്ട് ഓഫ് ഇന്ത്യ, നാഷണൽ വിമൻസ് ഫ്രണ്ട്, ആൾ ഇന്ത്യ ഇമാംസ് കൗൺസിൽ നാഷണൽ കോൺഫെഡറേഷൻ ഓഫ് ഹ്യൂമൻ റൈറ്റ്സ് ഓർഗനൈസേഷൻ, നാഷണൽ ലോയേഴ്സ് നെറ്റ് വർക്ക് മീഡിയ റിസർച്ച് ആന്റ് ഡെവലപ്മെന്റ് ഫൗണ്ടേഷൻ, സത്യസരണി എന്നിങ്ങനെയാണ് ആ പട്ടിക. ഇത് യാദൃച്ഛികമായി ഉണ്ടായ സാമ്യമല്ല. സംഘപരിവാറിന്റെ സരണിയാണ് പോപ്പുലർ ഫ്രണ്ടിന്റേത്. ആർ എസ് എസ് 1925 ൽ നാഗ്പൂരിൽ പിറവിയെടുക്കുകയും സ്വയം സാംസ്കാരിക സംഘടനയാണെന്ന് അവകാശപ്പെടുകയും ചെയ്യുന്നു.

പോപ്പുലർ ഫ്രണ്ട് ജനിച്ചത് കേരളത്തിലാണ്. അവർ ഇടുന്ന മുഖംമൂടി മനുഷ്യാവകാശ പ്രവർത്തനത്തിന്റെയും പരിസ്ഥിതി സ്നേഹത്തിന്റേതുമാണ്. ഇന്ത്യയുടെ മോചനം ഇസ്ലാമിലൂടെ, ദേശീയത തകർക്കുക, ഖിലാഫത്ത് സ്ഥാപിക്കുക എന്നീ മുദ്രാവാക്യങ്ങളുമായി 1977 ൽ രൂപീകരിക്കപ്പെട്ട സ്റ്റുഡന്റ്സ് ഇസ്ലാമിക് മൂവ്മെന്റ് ഓഫ് ഇന്ത്യ (സിമി)യുടെ പിന്തുടർച്ചക്കാരിൽ ഒരു വിഭാഗമാണ് പോപ്പുലർ ഫ്രണ്ടിന്റെ ആദ്യ രൂപമായ എൻ ഡി എഫിൽ എത്തിയത്. ഇന്ത്യയിൽ ഹുകുമത്തെ ഇലാഹി (ഇസ്ലാമിക ഭരണകൂടം) സ്ഥാപിക്കണമെന്നും താഗൂത്തി ഭരണം (ജനാധിപത്യ ഭരണം) മുസ്ലീങ്ങൾക്ക് അംഗീകരിക്കാൻ കഴിയില്ലെന്നുമുള്ള നിലപാടുമായി പ്രവർത്തിച്ച സിമി നിരോധിക്കപ്പെട്ടതോടെ അതിന്റെ മലബാർ മേഖലയിലെ ചില നേതാക്കളും ജമാ അത്തെ ഇസ്ലാമിയിലെ അതൃപ്ത വിഭാഗങ്ങളും ചേർന്നാണ്, കോഴിക്കോട് ജില്ലയിലെ വടകരയ്ക്കടുത്ത്

മയ്യന്നൂരിൽ നാഷണൽ ഡിഫൻസ് ഫോഴ്സ് എന്നപേരിൽ സംഘടന ഉണ്ടാക്കിയത്. ഏതു പാർട്ടിയിലും അംഗമാകാം. ഏതു സംഘടനയിലും പ്രവർത്തിക്കാം. പ്രതിരോധം മാത്രം ലക്ഷ്യം എന്നായിരുന്നു എൻ ഡി എഫിന്റെ ആദ്യകാല സമീപനം. ആ ഘട്ടത്തിൽ വിവിധ രാഷ്ട്രീയ പാർട്ടികളിലും ഇസ്ലാമിക സംഘടനകളിലും ആസൂത്രിതമായ നുഴഞ്ഞുകയറ്റമാണുണ്ടായത്.

1994 ലാണ് എൻ ഡി എഫ് എന്ന പേര് നിലനിർത്തി, ദേശീയ പ്രതിരോധ സേന (നാഷണൽ ഡിഫൻസ് ഫോഴ്സ്) എന്നതിനെ ദേശീയ വികസന മുന്നണി (നാഷണൽ ഡെവലപ്മന്റ് ഫ്രണ്ട്) എന്നാക്കിയത്. പേരിൽ മാത്രമായിരുന്നു മാറ്റം. പ്രവർത്തനം മലബാർ ജില്ലകളിൽ നിന്ന് സംസ്ഥാന വ്യാപകമായി. എൻ ഡി എഫ്, തമിഴ്നാട്ടിലെ മനിത നീതി പാസറൈ, കർണ്ണാട ഫോറം ഫോർ ഡിഗ്നിറ്റി (കെ എഫ് ഡി) ഓഎന്നീ സംഘടനകളെ സംയോജിപ്പിച്ച് 2007 ൽ പോപ്പുലർ ഫ്രണ്ട് ഓഫ് ഇന്ത്യ നിലവിൽ വന്നു. ആന്ധ്രപ്രദേശിലെ അസോസിയേഷൻ ഫോർ സോഷ്യൽ ജസ്റ്റിസ്, ഗോവയിലെ സിറ്റിസൺസ് ഫോറം, രാജസ്ഥാനിലെ സോഷ്യൽ ആന്റ് എഡ്യൂക്കേഷണൽ ഫോറം, പശ്ചിമബംഗാളിലെ നാഗരിക് അധികാർ സുരക്ഷാ സമിതി, മണിപ്പൂരിലെ ലിലോങ് സോഷ്യൽ ഫോറം എന്നീ സംഘടനകൾ കൂടി ലയിച്ച് 2009 ൽ ദേശീയ തലത്തിൽ ഒറ്റ സംഘടനയായി മാറി. 1925 ൽ രൂപംകൊണ്ട ആർ എസ് എസ് വളർന്നതിനെക്കാൾ വേഗത്തിലുള്ള വളർച്ചയാണ് ഈ സംഘടനക്കുണ്ടായത്. ഇതര ഇസ്ലാമിക സംഘടനകളിലും മുസ്ലിം പാർട്ടികളിലും അധിനിവേശം നടത്താനും തീവ്ര വർഗ്ഗീയ പ്രതികരണങ്ങൾ നടത്താനും മതഭ്രാന്തിന്റെ ആക്രമണോത്സുക പ്രതീകങ്ങളായ ആക്രമണങ്ങൾ ആസൂത്രണം ചെയ്യാനും വിഷലിപ്ത മുദ്രാവാക്യങ്ങളുമായി ശക്തിപ്രകടനങ്ങൾ നടത്താനും തയ്യാറായപ്പോൾ, വാർത്തകളിലും അവർ ഇടം നേടി. പോപ്പുലർ ഫ്രണ്ടിന്റെ രാഷ്ട്രീയ രൂപമായ സോഷ്യൽ ഡെമോക്രാറ്റിക് പാർട്ടി ഓഫ് ഇന്ത്യ (എസ് ഡി പി ഐ) 2009 ൽ വിശപ്പിൽ നിന്ന് മോചനം, ഭയത്തിൽ നിന്ന് മോചനം, എന്ന മുദ്രാവാക്യവുമായി രൂപീകരിക്കപ്പെട്ടു. ഫലത്തിൽ സംഘടനയുടെ വിപുലീകരണത്തിലല്ലാതെ അതിന്റെ രാഷ്ട്രീയത്തിലോ പ്രത്യയശാസ്ത്രത്തിലോ മാറ്റങ്ങൾ വന്നില്ല. നിരോധിത സിമിയുടെ പ്രത്യയശാസ്ത്ര പ്രതലത്തിലാണ് പോപ്പുലർ ഫ്രണ്ടും എസ് ഡി പി ഐ അടക്കമുള്ള പരിവാരങ്ങളും നിലയുറപ്പിക്കുന്നത്. നമ്മുടെ ആധിപത്യം ഉള്ള ഒരു പ്രദേശത്ത് ഒരു മുസ്ലീമിനെയും മതം ഉപേക്ഷിക്കാൻ അനുവദിക്കരുത്, മറ്റു മതങ്ങളെ നമ്മുടെ പ്രദേശങ്ങളിൽ പ്രചരണ പ്രവൃത്തികൾ നടത്താൻ അനുവദിക്കരുത് (Murtad ki Saza Islami Quanun Mein (1981). എന്താണ് മൗദൂദിയൻ കാഴ്ചപ്പാട്. മുസ്ലിം ബ്രദർഹുഡിന്റെ സൈദ്ധാന്തികനായ സയ്യിദ് ഖുത്തുബാണ് പോപ്പുലർ ഫ്രണ്ടിന്റെ ആശയ അടിത്തറ പരുവപ്പെടുത്തിയ മറ്റൊരാൾ.

ചെന്നൈയിലെ യു എസ് എംബസി തയ്യാറാക്കിയ രഹസ്യ കേബി

ളിൽ കേരളത്തിൽ അതിവേഗം വളരുന്ന തീവ്രവാദ സംഘടനയാണ് എൻ ഡി എഫ് എന്നു വിശേഷിപ്പിക്കുന്നു.

"One of the fastest growing, most controversial and secretive Muslim Organisations in Kerala in the National Development front (NDF)" എന്നാണു *വിക്കിലീക്സ്* രേഖയിൽ ഉള്ളത്. പശ്ചിമേഷ്യൻ രാജ്യങ്ങളിൽ നിന്ന് വൻതോതിൽ പണം എൻ ഡി എഫിന് വരുന്നു എന്ന് *വിക്കീലിക്സ്* രേഖകളിൽ പറയുന്നുണ്ട്. അത് സാധൂകരിക്കുന്നതാണ് അവരുടെ പ്രവർത്തനങ്ങൾ. പ്രവർത്തകർക്ക് യഥേഷ്ടം പണവും വാഹനങ്ങളും മറ്റു സൗകര്യങ്ങളും ലഭിക്കുന്നു. ഹാദിയ കേസിൽ പോപ്പുലർ ഫ്രണ്ടിനുവേണ്ടി സീനിയർ അഭിഭാഷകരായ കബിൽ സിബൽ ഏഴു തവണയും ദുഷ്യന്ത് ദവേ മൂന്ന് തവണയും ഇന്ദിരാ ജയ്സിങ് നാല് തവണയും മർസൂഖ് ബാഫഖി ഒരു തവണയും ഹാജരായി. കേസ് നടത്തിപ്പിന് അഭിഭാഷകരുടെ പ്രതിഫലത്തിൽ 99,52,324രൂപ ചെലവായി എന്നാണ് പി എഫ് ഐ പറയുന്നത്. യാത്രാച്ചെലവ് 517324 രൂപയാണെന്നും. ഇത് പ്രവർത്തകർ സമാഹരിച്ചു എന്നാണ് സംഘടനയുടെ സംസ്ഥാന കമ്മിറ്റി പത്രക്കുറിപ്പിലൂടെ പരസ്യപ്പെടുത്തിയത്. ഒറ്റയടിക്കാണ് *തേജസ്* പത്രം തുടങ്ങി നാല് എഡിഷനിലേക്ക് വ്യാപിപ്പിക്കാൻ കഴിഞ്ഞത്. ഇറാനിൽ നിന്നും പാകിസ്ഥാനിൽ നിന്നും എൻഡി എഫിന് പണം കിട്ടുന്നു എന്ന് അന്ന് റിപ്പോർട്ടുകളുണ്ടായിരുന്നു. ഏതാനും സ്വർണ്ണ വ്യാപാര സ്ഥാപനങ്ങളിലൂടെയും നാട്ടിൻപുറങ്ങളിൽ സ്ഥാപിച്ച മറ്റ് സ്ഥാപനങ്ങളിലൂടെയും ഹവാല പണം എത്തുന്നു എന്ന വാർത്തയും വന്നു. എന്നാൽ അത് എൻ ഡി എഫ് ശക്തമായി നിഷേധിക്കുകയുണ്ടായി.

ഐ എസ് വരുന്നത് തങ്ങളെ സംബന്ധിച്ച് നല്ലതാണെന്ന് ഇസ്രയേൽ പ്രധാനമന്ത്രി നെതന്യാഹു പറഞ്ഞിരുന്നു. കേരളത്തിലെ വർത്തമാന പരിസരത്തിൽ കൃത്യമായ സൂചനയാണിത്. എൻ ഡി എഫിനെയും അതിന്റെ അവാന്തര വിഭാഗങ്ങളെയും പ്രോത്സാഹിപ്പിക്കാൻ ആർ എസ് എസ് രംഗത്തുണ്ട്. മഹാരാജാസിൽ അഭിമന്യുവിനെ കൊന്നപ്പോൾ കൊലപാതകികളെ അപലപിക്കാനോ പ്രതിഷേധം പ്രകടിപ്പിക്കാനോ അല്ല, പോപ്പുലർ ഫ്രണ്ടിനെ വളർത്തിയത് സി പി ഐ എമ്മാണ് എന്ന് ആരോപിക്കാനാണ് സംഘപരിവാർ മുതിർന്നത്. കണ്ണൂർജില്ലയിലെ ഇരിട്ടി പുന്നോട്ട് അശ്വിനി കുമാർ എന്ന സംഘപരിവാർ നേതാവിനെ കൊലപ്പെടുത്തിയ കേസ് പോപ്പുലർ ഫ്രണ്ടുമായി രാജിയാക്കിയ സംഘനേതൃത്വത്തിന്റെ നടപടിക്കെതിരെ ആർ എസ് എസിൽ കലാപമുയർന്നിരുന്നു.

ആർ എസ് എസിന് എന്നപോലെ എൻ ഡി എഫിന് ജനാധിപത്യമില്ല. പേരിലെ ഫ്രണ്ട് അല്ലാതെ അതൊരു മുന്നണിയുമില്ല. നാദാപുരത്ത് മാർക്സിസ്റ്റ് വിരോധം ഇന്ധനമാക്കിയുള്ളതായിരുന്നു അതിന്റെ ആദ്യകാലമെങ്കിൽ സി പി ഐ (എം)ന് നേരെ തന്നെയാണ് പിന്നീടുള്ള

എല്ലാ ഘട്ടങ്ങളിലും അവർ ആക്രമണമഴിച്ചുവിട്ടത്. വിവിധ രാഷ്ട്രീയ പാർട്ടികളിലും സംഘടനകളിലും നുഴഞ്ഞുകഴയറിയ എൻ ഡി എഫ് കേഡർമാർ സൃഷ്ടിക്കുന്ന വർഗ്ഗീയ സംഘർഷങ്ങൾ കേരളത്തിലെ സമീപ കാല ചരിത്രത്തിൽ പതിവ് വാർത്തകളാണ്.

സമീപ നാളുകളിലെ രണ്ടുദാഹരണങ്ങൾ പരിശോധിച്ചാൽ പോപ്പുലർ ഫ്രണ്ട് കേരള സമൂഹത്തിൽ എങ്ങനെ ഇടപെടുന്നു എന്ന് മനസ്സിലാക്കാനാകും.

കൊല്ലം തേവലക്കരയിൽ മാവില മുക്കിൽ സ്ഥാപിച്ച സി പി ഐ (എം) കൊടിമരത്തിൽ ഒരുരാവിലെ ചുവന്ന കൊടി മാറ്റി ആർ എസ് എസിന്റെ കാവിക്കൊടി കെട്ടിയതാണ് നാട്ടുകാർ കണ്ടത്. വിവരമറിഞ്ഞെത്തിയ സി പി ഐ എം പ്രവർത്തകർ കൊടി നീക്കം ചെയ്തു. പ്രദേശത്ത് സംഘർഷം ഉടലെത്തു. പൊലീസ് ശാസ്ത്രീയമായി നടത്തിയ അന്വേഷണത്തിൽ പോപ്പുലർ ഫ്രണ്ട് പ്രവർത്തകനും കാമ്പസ് ഫ്രണ്ട് ഏരിയാ പ്രസിഡന്റുമായ ഷംനാദാണ് അറസ്റ്റിലായത്. പ്രാദേശിക സി പി എം - ആർ എസ് എസ് സംഘർഷമുണ്ടാക്കാൻ പോപ്പുലർ ഫ്രണ്ട് ആസൂത്രണം ചെയ്തതായിരുന്നു കൊടിമാറ്റം. ബി ജെ പിക്കും ആർ എസ് എസിനുമെതിരെ പ്രതിഷേധ പ്രകടനങ്ങൾ നടത്താൻ സി പി ഐ (എം) തീരുമാനിച്ചതിനിടെ പ്രതിയെ പൊലീസ് അറസ്റ്റുചെയ്യുകയായിരുന്നു. ഇതോടെ വലിയ സംഘർഷമാണ് ഒഴിവായത്. സി പി ഐ (എം) - ആർ എസ് എസ് സംഘർഷമുണ്ടാക്കി മുതലെടുപ്പു നടത്താൻ മതമൗലിക സംഘടനകൾ ശ്രമിക്കുന്നുണ്ടെന്ന് നേരത്തെ റിപ്പോർട്ടുകളുണ്ടായിരുന്നു. മുമ്പും ഇത്തരം ശ്രമങ്ങൾക്കിടെ മതമൗലികവാദ സംഘടനയുടെ അംഗങ്ങൾ അറസ്റ്റിലായിട്ടുണ്ട്.

രണ്ടാമത്തെ സംഭവം കണ്ണൂരിലാണ്. തളാപ്പ് സ്വദേശിയും യുവമോർച്ച പ്രവർത്തകനുമായ സുശീലിനെ സർജിക്കൽ കത്തികൊണ്ട് കുത്തിയതായിരുന്നു കേസ്. സുശീലനെ വീടിനു മുന്നിലിട്ട് വെട്ടി ഗുരുതര പരിക്കേല്പിച്ചു. സി പി ഐ എം ആണ് അക്രമികൾ എന്ന് ആർ എസ് എസ് ആരോപിച്ചു. പ്രക്ഷോഭം തുടങ്ങി. തിരിച്ചടിക്കുമെന്ന് ഭീഷണി മുഴങ്ങി. സി പി ഐ എം പ്രവർത്തകരെ പൊലീസ് കസ്റ്റഡിയിലെടുത്തു. തെറ്റായ ആരോപണത്തിൽ സി പി ഐ (എം) ശക്തമായി പ്രതിഷേധിച്ചു. പൊലീസ് സി സി ടി വി ദൃശ്യങ്ങൾ പരിശോധിച്ചതുൾപ്പെടെ നടത്തിയ അന്വേഷണത്തിൽ അറസ്റ്റിലായത് എസ് ഡി പി ഐ പ്രവർത്തകരായ ജൻഫർ, ഷിറാഫ്, മെഹബൂബ് എന്നിവരാണ്. കണ്ണൂർ കോളേജ് ഓഫ് കൊമേഴ്സിൽ വിദ്യാർത്ഥികൾ തമ്മിലുണ്ടായ സംഘർഷമാണ് സുശീലനെതിരായ ആക്രമണത്തിലേക്ക് പോപ്പുലർ ഫ്രണ്ടിനെ നയിച്ചത്. ബി ജെ പി പ്രവർത്തകനെ ആക്രമിച്ച സംഭവം സി പി ഐ എമ്മിന്റെ തലയിൽ കെട്ടിവയ്ക്കാനുള്ള ആർ എസ് എസിന്റെയും അതിന്റെ മറവിൽ സംഘർഷം സൃഷ്ടിക്കാനുള്ള പോപ്പുലർ ഫ്രണ്ടിന്റെയും നീക്കം അറസ്റ്റോടെ പൊളിയുകയായിരുന്നു. ഇത് ഒറ്റപ്പെട്ട അനുഭവമല്ല. തല

ശ്ശേരിയിൽ ഫസൽ കൊല്ലപ്പെട്ട കേസിൽ കുറ്റവാളികൾ ആർ എസ് എസ് ആണെന്ന് എല്ലാ തെളിവും പുറത്തുവന്നിട്ടും ഇരുസംഘടനകളും സി പി ഐ എം നേതാക്കളെ വേട്ടയാടാൻ ഒന്നിച്ചു നില്ക്കുന്നു.

1995 ഡിസംബർ 29 ന് തൃശൂർ ജില്ലയിലെ വാടാനപ്പള്ളിയിൽ രാജീവിനെ കൊലപ്പെടുത്തിയത് മുതൽ ഏറ്റവുമൊടുവിൽ മഹാരാജാസ് കോളേജിലെ അഭിമന്യു വധംവരെ എൻ ഡി എഫ് കൃത്യമായി ആസൂത്രണം ചെയ്തു നടപ്പാക്കിയ കൊലപാതകങ്ങളുടെ പരമ്പരയായാണ് കാണാനാവുക. കൊല്ലപ്പെട്ടവരിൽ സി പി ഐ (എം) പ്രവർത്തകരുണ്ട്. ഡി വൈ എഫ് ഐ പ്രവർത്തകരുണ്ട്. ഹിന്ദുവും മുസൽമാനുമുണ്ട്. എൻ ഡി എഫ് രൂപീകരിച്ച് രണ്ടുകൊല്ലമായപ്പോഴാണ് വാടാനപ്പള്ളിയിലെ സി പി ഐ എം പ്രവർത്തകനായ രാജീവിനെ കൊലപ്പെടുത്തിയത്. 2001 ൽ നാദാപുരത്തെ ഈന്തുള്ളതിൽ ബിനു, 2002 ൽ അഞ്ചലിലെ സി പി ഐ എം ഏരിയാ കമ്മിറ്റി അംഗം അഷ്റഫ്, 2008 ൽ തലശ്ശേരിയിലെ സലിം, 2008 ൽ ഇരിട്ടി കാക്കയത്തെ ദിലീപൻ, അതേ വർഷം തന്നെ മട്ടന്നൂർ ഉരുവച്ചാലിലെ സജീവൻ, 2009 ൽ വളപട്ടണം ചിറക്കലിലെ വിനീഷ്, അതേ വർഷം കുന്നംകുളത്തെ ഡി വൈ എഫ് ഐ വില്ലേജ് സെക്രട്ടറി കാരിക്കാട്ടെ വിജേഷ് ഏറ്റവും ഒടുവിൽ അഭിമന്യു ഇവരാണ് ഈ സംഘം കൊലചെയ്ത സി പി ഐ (എം) പ്രവർത്തകർ. തൊണ്ണൂറുകളുടെ തുടക്കത്തിൽ 14 സിനിമ തിയേറ്ററുകളാണ് എൻ ഡി എഫുകാർ കത്തിച്ചു കളഞ്ഞത്. നാദാപുരത്ത് സി പി ഐ എമ്മുകാർ മുസ്ലിം സ്ത്രീയെ ബലാത്സംഗം ചെയ്തു എന്ന കള്ളക്കഥ പ്രചരിപ്പിച്ചാണ് ബിനുവിന് വധശിക്ഷ വിധിച്ചു നടപ്പാക്കിയത്. ആ കഥയുടെ രാഷ്ട്രീയനേട്ടം കൊയ്യാൻ വിഷലിപ്തമായ പ്രചാരണവുമായി ഇറങ്ങിയത് ഇന്ത്യൻ യൂണിയൻ മുസ്ലീം ലീഗ് ആയിരുന്നു എന്നതും ഓർക്കേണ്ടതുണ്ട്.

ആർ എസ് എസ് അവകാശപ്പെടുന്നത് ഇന്ത്യയുടെ റിപ്പബ്ലിക് ദിന പരേഡിൽ ഔദ്യോഗികമായി പങ്കെടുത്ത സംഘടന എന്നാണ്. അതിന്റെ ഇമിറ്റേഷൻ എന്നോണം സ്വാതന്ത്ര്യദിനത്തിൽ ഫ്രീഡം പരേഡ് സംഘടിപ്പിക്കാനാണ് എൻ ഡി എഫ് തയ്യാറാകുന്നത്. തങ്ങളും സ്വാതന്ത്ര്യദിനത്തിൽ പങ്കെടുക്കുന്നു എന്നു വരുത്താൻ മാത്രമല്ല അത്. ആർ എസ് എസിന്റെ മുസ്ലിം പതിപ്പായി മാറാനുള്ള ആഗ്രഹം തന്നെയാണ് അതിനു പിന്നിലെ ചേതോവികാരം.

എസ് എഫ് ഐ ഇടുക്കി ജില്ലാ കമ്മിറ്റി അംഗം കൂടിയായ മഹാരാജാസ് കോളേജിലെ രണ്ടാം വർഷ കെമിസ്ട്രി വിദ്യാർത്ഥി അഭിമന്യുവിനെ കാമ്പസിനു പുറത്തു നിന്നെത്തിയ എസ് ഡി പി ഐ തീവ്രവാദി സംഘമാണ് സൂത്രിതമായി കൊലപ്പെടുത്തിയത്. ഈ കൊലപാതകത്തിന് ശേഷം ആആസൂത്രിതമായി പോപ്പുലർ ഫ്രണ്ട് നടത്തിയ പ്രചാരണം കൊലപാതകം സംഘർഷത്തിന്റെ ഭാഗമായിരുന്നു എന്നും എസ് എഫ് ഐ യുടെ കാമ്പസ് ആധിപത്യത്തിനെതിരായ സമരമാണ് തങ്ങൾ

നടത്തുന്നത് എന്നുമാണ്. കാമ്പസ് ഫ്രണ്ട് സംസ്ഥാന കമ്മിറ്റിയുടെ സോഷ്യൽ മീഡിയ പേജിൽ പറയുന്നത്. കരുതിക്കൂട്ടി സംഘർഷമുണ്ടാക്കി രാഷ്ട്രീയ മുതലെടുപ്പ് നടത്തുന്നതാണ് എസ് എഫ് ഐയുടെ സംഘടനാപ്രവർത്തനം എന്നും ഗുണ്ടാവിളയാട്ടവുമായി മഹാരാജാസ് കോളേജിനെ സ്വന്തം റിപ്പബ്ലിക്കായി മാറ്റാനാണ് എസ് എഫ് ഐ ശ്രമം എന്നുമാണ്. കൊലപാതകം നടത്തിയതിന്റെ ഉത്തരവാദിത്വം ഇങ്ങനെ ഏറ്റെടുക്കാൻ പോലും അവർ മടിക്കുന്നില്ല. കലാലയങ്ങളെ കൊലക്കളങ്ങളാക്കുകയാണ് അവർ. വിദ്യാർത്ഥികൾക്കിടയിൽ ഇവർക്ക് കാര്യമായ സ്വാധീനമില്ല. അക്രമം നടത്തി ഭീതിപരത്തി വിദ്യാർത്ഥികളെ കീഴ്പ്പെടുത്താനാണ് ശ്രമിക്കുന്നത്. കൊലപാതകത്തെ വർഗ്ഗീയമായി ചിത്രീകരിക്കാനുള്ള ശ്രമം സംഘപരിവാറിന്റെ വക്താക്കളായി പൊതുസമൂഹത്തിൽ പ്രത്യക്ഷപ്പെടുന്നവരും നടത്തുന്നു. *മാതൃഭൂമി* പ്രസിദ്ധീകരിച്ച ഒരു കാർട്ടൂൺ സി പി ഐ (എം) ആണ് കാമ്പസ് ഫ്രണ്ടിനെ വളർത്തിയത് എന്ന സംഘപരിവാർ ആരോപണം ഏറ്റെടുത്തു കൊണ്ടുള്ളതായിരുന്നു. അഭിമന്യു രക്തസാക്ഷിയായത് ഏതെങ്കിലും മതത്തിന്റെ പ്രതിനിധിയായതുകൊണ്ടല്ല. മതനിരപേക്ഷതയുടെ പതാക നെഞ്ചോട് ചേർത്തുവയ്ക്കുന്ന എസ് എഫ് ഐയുടെ നേതാവായതുകൊണ്ടാണ് എന്ന യാഥാർത്ഥ്യം മൂടിവയ്ക്കാനും ആർ എസ് എസും പോപ്പുലർ ഫ്രണ്ടും പ്രതിനിധാനം ചെയ്യുന്ന തീവ്രവർഗ്ഗീയതകളെ വിശുദ്ധപ്പെടുത്താനുമുള്ള സംഘടിത പ്രചാരവേലയാണുണ്ടാകുന്നത്.

അഭിമന്യുവിന്റെ കൊലപാതകത്തിനുശേഷം പൊലീസ് ശക്തമായ നടപടികളിലേക്ക് നീങ്ങുമ്പോൾ 'ഇര' വാദവുമായി എസ് ഡി പി ഐ രംഗത്തുണ്ട്. രാജ്യത്തിന്റെ ഭരണഘടന നല്കുന്ന സൗകര്യങ്ങൾ ഉപയോഗിച്ച് മനുഷ്യാവകാശത്തിന്റെ മറവിൽ, നീതിന്യായവ്യവസ്ഥയുടെ പഴുതുകൾ മുതലെടുത്ത് തീവ്രവാദപ്രവർത്തനം സംഘടിപ്പിക്കുകയാണ് ഈ സംഘം. നിലനില്ക്കുന്ന നിയമ വ്യവസ്ഥയെ ഉപയോഗിച്ച് സമാധാനം തകർക്കാനും ഭരണഘടനയുടെ അവിഭാജ്യ ഘടകമായ മതനിരപേക്ഷ സങ്കല്പത്തിന് തുരങ്കം വയ്ക്കാനും ശ്രമിക്കുന്നു എന്നാണതിനർത്ഥം. എൻ ഡി എഫിന്റെ ആരാദ്ധ്യ പുരുഷനായ സയ്യിദ് മക്തുബ് ആവേശം കൊള്ളിച്ച തീവ്രവാദികളാണ് 1979 ൽ ഹജ്ജ് കർമ്മം നടക്കുമ്പോൾ കഅബ പിടിച്ചെടുത്ത് ഹാജിമാരെ ബന്ധികളാക്കി സൗദിയുടെ അധികാരം പിടിക്കാൻ ശ്രമിച്ചത്. ആ പാരമ്പര്യത്തിന്റെ ഇന്ത്യൻ പതിപ്പാണ് പോപ്പുലർഫ്രണ്ട്. മൗദൂദിയുടെ ഇസ്ലാമിസവും പിന്നെ സയ്യിദ് മക്തുബിന്റെ ആക്രമണോത്സുക യുദ്ധശൈലിയും സന്നിവേശിപ്പിച്ചതാണ് അതിന്റെ പ്രവർത്തനരീതി. അതിന്റെ ഓരോ ചുവടും ചിട്ടപ്പെടുത്തിയതാണ്. മഹാരാജാസിൽ പോപ്പുലർ ഫ്രണ്ട് നടത്തിയത് ആസൂത്രിത തീവ്രവാദി ആക്രമണമാണ് എന്ന് സംശയമില്ലാതെ പറയാനാകുന്നത് ആ രീതി കൊണ്ടുതന്നെയാണ്. ഒറ്റക്കുത്തിനു നെഞ്ചു പിളർത്തി മരണം ഉറപ്പാക്കാൻ കഴിയുന്ന പരിശീലനം പോപ്പുലർ ഫ്രണ്ടാണ് നല്കുന്നത്.

സംഘർഷമൊന്നുമില്ലാത്ത ഘട്ടത്തിലാണ് പോപ്പുലർ ഫ്രണ്ട് മഹാരാജാസിൽ കലാപമുണ്ടാക്കിയത്. കൊലപാതകസംഘത്തിൽ പലരും എറണാകുളം ജില്ലയ്ക്കു പുറത്തുനിന്നുള്ളവരാണെന്നാണ് തുടക്കത്തിൽ തന്നെ ലഭ്യമായ വിവരം. മരണം ഉറപ്പാക്കുംവിധം കൊലപാതകങ്ങളിൽ വിദഗ്ദ്ധ പരിശീലനം ലഭിച്ചവരെ മറ്റു ജില്ലകളിൽനിന്ന് വരുത്തി കൊലപാതകം നടത്തിയത്, പോപ്പുലർ ഫ്രണ്ടിന്റെ പ്രഹരശേഷിയെ തന്നെയാണ് അടയാളപ്പെടുത്തുന്നത്.

എൻ ഡി എഫും രൂപം മാറിയ പോപ്പുലർ ഫ്രണ്ടും സംസ്ഥാനത്ത് ഇതുവരെ 31 കൊലപാതകങ്ങൾ നടത്തിയതായാണ് ലഭ്യമായ വിവരം. മതതീവ്രവാദം എതിർപ്പില്ലാതെ പ്രചരിപ്പിക്കണമെങ്കിൽ സി പി ഐ (എം)നെ തകർക്കണം, ഭയപ്പെടുത്തണം എന്നതാണവരുടെ ബോദ്ധ്യം. അതുതന്നെയാണ് ആർ എസ് എസിന്റെ ബോദ്ധ്യവും. ദളിത് പിന്നോക്ക സ്നേഹം മനുഷ്യാവകാശത്തോടും പരിസ്ഥിതി പ്രണയത്തോടും ചേർത്തുവച്ച് പോപ്പുലർ ഫ്രണ്ട് ആഘോഷിക്കാറുണ്ട്. ഇടുക്കി ജില്ലയിലെ വെളിച്ചം കേറാ മലയായ വട്ടവടയിലെ ഒറ്റമുറിക്കുടിലിൽനിന്ന് മനുഷ്യസ്നേഹത്തിന്റെ പ്രകാശവുമായി എറണാകുളത്തെത്തിയ ചെറുപ്പക്കാരനും ഈ കൂട്ടർ സ്നേഹം ചൊരിയുന്ന വിഭാഗത്തിന്റെ പ്രതിനിധിയായിരുന്നു. പോപ്പുലർ ഫ്രണ്ടിന്റെ ആക്രമണത്തെയും ഭ്രാന്തമായ തീവ്രവാദപ്രവർത്തനത്തെയും ഒറ്റപ്പെടുത്താൻ മതവിശ്വാസികളെയടക്കം അണിനിരത്തി, ആർ എസ് എസിനെ പ്രതിരോധിക്കുന്ന അതേ ശക്തിയോടെ ഇടപെടേണ്ടതിന്റെ അനിവാര്യതയാണ് അഭിമന്യുവിന്റെ മുഖം കേരളത്തെ ഓർമ്മിപ്പിക്കുന്നത്.

കലാലയങ്ങളിൽ തീവ്രവാദം കടന്നുവരുമ്പോൾ

ഹമീദ് ചേന്നമംഗലൂർ

കേരളത്തിലെ മതേതര വിദ്യാഭ്യാസസ്ഥാപനങ്ങളിലേക്ക് മതമൗലികവാദം പതുക്കെപ്പതുക്കെ കടന്നുവരാൻ തുടങ്ങിയത് 1970 കളുടെ ആരംഭം തൊട്ടാണെന്നു പറയാം. അന്നത്തെ വിദ്യാർത്ഥി സമൂഹത്തിലെ ഒരു അതിസൂക്ഷ്മ വിഭാഗത്തെ മാത്രമാണ് മതമൗലികചിന്തകൾ സ്വാധീനിച്ചിരുന്നത്. ആ വിഭാഗത്തിന്റെ സാന്നിദ്ധ്യമുണ്ടായിരുന്നതാകട്ടെ ഒറ്റപ്പെട്ട ഏതാനും വിദ്യാഭ്യാസ സ്ഥാപനങ്ങളിലായിരുന്നുതാനും.

80 കളോടുകൂടി ആ സ്ഥിതിവിശേഷത്തിൽ മാറ്റം അനുഭവപ്പെടാൻ തുടങ്ങി. ഫണ്ടമെന്റലിസ്റ്റ് ആശയങ്ങളാൽ പ്രചോദിതമായ ചില വിദ്യാർത്ഥിസംഘടനകൾ സംസ്ഥാനത്തിനു വെളിയിലെന്നപോലെ ഇവിടെയും സക്രിയത കൈവരിച്ചു. രാഷ്ട്രീയം മതേതരമാക്കരുത്, മതാത്മകമായിരിക്കണം എന്നതായിരുന്നു അവരെ നയിച്ച കേന്ദ്രതത്ത്വം. ഒരു പ്രത്യേക മതത്തിലൂടെ മാത്രമേ ഇന്ത്യയുടെ മോചനം സാദ്ധ്യമാകൂവെന്ന മുദ്രാവാക്യം (1986) ഈ തത്ത്വത്തിൽനിന്ന് പിറവികൊണ്ടതായിരുന്നു.

സ്വതന്ത്ര ഇന്ത്യയുടെ മതേതരഭാവുകത്വത്തെ അക്രാമകമായി വെല്ലുവിളിക്കുന്ന ആ മുദ്രാവാക്യം മറുപക്ഷത്തുള്ള മതമൗലിക വർഗ്ഗീയ സ്വരൂപങ്ങളെ സ്വാഭാവികമായി പ്രകോപിപ്പിച്ചു. അവരും വിദ്യാഭ്യാസ സ്ഥാപനങ്ങളിൽ അനുക്രമം ശക്തിപ്രാപിച്ചുവന്നു. വിദ്യാർത്ഥി സമൂഹത്തിൽ വിശാലാർത്ഥത്തിൽ മൂന്നുതരത്തിലുള്ള വിഭജനം സംജാതമായി എന്നതായിരുന്നു ഫലം. മതേതര വിദ്യാർത്ഥിസമൂഹം, ന്യൂനപക്ഷ മതമൗലിക വിദ്യാർത്ഥി സമൂഹം, ഭൂരിപക്ഷ മതമൗലിക വിദ്യാർത്ഥിസമൂഹം എന്നിങ്ങനെ അദ്ധ്യേതാക്കൾ വിഭജിക്കപ്പെട്ടു. വിദ്യാർത്ഥികൾക്കിടയിൽ നടന്ന വിഭജനം അവിടെ അവസാനിച്ചില്ല. മതമൗലിക വിദ്യാർത്ഥി സമൂഹത്തിൽനിന്നും കൂടുതൽ തീവ്രവാദപരവും ഹിംസാത്മകവുമായ നില

പാടെടുക്കുന്ന മറ്റൊരു വിഭാഗം ഉയർന്നു വന്നു. 90 കളുടെ ആദ്യപാദത്തിൽ മുതിർന്ന വർഗ്ഗീയ രാഷ്ട്രീയക്കാരിൽ ഒരുവിഭാഗം പ്രക്ഷേപിച്ച തീവ്രവാദാശയങ്ങളാൽ സ്വാധീനിക്കപ്പെട്ടവരായിരുന്നു അവർ. സംസ്ഥാനത്ത് 1993 ൽ നിലവിൽ വന്ന നാഷണൽ ഡെവലപ്മെന്റ് ഫ്രണ്ട് (എൻ ഡി എഫ്) എന്ന് തീവ്രവർഗ്ഗീയ മതമൗലിക സംഘമത്രെ ഈ വിദ്യാർത്ഥി വ്യൂഹത്തിന് ദിശാബോധം നല്കിയത്.

ഒമ്പതുവർഷംമുമ്പ് എൻ ഡി എഫ് അതിന്റെ പ്രവർത്തനമണ്ഡലം വികസിപ്പിച്ചു. കർണ്ണാടകത്തിലെ ഫോറം ഫോർ ഡിഗ്നിറ്റി, തമിഴ്നാട്ടിലെ മനിതാ നീതി പാസറൈ, ആന്ധ്രയിലെ അസോസിയേഷൻ ഫോർ സോഷ്യൽ ജസ്റ്റിസ്, ഗോവയിലെ സിറ്റിസൺസ് ഫോറം, രാജസ്ഥാനിലെ കമ്യൂണിറ്റി സോഷ്യൽ ആന്റ് എഡ്യൂക്കേഷൻ സൊസൈറ്റി, പശ്ചിമ ബംഗാളിലെ നാഗരിക് അധികാര സുരക്ഷാ സമിതി, മണിപ്പൂരിലെ ലൈലോങ് സോഷ്യൽ ഫോറം എന്നിവയെക്കൂടി ചേർത്ത് പോപ്പുലർ ഫ്രണ്ട് ഓഫ് ഇന്ത്യ (പി എഫ് ഐ) യായി മാറി. എൻ ഡി എഫ് ഏറെ വൈകാതെ എസ് ഡി പി ഐ (സോഷ്യൽ ഡെമോക്രാറ്റിക് പാർട്ടി ഓഫ് ഇന്ത്യ) എന്ന പേരിൽ അവർ രാഷ്ട്രീയപാർട്ടിയുണ്ടാക്കുകയും ചെയ്തു. പോപ്പുലർ ഫ്രണ്ടിന്റെയും എസ് ഡി പി ഐയുടെയും വിദ്യാർത്ഥി വിഭാഗമത്രെ കേരളത്തിലെ കാമ്പസുകളിൽ പ്രവർത്തിച്ചുവരുന്ന കാമ്പസ് ഫ്രണ്ട്.

എറണാകുളം മഹാരാജാസ് കോളേജിലെ രണ്ടാം വർഷ ബി എസ് സി വിദ്യാർത്ഥിയും എസ് എഫ് ഐ പ്രവർത്തകനുമായിരുന്ന അഭിമന്യുവിനെ ചുമരെഴുത്തുമായി ബന്ധപ്പെട്ട നിസ്സാരതർക്കങ്ങളുടെപേരിൽ കുത്തിമലർത്തിയത് മാധ്യമറിപ്പോർട്ടുകളും പൊലീസ് ഭാഷ്യവുമനുസരിച്ച്, കാമ്പസ് ഫ്രണ്ടിന്റെയും എസ് ഡി പി ഐയുടെയും പ്രവർത്തകരാണ്. കാമ്പസ് ഫ്രണ്ടുകാരുടെ അക്രമരാഷ്ട്രീയത്തിന്റെ ആദ്യത്തെ ഇരയല്ല അഭിമന്യു. ആറു വർഷം മുമ്പ് (2012 ജൂലൈയിൽ) ചെങ്ങന്നൂർ ക്രിസ്റ്റ്യൻ കോളേജ് കവാടത്തിൽ കോന്നി എൻ എസ് എസ് കോളേജിലെ ഒന്നാം വർഷ ബിരുദ വിദ്യാർത്ഥി വിശാൽ കുമാറിനെ കൊല ചെയ്തതും പോപ്പുലർ ഫ്രണ്ട് ഓഫ് ഇന്ത്യയുടെ വിദ്യാർത്ഥി സംഘടനയിൽപ്പെട്ടവരായിരുന്നു.

അത്രയേറെ രൗദ്രത ആ ചെറിയ സംഘടനയുടെ പ്രവർത്തകർക്ക് എങ്ങനെയുണ്ടായി? പോപ്പുലർ ഫ്രണ്ട് ഓഫ് ഇന്ത്യയും അനുബന്ധ സംഘടനകളും ശിരസ്സേറ്റിയ പ്രത്യയശാസ്ത്രത്തിലാണ് ഈ ചോദ്യത്തിനുള്ള ഉത്തരം തേടേണ്ടത്. മറ്റുപല വർഗ്ഗീയ മതമൗലിക പ്രസ്ഥാനങ്ങളുടേയുമെന്നപോലെ പി എഫ് ഐയുടെയും കാമ്പസ് ഫ്രണ്ട് ഓഫ് ഇന്ത്യയുടെയും പ്രത്യയശാസ്ത്രവും കടുത്ത അസഹിഷ്ണുതയിലും അപരവിഭാഗദ്വേഷത്തിലുമധിഷ്ഠിതമാണ്. 2010 ൽ തൊടുപുഴ ന്യൂമാൻ കോളേജ് അദ്ധ്യാപകന്റെ കൈവെട്ടിയത് പി എഫ് ഐയുമായി ബന്ധപ്പെട്ടവരായിരുന്നു എന്നതിവിടെ ഓർക്കാം.

ഒരുകാലത്ത് മതേതര വിദ്യാർത്ഥി പ്രസ്ഥാനങ്ങൾക്ക് മാത്രം ഇടമുണ്ടായിരുന്ന സംസ്ഥാനത്തെ പല കലാലയങ്ങളിലും സമീപകാലത്തായി പ്രതിലോമചിന്താഗതിയും വർഗ്ഗീയ മതമൗലിക മനസ്സുമുള്ള വിദ്യാർത്ഥി പ്രസ്ഥാനങ്ങൾ പിടിമുറുക്കാൻ ശ്രമിക്കുന്നുണ്ടെന്നതും ഒരു വലിയ പരിധി വരെ അവ അതിൽ വിജയിക്കുന്നുണ്ടെന്നതും നിഷേധിക്കാനാവാത്ത വസ്തുതയാണ്. ക്യാമ്പസിനു വെളിയിൽ പൊതുസമൂഹത്തിൽ പ്രവർത്തിക്കുന്ന വർഗ്ഗീയ, മതമൗലിക മതതീവ്രവാദ കക്ഷികളുടെ പോഷകസംഘടനകളാണ് ഈ പറഞ്ഞ വിദ്യാർത്ഥിപ്രസ്ഥാനങ്ങൾ. പ്രസ്തുത വിദ്യാർത്ഥിസംഘടനകളുടെ മാതൃകക്ഷികളുമായി രാഷ്ട്രീയലാഭം മുൻനിർത്തി മതേതരപാർട്ടികൾ ഒളിഞ്ഞോ തെളിഞ്ഞോ സഖ്യമുണ്ടാക്കുന്ന രാഷ്ട്രീയാന്തരീക്ഷമാണ് വർഷങ്ങൾ പലതായി സംസ്ഥാനത്ത് നിലനില്ക്കുന്നത്. സെക്കുലർ പാർട്ടികളുടെ ഈ അടവുനയം മതസങ്കുചിതത്വത്തിലും തീവ്രവാദത്തിലും അഭിരമിക്കുന്ന പാർട്ടികൾക്ക് വളമായിത്തീരുന്നു. വിദ്യാഭ്യാസ സ്ഥാപനങ്ങൾക്കു പുറത്ത് തീവ്രവാദ കക്ഷികളോട് മതേതരപാർട്ടികൾ മൃദുസമീപനം സ്വീകരിക്കുന്ന രീതി ഉപേക്ഷിക്കാത്തിടത്തോളംകാലം ക്യാമ്പസുകളെ തീവ്രവാദമുക്തമാക്കാൻ സാധിച്ചെന്നുവരില്ല.

കാമ്പസിനെ തീവ്രവാദമുക്തമാക്കണം

കെ ഇ എൻ

അങ്ങോട്ട് തിരിയരുത്, ഇങ്ങോട്ട് തിരിയരുത്, നൃത്തം ചെയ്യരുത്, പാട്ട് പാടരുത്, മുദ്രാവാക്യം വിളിക്കരുത് എന്നിങ്ങനെയുള്ള ശാസനകൾക്കുള്ളിൽക്കിടന്ന് ശ്വാസം മുട്ടിയിരുന്ന വിദ്യാലയങ്ങളെ, സ്വാതന്ത്ര്യത്തിലേക്ക് വിമോചിപ്പിക്കാനുള്ള നിരന്തര പ്രവർത്തനങ്ങളിലൂടെയാണ്; സമാനതകളില്ലാത്ത അസംഖ്യം സമരപരമ്പരകളിലൂടെയാണ് എസ് എഫ് ഐ കലാലയങ്ങളുടെ കരുത്തും കാന്തിയുമായി മാറിയത്. നരച്ച നാടുവാഴിത്ത മൂല്യങ്ങളെ കോട്ടകെട്ടി സൂക്ഷിക്കുന്നവരോടും സർവ്വ മാനവികമൂല്യങ്ങളെയും കാറ്റിൽപ്പറത്തുന്ന നവ ഉദാരവാദത്തോടും ഇഞ്ചിനിഞ്ചിന് ഏറ്റുമുട്ടിയാണ്, എസ് എഫ് ഐ കാമ്പസിന്റെ കരുത്തായി തീർന്നത്. പ്രബുദ്ധ കാമ്പസ് എന്ന കാഴ്ചപ്പാട്, ധീരമായി ഉയർത്തിപ്പിടിക്കുന്നതിനിടയിലാണ്, മുപ്പതിലേറെ ജ്വലിക്കുന്ന ജീവിതങ്ങൾ നമ്മുടെ കാമ്പസിനും നാടിനും ജനാധിപത്യത്തിനും എസ് എഫ് ഐയ്ക്കും നഷ്ടമായത്. എന്നിട്ടും എസ് എഫ് ഐ സമം അക്രമം എന്നൊരു സമവാക്യം സൃഷ്ടിച്ചെടുക്കുന്നതിലാണ്, അതിൽ ഏകപക്ഷീയമായി രമിക്കുന്നതിലാണ് മുഖ്യധാരാ ആശയലോകം വ്യാപൃതമായിരിക്കുന്നത്. എറണാകുളത്തെ പ്രശസ്തമായ മഹാരാജാസ് കോളേജിൽ, കാമ്പസ് ഫ്രണ്ട് നേതൃത്വത്തിൽ തീർത്തും ആസൂത്രിതമായി നടന്ന അഭിമന്യു വധത്തെക്കുറിച്ച് പറയുമ്പോൾപ്പോലും, അവർ ആർക്കൊക്കെയോ വേണ്ടി എവിടെയൊക്കെയോ തപ്പിത്തടയുകയാണ്. കാമ്പസിൽ ചിലപ്പോഴെങ്കിലും ചുമരെഴുതുന്നതിന്റെ പേരിലും നവാഗതരെ സ്വാഗതം ചെയ്യാൻ തോരണങ്ങൾ തൂക്കുന്നതിന്റെ പേരിലും തർക്കങ്ങൾ ഉണ്ടാകാറുണ്ട്. എന്നാലത്, അപ്പോഴോ, കുറച്ച് കഴിഞ്ഞോ പരിഹരിക്കപ്പെടുകയും പഴയ സൗഹൃദം പുനഃസ്ഥാപിക്കപ്പെടുകയുമാണ് പതിവ്. എന്നാൽ,

മഹാരാജാസ് കോളേജിൽ കാമ്പസ് ഫ്രണ്ട്/എസ് ഡി പി ഐ നേതൃത്വത്തിൽ നടന്ന ആ കൊല ഇത്തരമൊരു കാമ്പസ് കലഹത്തിന്റെ ഭാഗമല്ലെന്നുതന്നെയാണ് ലഭ്യമായ വിവരങ്ങൾ സാക്ഷ്യപ്പെടുത്തുന്നത്.

'കാമ്പസ് ഫ്രണ്ട്' പിന്തുടരുന്നത്, സമരത്തിന്റെയും സംവാദത്തിന്റെയും വഴിയല്ല, ആസൂത്രിത ആക്രമണത്തിന്റെ വഴിയാണ്. എസ് എഫ് ഐ കാമ്പസിന്റെ 'ഹൃദയമിടിപ്പായി' മാറിയത്, ആത്മത്യാഗപരമായ സമരങ്ങളിലൂടെയും ആത്മാവിഷ്കാരങ്ങളിലൂടെയുമാണ്. 'പഠിക്കുക, പൊരുതുക' എന്നുമാത്രമല്ല, കാമ്പസിനെ കലാത്മകതയുടെ കേന്ദ്രമാക്കുക എന്ന മുദ്രാവാക്യംകൂടിയാണ് എസ് എഫ് ഐ മുഴക്കുന്നത്. ജർമ്മൻ കലാപ്രതിഭ പീനാബൌച്ചിന്റെ "dance, dance, otherwise we are lost" എന്ന പ്രശസ്ത വാക്യമാണ്, ആ വാക്യത്തിലെ വെളിച്ചമാണ്, കാമ്പസിനെ നിർണ്ണയിക്കുകയും നിർവ്വചിക്കുകയും ചെയ്യേണ്ടത്. എന്നാൽ, കാമ്പസ് ഫ്രണ്ട്, കലാലയങ്ങളിൽ സാന്നിദ്ധ്യമറിയിക്കാൻ കൊതിക്കുന്നത്, മതനിരപേക്ഷ കാഴ്ചപ്പാട് പുലർത്തുന്നവരിൽ നിന്ന് വ്യത്യസ്തമായി, കൊലയും കൊലവിളിയും നടത്തിയാണ്. 'കാമ്പസിനെ രാഷ്ട്രീയപ്രബുദ്ധമാക്കുക, തീവ്രവാദമുക്തമാക്കുക' എന്ന ജനാധിപത്യ കാഴ്ചപ്പാടിന്റെ സാക്ഷാൽക്കാരത്തിന്നുള്ള തുടർസമരങ്ങളാണ്, സഖാവ് അഭിമന്യുവിന്റെ രക്തസാക്ഷിത്വം ആവശ്യപ്പെടുന്നത്. ഇന്ത്യയിലെ ഭീകരപ്രസ്ഥാനങ്ങളുടെ മുഴുവൻ മാതൃസ്രോതസ്സെന്ന് സാംസ്കാരിക വിമർശകരിൽ പലരും വിലയിരുത്തിയ ആർ എസ് എസിനെ അനുകരിക്കാനാണ്, പോപ്പുലർ ഫ്രണ്ടും കാമ്പസ് ഫ്രണ്ടും ശ്രമിക്കുന്നത്. ഇസ്ലാംമതത്തെയും ന്യൂനപക്ഷസമൂഹങ്ങളുടെ ജനാധിപത്യ അവകാശം സംബന്ധിച്ച ശരിയായ കാഴ്ചപ്പാടുകളെയും ഫാസിസ്റ്റ് വിരുദ്ധ പ്രചാരണങ്ങളെയും 'ഇടതുപക്ഷവിരുദ്ധത'യിലേക്ക് കണ്ണിചേർക്കുകയെന്ന സങ്കുചിതശ്രമമാണവർ നടത്തുന്നത്.' എന്തു വില കൊടുത്തും മതനിരപേക്ഷതയ്ക്ക് കാവൽ നില്ക്കണമെന്ന ജനാധിപത്യ കാഴ്ചപ്പാടിനൊപ്പമല്ല; കമ്യൂണിസ്റ്റുകളെ വേരോടെ പിഴുതെറിയണം' എന്ന അമിത് ഷായുടെ അലർച്ചകൾക്കൊപ്പമാണ് അവർ ഒത്തുചേർന്നിരിക്കുന്നത്.

പോപ്പുലർ ഫ്രണ്ടിന്റെ സ്വയം പരസ്യപ്പെടുത്തുന്ന ഫാസിസ്റ്റ് വിരുദ്ധത യഥാർത്ഥ ഫാസിസ്റ്റ് വിരുദ്ധതയല്ല. പ്രക്ഷോഭങ്ങളെ വഴിതിരിച്ചുവിടാനുള്ള വെറും വൈകാരിക പ്രതിരോധമാണത്. ആർ എസ് എസിനെ അനുകരിച്ചും അതിന്റെ സൈനികവല്ക്കരണത്തെ അന്ധമായി പിന്തുടർന്നുമാണ് പോപ്പുലർ ഫ്രണ്ട് പ്രവർത്തിക്കുന്നത്. 'പ്രതിരോധം അപരാധമല്ല' എന്ന അവരുടെ പഴയ മുദ്രാവാക്യം പ്രത്യക്ഷത്തിൽ അടിച്ചമർത്തപ്പെടുന്നവർക്ക് ആവേശമായി തോന്നാനിടയുണ്ടെങ്കിലും അടിസ്ഥാനപരമായി ആ മുദ്രാവാക്യത്തിന്റെ മറവിലിരുന്ന് അവർ ചെയ്യുന്നത് മതനിരപേക്ഷമൂല്യങ്ങൾക്കെതിരായ കടന്നാക്രമണ

ങ്ങളാണ്. പഴയ അതേ മുദ്രാവാക്യംതന്നെയാണ് മഹാരാജാസിലെ ആസൂത്രിത കൊലയ്ക്കുശേഷവും അവർ നിർലജ്ജം ആവർത്തിക്കുന്നത്. കൊല നടത്തിയതിനുശേഷം തുടരുന്ന മറ്റൊരു കൊലവിളിയായി മാത്രമേ ഇതിനെ കാണാനാകൂ. ആർ എസ് എസ് മുസ്ലിങ്ങൾക്കെതിരെ നടത്തുന്ന ആക്രമണങ്ങളെ തടയാൻ തങ്ങൾമാത്രമേ ഉള്ളൂവെന്നും തങ്ങൾക്കുമാത്രമേ അതിനാവശ്യമായ ശക്തിയുള്ളൂവെന്നുമാണ് പ്രസ്തുത മുദ്രാവാക്യംവഴി അവർ പരസ്യപ്പെടുത്തുന്നത്. എന്നാൽ, ഈ മുദ്രാവാക്യം അടിമുടി ചോദ്യംചെയ്യപ്പെടണം. സംഘപരിവാർ ഫാസിസത്തിനെതിരായ എല്ലാ കടന്നാക്രമണങ്ങളെയും നാളിതുവരെയും ഇപ്പോഴും പ്രതിരോധിക്കുന്നത് യഥാർത്ഥത്തിൽ ആരാണെന്ന ചരിത്രയാഥാർത്ഥ്യമാണ് അവർ പൂഴ്ത്തിവയ്ക്കുന്നത്. കേരളത്തിൽ പ്രതിരോധരഹിതമായിട്ട് മുസ്ലിം ജനത എല്ലായ്പ്പോഴും ആക്രമിക്കപ്പെടുന്നുവെന്ന അസംബന്ധമാണ് അവർ പ്രചരിപ്പിക്കുന്നത്. സംഘപരിവാറിന്റെ മുന്നിൽ ജനാധിപത്യമൂല്യങ്ങൾ ഉയർത്തിപ്പിടിച്ച് പ്രതിരോധവലയം തീർത്ത് പ്രാണൻപോലും വെടിഞ്ഞ കമ്യൂണിസ്റ്റുകാരുടെ ജ്വലിക്കുന്ന സ്മരണകളെയാണ് അവർ അപഹസിക്കുന്നത്. ഫാസിസത്തിനെതിരായ ഈ പ്രതിരോധങ്ങളെ മുഴുവൻ മറച്ചുപിടിച്ചാണ് പുതിയ കണ്ടുപിടിത്തം പോലെ 'പ്രതിരോധം അപരാധമല്ല' എന്ന് വിളിച്ചുപറയുന്നത്. ഫാസിസ്റ്റ് രാഷ്ട്രീയത്തെ നിവർന്നുനിന്ന് നേരിടുന്ന കമ്യൂണിസ്റ്റുകാരുടെ നെഞ്ചിലേക്ക് കഠാര കുത്തിയിറക്കുന്നതാണ് പോപ്പുലർ ഫ്രണ്ടിന്റെ പ്രതിരോധം. പുനലൂർ അഷ്റഫ് മുതൽ അഭിമന്യുവരെയുള്ളവരെ കൊന്ന് കൊലവിളിച്ചാണ് അവരുടെ പ്രതിരോധം കുതിക്കുന്നത്. പോപ്പുലർ ഫ്രണ്ട് നടത്തുന്ന ആക്രമണത്തിൽ ഇസ്ലാംമതവും മുസ്ലീംസമൂഹവും വാദിയോ പ്രതിയോ അല്ല. ആർ എസ് എസിനും പോപ്പുലർ ഫ്രണ്ടിനും മത ജാതി കണക്കുകൾമാത്രം മുന്നിൽവച്ച് ഏറ്റുമുട്ടി കൊലക്കളമാക്കാനുള്ളതല്ല കേരളം.

ഒരു ഹിന്ദു കാമ്പസും മറ്റൊരു മുസ്ലിം കാമ്പസുമല്ല, സർവ്വ വൈവിദ്ധ്യങ്ങൾക്കും ജനാധിപത്യപരമായി പരമാവധി വികസിക്കാനും വളരാനും കഴിയുംവിധം നൂറുപൂക്കൾ വിരിയുന്ന ഒരു മനുഷ്യ കാമ്പസാണ്, ജനാധിപത്യ മതനിരപേക്ഷ കാമ്പസാണ് ഇന്നനിവാര്യമെന്ന് ആത്മാഭിമാനത്തോടെ പ്രഖ്യാപിക്കാൻ ഓരോ വിദ്യാർത്ഥിക്കും കഴിയുന്നില്ലെങ്കിൽ, ഒരായിരം പ്രക്ഷോഭവേദികളിൽ പകുത്തുകൊടുത്ത ജന്മങ്ങളും മുറിവേറ്റ സ്വപ്നങ്ങളും അനാഥമാകും. പല പേരുകളിൽ അറിയപ്പെടുന്ന മരങ്ങളുടെ വേരുകൾ ഭൂമിക്കടിയിൽ പങ്കുവയ്ക്കുന്ന നിതാന്ത സൗഹൃദംപോലും കൂടിച്ചേരലിന്റെ പാഠങ്ങളാണ് ആവിഷ്കരിക്കുന്നത്. പരസ്പരം യോജിച്ചുകൊണ്ടുമാത്രമല്ല, വിയോജിച്ചും സമ്മതപത്രങ്ങളിൽ ഒപ്പിട്ടുകൊണ്ടുമാത്രമല്ല, സംവാദങ്ങൾ

സൃഷ്ടിച്ചും മാരകമായ സങ്കുചിതത്ത്വത്തിലേക്ക് മറിഞ്ഞുവീഴാതെ മനുഷ്യർക്ക് സൗഹൃദം അനുഭവിക്കാൻ കഴിയും. കാമ്പസിനെ സംവാദസംസ്കാരത്തിന്റെ ജ്വലിക്കുന്ന സാന്നിദ്ധ്യമാക്കി തീർക്കാനാകും വിധം, സംഘട്ടനസംസ്കാരത്തിന്റെ ജീർണ്ണാവശിഷ്ടങ്ങളോട്, ധീരമായി വിട ചോദിക്കാനുള്ള ആർജ്ജവമാണ് ഇന്നു കാലം ആവശ്യപ്പെടുന്നത്.

അവന്റെ വാക്കുകൾ പടരണം

എൻ സുകന്യ

അവനവനുവേണ്ടിയല്ലാതെ അപരനുവേണ്ടി ചുടുരക്തമൂറ്റി കടന്നുപോയ ഓരോ രക്തസാക്ഷിയും അമ്മയ്ക്കു കണ്ണുനീർ മാത്രം നല്കിയവരാണ്. “നാൻ പെറ്റ മകനേ, രാസാ എന്നെ വിട്ടുപോയിട്ടേ..” എന്ന നിലവിളി നമ്മുടെയെല്ലാം നെഞ്ചകം പിളർക്കുന്നുണ്ട്. എന്നാൽ ഈ നഷ്ടത്തെ കേവലം ഒരു കുടുംബത്തിന്റെ മാത്രം നഷ്ടമായി ചുരുക്കുന്നവരോട് അഭിമന്യു എന്ന കൊച്ചു വിപ്ലവകാരി പറയുന്നു. “നമുക്കു മുന്നിലെ തലമുറ അവരവരുടെ കാര്യം മാത്രം നോക്കിയിരുന്നെങ്കിൽ ഇന്ന് നമ്മളൊന്നും ജീവിച്ചിരിക്കില്ലായിരുന്നു” അതായിരുന്നു അഭിമന്യൂവെന്ന ഇടതുപക്ഷക്കാരന്റെ രാഷ്ട്രീയം. ഈ രാഷ്ട്രീയമാണ് മത വർഗ്ഗീയവാദികളെ ഭയപ്പെടുത്തിയത്. അരുംകൊലയിലേക്ക് നയിച്ചത്.

വട്ടവടയിലെ ഒറ്റമുറി വീട്ടിലെ ദാരിദ്ര്യത്തിന്റെ ലോകത്തുനിന്നും എത്രമാത്രം പരിശ്രമത്തിലൂടെയാവും ആ ചെറുപ്പക്കാരൻ മഹാരാജാസ് കോളേജിലെ ബി എസ് സി രസതന്ത്രം വിദ്യാർത്ഥി എന്നതിലേക്ക് വളർന്നത്. പട്ടിണി മാത്രമായിരുന്നു അവനെന്നുമെങ്കിലും ഉറ്റ സുഹൃത്തുക്കളെപ്പോലും അവൻ അതറിയിച്ചില്ല.

അവധിക്കാലത്ത് ലുലുമാളിൽ പ്ലംബിങ് പണിചെയ്തും സിനിമാ പോസ്റ്റർ ഒട്ടിച്ചും അവൻ പഠനച്ചെലവുകൾ കണ്ടെത്തി. കോളേജിലെത്തി ഒരു വർഷം കൊണ്ടുതന്നെ വിദ്യാർത്ഥികൾക്കിടയിൽ നേടിയ അംഗീകാരം, തന്നെയാണ് അവനെ ഹോസ്റ്റൽ സെക്രട്ടറിയും എൻ എസ് എസ് യൂണിറ്റ് സെക്രട്ടറിയുമായി ഉയർത്തിയത്.

കേരളത്തിലെ കലാലയ രാഷ്ട്രീയം പൊതുവേ സംഘർഷഭരിതമല്ലാത്ത ഒരു സമയത്താണ് പ്രത്യേകിച്ച് പ്രകോപനമൊന്നുമില്ലാതെ ഈ

കൊടുംക്രൂരത അരങ്ങേറിയത്. അതുകൊണ്ടുതന്നെ ഈ സംഭവത്തിന് പിന്നിലെ ഗൂഢാലോചന പുറത്തുകൊണ്ടുവരേണ്ടതുണ്ട്.

കേരളത്തിലെ കാമ്പസുകൾ ഇന്നുള്ളതിലേറെ സംഘർഷഭരിതമായിരുന്ന എൺപതുകളിലാണ് ഞാൻ വിദ്യാർത്ഥി സംഘടനാ പ്രവർത്തന രംഗത്തേക്ക് വന്നത്. അടിയന്തരാവസ്ഥയ്ക്കുശേഷമുള്ള നാളുകൾ... കാമ്പസുകളിൽ എസ് എഫ് ഐ ഒരു നിർണ്ണായക ശക്തിയായി മാറിയ കാലം. കൊല്ലം എസ് എൻ കോളേജിലെ എസ് എഫ് ഐയുടെ ഉശിരൻ നേതാവായിരുന്ന ശ്രീകുമാർ, ആലപ്പുഴയിലെ ജി ഭുവനേശ്വരൻ, (ജി സുധാകരന്റെ സഹോദരൻ) തൃശൂരിലെ കെ ആർ തോമസ്, പത്തനംതിട്ട കാതോലിക്കറ്റ് കോളേജിലെ സി വി ജോസ്... ഇവരുടെയെല്ലാം രക്തസാക്ഷിത്വത്തിന്റെ അനുഭവങ്ങൾ കേട്ടുകൊണ്ടാണ് ഞങ്ങൾ സംഘടനയിലേക്ക് വരുന്നത്. അതിൽ ശ്രീകുമാറിനെയും തോമസിനെയും കൊലപ്പെടുത്തിയത് ആർ എസ് എസ്- എ ബി വി പിക്കാരാണെങ്കിൽ ഭുവനേശ്വരനെയും ജോസിനെയും കൊന്നത് കെ എസ് യുക്കാരായിരുന്നു. സംഘടനാ പ്രവർത്തനകാലത്ത് ഏറ്റവും വേദനിപ്പിച്ച അനുഭവങ്ങളിലൊന്നായിരുന്നു പത്തനംതിട്ട കാതോലിക്കറ്റ് കോളേജിലെതന്നെ വിദ്യാർത്ഥിയായിരുന്ന എസ് എഫ് ഐ നേതാവ് എം എസ് പ്രസാദിന്റെ കൊലപാതകം. ഒരു തിരുവോണനാളിലാണ് പ്രസാദിന്റെ കൊലപാതകം. ഒരു തിരുവോണ നാളിലാണ് പ്രസാദിനെ കൊലപ്പെടുത്തിയത് അറിയുന്നത്. അഖിലേന്ത്യാ സമ്മേളനത്തിൽ പങ്കെടുക്കാനായുള്ള യാത്രയ്ക്കിടയിലാണ് പ്രസാദിനെ പരിചയപ്പെടുന്നത്. നിറഞ്ഞ ചിരിയും സൗഹൃദവുംകൊണ്ട് ഞങ്ങളുടെയെല്ലാം മനസ്സ് കവർന്ന പ്രസാദ് ഒരു വിങ്ങലായി. കെ എസ് യു വിന്റെ അക്രമരാഷ്ട്രീയത്തിന്റെ ജീവിക്കുന്ന രക്തസാക്ഷിയായ സൈമൺ ബ്രിട്ടോയെ വിടുതലയിലുള്ള വീട്ടിൽപ്പോയി കണ്ടതും മറക്കാനാവാത്ത അനുഭവമാണ്.

വിദ്യാർത്ഥി രാഷ്ട്രീയത്തിനെതിരെ അന്നുയർന്ന ഏറ്റവും വലിയ ആക്ഷേപം തന്നെ അക്രമരാഷ്ട്രീയമെന്നതായിരുന്നു. ദേവപാലൻ മുതൽ അഭിമന്യു വരെ 33 പേരെ നഷ്ടമായ എസ് എഫ് ഐക്കാണ് അതിന്റെ പഴി ഏറെ കേൾക്കേണ്ടിവന്നത് എന്നതാണ് ഏറെ വിചിത്രം. കെ എസ് യുവും എ ബി വി പിയും ആർ എസ് എസുമാണ് യഥാർത്ഥത്തിൽ അന്ന് പ്രതിസ്ഥാനത്തുണ്ടായിരുന്നത്.

രണ്ടായിരത്തിനുശേഷം നമ്മുടെ കലാലയങ്ങളിലേക്ക് കടന്നുവരുകയും തീക്ഷ്ണമായ വർഗ്ഗീയ ധ്രുവീകരണത്തിനായി ശ്രമിക്കുകയും ചെയ്യുന്ന ചില വിദ്യാർത്ഥി സംഘടനകളുണ്ട്. അവയുടെ വളർച്ച ഒറ്റപ്പെട്ട സംഭവമല്ല. സെപ്തംബർ 11 ന്റെ വേൾഡ് സെന്റർ ആക്രമണത്തിനുശേഷം ലോകമൊട്ടാകെ ഇസ്ലാമോഫോബിയ ശക്തമായി. ഇന്ത്യയിലാണെങ്കിൽ ബാബറി മസ്ജിദ് തകർക്കപ്പെട്ടത് മുസ്ലീം സമുദായത്തിനിട

യിൽ വലിയ ഭയമാണ് സൃഷ്ടിച്ചത്. വലിയൊരു വർഗ്ഗീയ ധ്രുവീകരണത്തിലേക്കാണന്ന് ഇന്ത്യൻ സമൂഹത്തെ ആ സംഭവം നയിച്ചത്. അത്തരമൊരു അന്തരീക്ഷത്തിലാണ് ബി ജെ പി ഇന്ത്യൻ രാഷ്ട്രീയത്തിൽ നിർണ്ണായക ശക്തിയായി വളരുന്നത്.

ബി ജെ പിയുടെ രാഷ്ട്രീയ പരീക്ഷണശാലയായിരുന്ന ഗുജറാത്തിൽ നടന്ന വംശഹത്യയും ഏറ്റുമുട്ടലുകളും മുസ്ലീം ചെറുപ്പക്കാർക്കെതിരായ വേട്ടയാടലുകളും ഈ പ്രതിസന്ധിയുടെ ആഴം വർദ്ധിപ്പിച്ചു.

ഈ പ്രതിസന്ധിയെ ജനാധിപത്യം-മതനിരപേക്ഷ-പുരോഗമന ശക്തികളുടെ പിന്തുണയോടെ നേരിടുന്നതിന് പകരം മുസ്ലീം സ്വത്വബോധത്തെ തെറ്റായ രീതയിൽ വളർത്തിക്കൊണ്ട് തീവ്രവാദത്തിലേക്ക് എത്തിക്കുന്ന അപകടകരമായ സമീപനമാണ് സാർവ്വദേശീയതലത്തിൽത്തന്നെ ഉണ്ടായത്. ന്യൂനപക്ഷ തീവ്രവാദം മതഭീകരതയായി വളർന്നു. ലോകത്തിൽ വിവിധ ഭാഗങ്ങളിൽ നടന്ന തീവ്രവാദ ആക്രമണങ്ങളിൽ നൂറുക്കണക്കിന് മനുഷ്യർ കൊല്ലപ്പെട്ടു. ഐ എസ് ഐ എസ് പോലുള്ള ഭീകര പ്രസ്ഥാനങ്ങൾ സ്വമേധയാ അവയുടെ ഉത്തരവാദിത്വം ഏറ്റെടുത്തു. ഇതെല്ലാം മുസ്ലീംസമൂഹത്തെ കൂടുതൽ ഒറ്റപ്പെടുത്തുകയാണ് ചെയ്തത്.

ഇത്തരമൊരു പശ്ചാത്തലത്തിലാണ് ഇന്ത്യയിലെ ന്യൂനപക്ഷ വർഗ്ഗീയതയുടെ വളർച്ചയെ നാം വിലയിരുത്തേണ്ടത്. 2006 ൽ എൻ ഡി എഫ് രൂപാന്തരം പ്രാപിച്ച് പോപ്പുലർ ഫ്രണ്ടാവുന്നു. 2009 ൽ തന്നെയാണ് സിമി നിരോധിക്കപ്പെടുന്നതും. 2009 ൽ എസ് ഡി പി ഐ രൂപവല്ക്കരിക്കപ്പെട്ടു. അന്താരാഷ്ട്ര തീവ്രവാദ സംഘടനകളിലേക്ക് ഇന്ത്യയിൽനിന്ന് - കേരളത്തിൽനിന്നും യുവാക്കളെ റിക്രൂട്ട് ചെയ്യുന്ന വാർത്തകൾ പുറത്തുവരുന്നു. ഇതേ സമയത്താണ് കാമ്പസ് ഫ്രണ്ട്, എസ് ഐ ഒ, ജി ഐ ഒ തുടങ്ങിയ വിദ്യാർത്ഥി സംഘടനകളും തങ്ങളുടെ സ്വാധീനം ശക്തിപ്പടുത്താൻ ശ്രമിക്കുന്നത്. ഇവയ്ക്കെല്ലാം പൊതുവായുള്ളത് അവയുടെ വർഗ്ഗീയ നിലപാടാണ് (ഇത്തരമൊരു നിലപാടിന്റെ വളർച്ചയുടെ ഉത്തരവാദിത്വത്തിൽനിന്ന് എം എസ് എഫ്, എസ് എസ് എഫ് തുടങ്ങിയ സംഘടനകൾക്കും വിട്ടുനില്ക്കാനാവുമെന്നും തോന്നുന്നില്ല)

നേരത്തേ സൂചിപ്പിച്ച കാമ്പസ് ഫ്രണ്ട് ഉൾപ്പെടെയുള്ളവ (എസ് ഡി പി ഐയും പോപ്പുലർ ഫ്രണ്ടുമെല്ലാം പൊതുസമൂഹത്തിലും) സ്വീകാര്യത നേടുന്നതിനായി ബോധപൂർവ്വം അണിയുന്ന പുരോഗമന മുഖംമൂടിയാണ് ഏറെ അപകടകരം. നിങ്ങൾ സി എഫ് ഐയുടെ (കാമ്പസ് ഫ്രണ്ടിന്റെ) പതാക ശ്രദ്ധിക്കൂ, എഴുത്ത് ശ്രദ്ധിക്കൂ. എസ് എഫ് ഐയെ അനുകരിക്കാനുള്ള ബോധപൂർവ്വമായ ഒരു ശ്രമം കാണാം. ഇതൊരു കാപട്യമാണ്. സാമ്രാജ്യത്വ വിരുദ്ധതയുടെ, പരിസ്ഥിതി വാദത്തിന്റെ, ദളിത് പ്രേമത്തിന്റെ ഈ കപട മുഖം കേരളത്തിൽ പലയി

ടത്തും നാം കണ്ടു. ഏറ്റവുമൊടുവിൽ കീഴാറ്റൂരിൽ വരെ.

എന്നാൽ മുസ്ലീം സമുദായത്തിനകത്ത് ഇന്നും നിലനില്ക്കുന്ന പിന്തിരിപ്പൻ ആശയങ്ങളോട് ഇവരുടെയെല്ലാം പ്രതികരണമെന്താണ്? ഉദാഹരണമായി മുത്തലാഖ് വിഷയത്തിൽ സുപ്രീം കോടതിയുടെ ഭാഗത്തുനിന്നുണ്ടായ സ്ത്രീപക്ഷ നിലപാടിനെപ്പോലും സ്വത്വവാദത്തിന്റെ പേരിൽ കടന്നാക്രമിക്കുകയല്ലേ ചെയ്തത്. മാർച്ച് നടത്തിയവരെ ആരെയും നമ്മൾ അപ്പോൾ കണ്ടില്ല. പർദ ധരിച്ചുകൊണ്ട് ഫ്ളാഷ് മോബ് നടത്തി എന്നാരോപിച്ച് മലപ്പുറത്തെ മുസ്ലീം പെൺകുട്ടികൾക്കു നേരെ സോഷ്യൽ മീഡിയയിൽ നടന്ന ആക്രമണത്തെ പ്രതിരോധിക്കാനും ഇവരെ ആരെയും കണ്ടില്ല.

യഥാർത്ഥത്തിൽ നമ്മുടെ കാമ്പസുകൾക്കകത്ത്, സ്കൂളുകൾക്കുള്ളിൽ പോലും ഇന്ന് നടന്നുകൊണ്ടിരിക്കുന്ന വർഗ്ഗീയധ്രുവീകരണം വളരെ ശക്തമാണ്. കുട്ടികൾ തമ്മിലുള്ള സൗഹൃദങ്ങൾ തീരുമാനിക്കുന്നതിൽപോലും മതം കടന്നുവരികയാണെന്നത് ഇരുപത് വർഷമായി അദ്ധ്യാപികയായി ജോലി ചെയ്യുന്ന എന്റെ നേരനുഭവമാണ്. ടൂർ പോവുന്നതിന്, കലോത്സവങ്ങളിലെ പരിപാടികളിൽ പങ്കെടുക്കുന്നതിന് എല്ലാം വിലക്കുകൾ വരുന്നു. ശൈശവ വിവാഹം പോലുള്ള സാമൂഹിക തിന്മകൾ സംരക്ഷിക്കപ്പെടുന്നു. മുസ്ലീം സമുദായത്തിനകത്തെ ചില വിഭാഗങ്ങൾക്കുള്ളിലെ നവോത്ഥാന ആശയങ്ങളുടെ അഭാവം ഇന്ന് നാം നേരിടുന്ന ഏറ്റവും വലിയ വിപത്താണ്. നേരത്തേ പറഞ്ഞ സ്വത്വബോധത്തിന്റെ വളർച്ചയാണ് അതിന് പ്രധാന കാരണം.

കേരളത്തിലെ പ്രമുഖ കലാലയങ്ങൾ മുന്നോട്ടുവയ്ക്കുന്നത് ജനാധിപത്യപരമായ സംവാദങ്ങളുടെ രാഷ്ട്രീയമാണ്. സർഗ്ഗാത്മകമായിരുന്ന ആ കാമ്പസ് വഴികളിൽനിന്ന് കേരളീയസമൂഹത്തിന്റെ വ്യത്യസ്ത മേഖലകളിലേക്ക് വളർന്നുവന്ന വ്യക്തികളെ നോക്കുക. അവരിൽ രാഷ്ട്രീയക്കാരുണ്ട്. ഭരണാധികാരികളുണ്ട്. കലാകാരന്മാരുണ്ട്. അവരെല്ലാം ഒരേ സ്വരത്തിൽ പറയും തങ്ങളുടെ കാമ്പസുകളാണ്, അവയുടെ ബഹുസ്വരതയാണ് തങ്ങൾക്ക് പിന്നിലെ ശക്തിയെന്ന്. അതിനെ തകർക്കുക എന്നതാണ് വർഗ്ഗീയവാദികളുടെ ലക്ഷ്യം. അതിലൂടെയാണ് ഇടതുപക്ഷത്തെ ദുർബ്ബലപ്പെടുത്താനാവുക എന്നവർ തിരിച്ചറിയുന്നു. ഇടതുപക്ഷം ദുർബ്ബലമാവേണ്ടത് ഒരേപോലെ ഭൂരിപക്ഷ-ന്യൂനപക്ഷ വർഗ്ഗീയതകളുടെ, ആവശ്യമാണ്. ജനാധിപത്യപരമായ സംഘടനാ പ്രവർത്തനത്തിലൂടെ ആശയപ്രചാരണത്തിലൂടെ, അതിന് കഴിയില്ല എന്നുവരുമ്പോൾ ഭീകരത സൃഷ്ടിച്ച് അതിന്റെ മറവിൽ സ്വാധീനം ഉറപ്പിക്കാനാണ് ശ്രമം.

കേരളത്തിലെ മതനിരപേക്ഷ പൊതുസമൂഹം അത് തിരിച്ചറിഞ്ഞേ മതിയാവൂ. ഈ വർഗ്ഗീയവാദികളെ ഒറ്റപ്പെടുത്തിയേ മതിയാവൂ. അഭിമന്യുവിന്റെ നിഷ്ഠുരമായ കൊലപാതകം നടന്ന് ദിവസങ്ങൾ പിന്നിടു

മ്പോഴും നമ്മുടെയെല്ലാം മനസ്സിൽ ഒടുങ്ങാത്ത ഒരുകരച്ചിലുണ്ട്.

അവൻ വായിച്ച് പാതി പൂർത്തിയാക്കിയ ഒരു പുസ്തകം, റോബിൻ ശർമ്മയുടെ *നിങ്ങൾ മരിക്കുമ്പോൾ ആരു കരയും* എന്നതായിരുന്നു. പ്രിയപ്പെട്ട കുഞ്ഞേ ഇന്ന് മനസ്സാക്ഷി നഷ്ടമാവാത്ത കേരളീയർ മുഴുവൻ നിനക്കായി കേഴുകയാണ്. ആ കരച്ചിലിന് ജാതി-മത-രാഷ്ട്രീയ ഭേദമില്ല. ആ നിലവിളികളിൽ നിന്നുയർന്നു വരുക, നീ മനസ്സിലും ചുവരിലും കോറിയിട്ട വരികൾ തന്നെയാണ് - വർഗ്ഗീയത തുലയട്ടെ.

മദമിളകിയ മതഭീകരത

പ്രീജിത്ത് രാജ്

"നാൻ പെറ്റ മകനേ,
നാൻ പെറ്റ രാസാ,
എൻ കിളിയേ...
എന്നെ വിട്ടുപോയിട്ട്ട്ടേയേ..."

പെറ്റവയറിന്റെ അടക്കാനാവാത്ത നോവാണോ കരച്ചിൽ... ഒരു സാന്ത്വനത്തിനും ശാന്തമാക്കാനാവാത്ത സങ്കടക്കടൽ തിരയടി. അവരുടെ തീരാത്ത വേദനയാണ് മുന്നിൽ തൂവെള്ളക്കൊടി പുതച്ച് കിടക്കുന്നത്. അവരുടെ എല്ലാ പ്രതീക്ഷകളുമായിരുന്ന പൊന്നുമോൻ. അഭിമന്യു. മകന്റെ ചേതനയറ്റ ശരീരത്തിലേക്ക് അവന്റെ അമ്മ. ആ പാവം തൊഴിലാളി സ്ത്രീ കുഴഞ്ഞുവീണു.

എറണാകുളം മഹാരാജാസ് കോളേജിലെ രണ്ടാം വർഷ ബിരുദ വിദ്യാർത്ഥിയായിരുന്നു അഭിമന്യു. സയന്റിസ്റ്റാവാൻ ആഗ്രഹിച്ച യുവാവ്. കെമിസ്ട്രിയിലും മറ്റ് വിഷയങ്ങളിലും കഴിവ് തെളിയിച്ച മിടുക്കൻ. ഇടുക്കിയിലെ അതിർത്തിഗ്രാമത്തിലെ മലമടക്കുകളിലെ ദാരിദ്ര്യം പിടിച്ച സാഹചര്യത്തിൽനിന്നും പഠിക്കാനുള്ള കഴിവുകൊണ്ടുമാത്രം നഗരത്തിലെ കോളേജിലേക്ക് വന്നവൻ. അവനെയാണ് മദമിളകിയ മതഭീകരത കൊന്നുകളഞ്ഞത്.

വഴിയരികിൽ വെട്ടേറ്റ് മരിച്ചുകിടക്കുന്ന തെരുവുനായ്ക്കളെ കേരളം കാണാൻ തുടങ്ങിയത് പോപ്പുലർ ഫ്രണ്ടിന്റെ വരവോടെയാണ്. മനുഷ്യനെ കൊല്ലാനുള്ള പരിശീലനം തെരുവുനായ്ക്കളിൽ നടത്തുന്ന സംഘടന. അവരുടെ ശ്രമഫലമായി രൂപീകൃതമായ രാഷ്ട്രീയപാർട്ടി. സോഷ്യൽ ഡെമോക്രാറ്റിക് പാർട്ടി ഓഫ് ഇന്ത്യ (എസ് ഡി പി ഐ). പോപ്പുലർ ഫ്രണ്ടിന്റെ വിദ്യാർത്ഥി വിഭാഗമായ കാമ്പസ് ഫ്രണ്ട് ഓഫ്

ഇന്ത്യ (സി എസ് ഐ) ഇസ്ലാമിക് തീവ്രവാദത്തിന്റെ ഈ കറുത്ത ശക്തികളാണ് അഭിമന്യുവിനെ കുത്തിക്കൊന്നത്. തെരുവു പട്ടിയെ കൊല്ലുന്ന അതേ ലാഘവത്തോടെ.

അഭിമന്യുവിന്റെ നെഞ്ചുപിളർത്തിക്കൊണ്ട് തുളച്ചുകയറിയ എസ് ഡി പി ഐയുടെ കൊലക്കത്തി അവന്റെ ഹൃദയത്തെ നെടുകെ പിളർത്തിക്കളഞ്ഞു. അവന്റെ ഹൃദയത്തിലുണ്ടായിരുന്ന നിറമുള്ള സ്വപ്നങ്ങളെ അവർ ആ കത്തിയിലേക്ക് കോർത്തെടുത്തു. ഒരിക്കലും വീണ്ടെടുക്കാനാവാത്ത വിധം അവയൊക്കെ കൊത്തിയരിഞ്ഞു നശിപ്പിച്ചു. 'വിശപ്പിൽനിന്ന് മോചനം, ഭയത്തിൽനിന്ന് മോചനം' എന്ന് പിറുപിറുത്തുകൊണ്ടാവണം അവന്റെ കൈകൾ പിന്നോട്ട് കൊരുത്ത് പിടിച്ചത്. അതിജീവനത്തിന്റെ പടയൊരുക്കം എന്ന മുദ്രാവാക്യം വിളിച്ചുകൊണ്ടാവണം മറ്റൊരാൾ അഭിമന്യുവിന്റെ നെഞ്ചിലേക്ക് കഠാര കുത്തിയിറക്കി കറക്കിയുറപ്പിച്ച് മരണം ഉറപ്പാക്കിയത്. ഇതാണ് പോപ്പുലർ ഫ്രണ്ടിന്റെയും അവരുടെ കുഞ്ഞുങ്ങളായ എസ് ഡി പി ഐയുടെയും കാമ്പസ് ഫ്രണ്ടിന്റെയും രാഷ്ട്രീയം.

നെഞ്ചിൽ കഠാര കുത്തിയിറക്കിയാൽ പിന്നെ ഒരു നിമിഷം പോലും ജീവൻ ശേഷിക്കരുതെന്ന പോപ്പുലർ ഫ്രണ്ടിന്റെ പരിശീലന മികവാണ് കുത്തേറ്റ് തൽക്ഷണം മരണപ്പെട്ട അഭിമന്യുവിലൂടെ ഇസ്ലാമിക് തീവ്രവാദികൾ യാഥാർത്ഥ്യമാക്കിയത്. തീർത്തും പ്രൊഫഷണലായ കൃത്യം എന്ന് ആശുപത്രി അധികൃതർ അത്ഭുതം കൂറുന്നു. മഹാരാജാസ് കോളേജിന്റെ തൊട്ടപ്പുറത്ത് നൂറുമീറ്റർ ദൂരത്തുള്ള ആശുപത്രിയിലെത്തുന്നതുവരെ പിടിച്ചുനിർത്താനുള്ള ജീവന്റെ മിടിപ്പ് ഇസ്ലാമിക ഭീകരവാദ സംഘം അഭിമന്യുവിൽ ബാക്കി വെച്ചില്ല. വിദഗ്ദ്ധരായ കൊലയാളി സംഘത്തിന്റെ കൈയടക്കമായിരുന്നു ആ കൊലപാതകമെന്ന് വിദഗ്ദ്ധരെല്ലാവരും സാക്ഷ്യപ്പെടുത്തുന്നു.

ഭയത്തിൽനിന്ന് മോചനം നേടി നടത്തിയ കഠാരപ്രയോഗത്തിൽ വിശപ്പിൽനിന്ന് മോചനം നേടാനുള്ള ഒരു ശവശരീരം എസ് ഡി പി ഐയ്ക്ക് ലഭിച്ചു. അതിജീവനത്തിന്റെ പടയൊരുക്കമെന്ന് കരുതി ഒരു വിദ്യാർത്ഥിയെ കൊന്നുതള്ളിയപ്പോൾ തങ്ങൾക്കെതിരെ ഉയരുന്ന വിമർശനങ്ങളെയെല്ലാം അതിജീവിക്കാനാവുമെന്ന് കാമ്പസ് ഫ്രണ്ടുകാർ വ്യാമോഹിച്ചു. ഇസ്ലാമികവല്ക്കരണമെന്ന ലക്ഷ്യത്തോടെ മതമൗലികവാദം വളർത്താനും തീവ്രവാദപരമായ നിലപാടുകൾ പ്രചരിപ്പിക്കാനും ശ്രമിച്ചുകൊണ്ടിരിക്കുന്ന, മാനവികത നശിച്ചുപോയ ഈ കൂട്ടത്തിന് അഭിമന്യുവിനെ, അവന്റെ കുടുംബത്തെ, അവരുടെ വികാരങ്ങളെ മനസ്സിലാക്കാൻ സാധിച്ചതേയില്ല. മനുഷ്യത്വം മരവിച്ചവർക്ക് അതൊക്കെ അസാദ്ധ്യമാണല്ലോ..

ഇടുക്കി ജില്ലയിൽ ആദിവാസി പട്ടികജാതി വിഭാഗത്തിലുള്ളവർ തിങ്ങിപ്പാർക്കുന്ന വട്ടവട പഞ്ചായത്തിലെ അഭിമന്യുവിന്റെ കൊട്ടക്കാമ്പൂരിലെ ഒറ്റമുറി വീട്. ആ ലൈൻമുറിയിൽ അടുക്കളയും കിടപ്പുമുറിയും

എല്ലാം ഒരൊറ്റ മുറിയാണ്. അവിടെ അമ്മയ്ക്കും അച്ഛനും സഹോദരങ്ങൾക്കും അമ്മൂമ്മയ്ക്കുമൊപ്പമാണ് അഭിമന്യു ജീവിച്ചിരുന്നത്. ആ വീട്ടിൽ ആഡംബരമെന്ന് പറയാൻ ഒന്നുമില്ല. ഇൻസ്റ്റാൾമെന്റായി വാങ്ങിയ ഒരു ചെറിയ ഇരുമ്പ് അലമാരയുണ്ട്. അതിന്റെ ഒരു ഭാഗത്ത് കൊള്ളാവുന്നതേയുള്ളൂ അഭിമന്യുവിന്റെ പുസ്തകങ്ങളും മുണ്ടും ഷർട്ടും കൈലിയുമൊക്കെ. ബാക്കിഭാഗം നിറയ്ക്കാനുള്ളതൊന്നും ആ വീട്ടിലില്ല. കേടായി മുറിയുടെ മൂലയിലൊതുക്കി വെച്ചിരിക്കുന്ന ഒരു ചെറിയ ടിവി. അത് നന്നാക്കാനുള്ള പാങ്ങ് ആ കുടുംബത്തിനില്ല. കുന്നുവൻ മന്നാടിയാരെന്ന ആദിവാസി വിഭാഗത്തിൽപ്പെട്ട അവർ അതിദരിദ്രരാണ്. അവരുടെ സ്വപ്നമാണ് ഒരു കഠാരപ്പിടിയിൽ പിടഞ്ഞുതീർന്നത്.

അഭിമന്യുവിന്റെ അച്ഛൻ മനോഹരനും അമ്മ പൂവതിയും കുഞ്ഞുനാളുമുതൽ ജീവിതഭാരം ചുമലിലേറ്റി നടക്കുന്നവരാണ്. അതിനിടയിൽ പള്ളിക്കൂടത്തിൽ പോകാൻ പോലും സാധിച്ചില്ല. അഭിമന്യുവിന്റെ മൂത്ത സഹോദരി കൗസല്യയുടെയും സഹോദരൻ പരിജിത്തിന്റെയും പഠിപ്പ് മുറിഞ്ഞുപോയത് നിവൃത്തിയില്ലാത്തതുകൊണ്ടാണ്. അഭിമന്യു പഠിക്കാൻ മിടുക്കനായിരുന്നു. ടീച്ചർമാർ അത് മനസ്സിലാക്കി അച്ഛനോടും അമ്മയോടും പറഞ്ഞപ്പോൾ അവർ തീരുമാനിച്ചു. മോനേ പഠിപ്പിക്കണം. കടം വാങ്ങി തന്നെയാണ് പഠിപ്പിച്ചത്. വിശ്രമമില്ലാതെ പണിയെടുത്ത് കുറെ കടങ്ങൾ കൊടുത്തുതീർത്തു. മകൻ കൂടെയില്ലെങ്കിലും ഇപ്പോൾ അവനുവേണ്ടി വാങ്ങിയ കടം ബാക്കിയുണ്ട്.

ഒന്നു മുതൽ നാലാം ക്ലാസ് വരെ അഭിമന്യുവിന്റെ പഠനം മറയൂർ പള്ളനാട് സെന്റ് മേരീസ് എൽ പി സ്കൂളിലായിരുന്നു. പഠനച്ചെലവ് താങ്ങാൻ പറ്റാതെ വന്നപ്പോൾ അഞ്ചാം ക്ലാസ് മുതൽ എറണാകുളത്തെ തൃക്കാക്കര വൈ എം സി എ ഓർഫനേജിൽ പഠിച്ചു. തുടർന്ന് കോവിലൂർ ഗവൺമെന്റ് ഹയർസെക്കന്ററി സ്കൂളിൽനിന്ന് ഉയർന്ന മാർക്കോടെ പ്ലസ്ടു പാസായി. അഭിമന്യുവിന് സയന്റിസ്റ്റ് ആവാനായിരുന്നു മോഹം. മഹാരാജാസിൽ ബി എസ് സി കെമിസ്ട്രിക്ക് അഡ്മിഷൻ കിട്ടിയപ്പോൾ അവൻ ആഹ്ലാദിച്ചില്ല. കാരണം പഠനച്ചെലവ് ഒരു കടമ്പയായി മുന്നിലുണ്ടായിരുന്നു. പക്ഷേ, കുടുംബമൊന്നാകെ പറഞ്ഞു. പഠിക്കണം. വലിയവനാവണം. കാരണം അവനായിരുന്നു അവരുടെ പ്രകാശം.

മനോഹരന് സ്വന്തമായി ഭൂമിയുണ്ട്. അതിൽ ഭൂരിഭാഗവും പാറയാണ്. ബാക്കിയുള്ള ഭാഗത്ത് വെളുത്തുള്ളിയും ബീൻസും കാരറ്റും കൃഷി ചെയ്യുന്നു. അതിൽനിന്നുള്ള വരുമാനംകൊണ്ട് ഒരു കുടുംബവുമായി മുന്നോട്ടുപോകാൻ കഴിയില്ല. തൊഴിലുറപ്പ് ജോലിക്ക് പോകുന്ന പൂവതിയുടെ കൂലികൊണ്ടും ഒന്നും തികയില്ല. അപ്പോൾ സഹോദരൻ പരിജിത്ത് കൂലിപ്പണിക്ക് പോയി. സഹോദരി കൗസല്യ കിഴക്കമ്പലത്തെ കിറ്റക്സ് കമ്പനിയിൽ ഒരു ചെറിയ ജോലി തരമാക്കി. അവർക്ക് അഭിമന്യുവിനെ പഠിപ്പിക്കണമായിരുന്നു. പണം തികയാതെ വന്നപ്പോഴെല്ലാം

മനോഹരൻ കടം വാങ്ങി. മകനെ മഹാരാജാസ് കോളേജിൽ ചേർത്തു പഠിപ്പിച്ചു.

അഭിമന്യു പഠനത്തിൽ ഒട്ടും ഉഴപ്പിയില്ല. ആ കുടുംബത്തിന്റെ സ്വപ്നങ്ങൾക്ക് ചിറക് മുളയ്ക്കുകയായിരുന്നു. അവരുടെ കരിപുരണ്ട ജീവിതം അഭിമന്യു മാറ്റിത്തീർക്കുമെന്ന് എല്ലാവരും പ്രതീക്ഷിച്ചു. പക്ഷേ, പഠിച്ചുകൊണ്ടിരുന്ന അഭിമന്യുവിന്റെ ചങ്കിലേക്ക് മൂർച്ചകൂട്ടിയ കത്തി കുത്തിയിറക്കിയ പോപ്പുലർ ഫ്രണ്ടുകാരുടെ വിജയാട്ടഹാസം ഒരു കുടുംബത്തിന്റെ പ്രതീക്ഷയെയാകെ കെടുത്തിക്കളഞ്ഞു.

കഷ്ടപ്പാടുകൾ നിറഞ്ഞ തങ്ങളുടെ ജീവിതത്തിന് കൈത്താങ്ങായി മാറാൻ വന്നവരിലൂടെയാണ് അഭിമന്യു ഇടതുപക്ഷത്തെ അറിഞ്ഞത്. മലമേടുകളിലെ തൊഴിലാളികളോടൊപ്പം അവരേ ഉണ്ടായിരുന്നുള്ളൂ. അങ്ങനെയാണ് തിരിച്ചറിവു വന്ന പ്ലസ്ടു കാലം മുതൽക്ക് എസ് എഫ് ഐയിൽ പ്രവർത്തിക്കാൻ തുടങ്ങിയത്. മഹാരാജാസ് കോളേജിൽ എത്തിയതോടെ സജീവ പ്രവർത്തകനായി. അവന്റെ സർഗ്ഗാത്മകതയെ ഉൾക്കൊള്ളാനുള്ള വിശാലമായ ഭൂമികയായിരുന്നു പുരോഗമന വിദ്യാർത്ഥി പ്രസ്ഥാനം മുന്നോട്ടുവെച്ചത്. മഹാരാജാസിന്റെ നേതാവായി മാറാൻ അഭിമന്യുവിന് വേഗത്തിൽ സാധിച്ചു. നന്നായി പ്രസംഗിക്കുമായിരുന്നു ആ കുട്ടി. പാടുകയും ചെയ്തു. “പെണ്ണേ, എടി പെൺകൊച്ചേ നീ എന്നെ മറന്നില്ലേ.” അഭിമന്യുവിന്റെ നനുത്ത നാടൻപാട്ട് മഹാരാജാസിന്റെ ഇടനാഴികളിൽനിന്നും മലയാളികളുള്ളിടങ്ങളിലെല്ലാം ഇപ്പോൾ മുഴങ്ങുന്നുണ്ട്. കഴിഞ്ഞ സമ്മേളന കാലയളവിലാണ് എസ് എഫ് ഐയുടെ ഇടുക്കി ജില്ലാ കമ്മിറ്റിയംഗമായി അഭിമന്യു തെരഞ്ഞെടുക്കപ്പെട്ടത്. മലമടക്കുകളിലെ വിപ്ലവവീര്യത്തിന് വരുംനാളുകളിൽ കരുത്തു പകരാൻ മിടുക്കനായ ആ വിദ്യാർത്ഥി നേതാവിന് സാധിക്കുമെന്ന് നേതൃത്വം കണക്കുകൂട്ടിക്കാണണം. പക്ഷേ, എല്ലാ കണക്കുകൂട്ടലുകളും മുസ്ലീംതീവ്രവാദികളുടെ കൊലക്കത്തിക്ക് മുന്നിൽ പിഴച്ചുപോയി.

അഭിമന്യുവിനെ എസ് ഡി പി ഐ - കാമ്പസ് ഫ്രണ്ട് പ്രൊഫഷണൽ കൊലപാതകികൾ കുത്തിക്കൊലപ്പെടുത്തിയത് ജൂലൈ ഒന്നിന്. ഞായറാഴ്ച പകൽ അവൻ എറണാകുളത്തുണ്ടായിരുന്നില്ല. രാത്രി പത്തുമണി കഴിഞ്ഞാണ് കാമ്പസിലേക്ക് വന്നത്. അഭിമന്യു സ്വന്തം നാട്ടിലേക്ക് പോയതായിരുന്നു. ഞായറാഴ്ച വട്ടവടയിൽ സംഘടിപ്പിച്ച ഡി വൈ എഫ് ഐ യുടെ മേഖലാ സമ്മേളനത്തിൽ പങ്കെടുക്കാൻ. സമ്മേളനം വൈകിയാണ് സമാപിച്ചത്. അപ്പോൾത്തന്നെ എറണാകുളത്തേക്ക് തിരിക്കാനൊരുങ്ങിയ മകനോട് മനോഹരൻ പറഞ്ഞതാണ്. നാളെ പോകാം മോനേയെന്ന്. പക്ഷേ, അഭിമന്യുവിന് അന്ന് പോയേ മതിയാവുമായിരുന്നുള്ളൂ. പിറ്റേന്ന് തിങ്കളാഴ്ച മഹാരാജാസിൽ പുതിയ കുട്ടികളെത്തും. അവർക്ക് സ്വീകരണം നല്കണം. അവരെ അഭിവാദ്യം ചെയ്യണം. അതിനാലാണ് അഭിമന്യു പോകണമെന്ന് അച്ഛനോട് നിർബ്ബന്ധം പിടിച്ചത്.

കൊട്ടാക്കമ്പൂരിലെ അഭിമന്യുവിന്റെ വീട്ടിൽനിന്നും കുണ്ടുംകുഴിയും നിറഞ്ഞ റോഡിലൂടെ ജീപ്പിൽ ഏഴു കിലോമീറ്ററോളം സഞ്ചരിച്ചാലാണ് കോവിലൂർ ടൗണിലെത്തുക. അവിടെ നിന്ന് ബസിന് 21 കിലോമീറ്റർ പോയാൽ മൂന്നാറായി. പിന്നെ 125 കിലോമീറ്റർ താണ്ടിയാൽ എറണാകുളത്ത് എത്താം. വട്ടവടയിൽനിന്ന് സമ്മേളനം കഴിഞ്ഞിറങ്ങിയ അഭിമന്യു കോവിലൂരിൽ എത്തുമ്പോഴേക്കും ലാസ്റ്റ് ബസ് പോയിരുന്നു. അതുവഴി പോകുന്ന പച്ചക്കറി കയറ്റിയ ഒരു ലോറിക്ക് അവനും അച്ഛനും കൈകാണിച്ചു. അതിൽ കയറി മൂന്നാറിലേക്ക്. അവിടെ നിന്നും ബസിൽ യാത്ര. മഹാരാജാസിൽ എത്തുമ്പോൾ രാത്രി പത്തുമണി കഴിഞ്ഞിരുന്നു.

അഭിമന്യു തിരിച്ച് കോളേജിൽ എത്തിയതിന് ശേഷമാണ് മഹാരാജാസ് കോളേജിലെ കാമ്പസ് ഫ്രണ്ട് പ്രവർത്തകൻ മുഹമ്മദിന്റെ നേതൃത്വത്തിൽ ഇസ്ലാമിക് തീവ്രവാദി സംഘം വീണ്ടും കാമ്പസിലെത്തുന്നത്. ഇവരാണ് എസ് എഫ് ഐക്കാരെ ആക്രമിക്കുന്നതും അഭിമന്യുവിനെയും അർജ്ജുനെയും കുത്തിവീഴ്ത്തിയതും. കൊലപ്പെടുത്താൻ ഉദ്ദേശിച്ചുള്ള കുത്തിൽ ഹൃദയം തുളഞ്ഞിറങ്ങിയ അഭിമന്യു സംഭവസ്ഥലത്ത് വച്ചു തന്നെ മരണപ്പെട്ടു. അർജ്ജുനെ സഹപാഠികൾ ഹോസ്പിറ്റലിലെത്തിച്ചു.

അഭിമന്യുവിനെ കുത്തിക്കൊലപ്പെടുത്തിയ കേസിൽ ജൂലൈ മൂന്ന് ചൊവ്വാഴ്ച പൊലീസ് മൂന്ന് ഇസ്ലാമിക് തീവ്രവാദികളുടെ അറസ്റ്റ് രേഖപ്പെടുത്തിയിട്ടുണ്ട്. ആലുവ സ്വദേശി ബിലാൽ, കോട്ടയം സ്വദേശി ഫാറൂക്ക്, ഫോർട്ട്കൊച്ചി സ്വദേശി റിയാസ് എന്നിവരാണവർ. ആലുവയിലെ ഒരു സ്വകാര്യകോളേജിൽ എം ബി എ വിദ്യാർത്ഥിയാണ് ബിലാൽ. ഫറൂക്ക് മഹാരാജാസ് കോളേജിലെ പുതിയ അഡ്മിഷനാണ്. ഞായറാഴ്ച രാത്രി മഹാരാജാസിൽ കൊലപാതകം നടത്താനായി വന്ന ഫാറൂക്ക്, തിങ്കളാഴ്ച മുതൽ ആ കോളേജിലെ വിദ്യാർത്ഥിയായി വരേണ്ടയാളാണ്. 38 വയസ്സുള്ള റിയാസ് വിദ്യാർത്ഥിയല്ല. അഭിമന്യുവിനെയും കൂട്ടരെയും ചൂണ്ടിക്കാണിച്ചുകൊടുത്ത മഹാരാജാസിലെ കാമ്പസ് ഫ്രണ്ട് പ്രവർത്തകൻ മുഹമ്മദിനെ പോപ്പുലർ ഫ്രണ്ട് മഹാരാജാസിലേക്ക് കാമ്പസ് ഫ്രണ്ടിനെ സജീവമാക്കാനായി റിക്രൂട്ട് ചെയ്തതാണ്. കൊലയാളി സംഘത്തിലെ കുറേ ക്രിമിനലുകളെ ഇനിയും കണ്ടെത്താനുണ്ട്.

അഭിമന്യുവിനെ കുത്തിക്കൊന്നതിന് പിടിയിലായ ഇസ്ലാമിക് തീവ്രവാദികളുടെ മുഖത്ത് ഒരു ഭാവമാറ്റവുമില്ല. തങ്ങളുടെ കർത്തവ്യം തങ്ങൾ ഭംഗിയായി നിർവ്വഹിച്ചു എന്ന ചാരിതാർത്ഥ്യമാണ് അവരുടെ മുഖത്തു നിന്നും വായിച്ചെടുക്കാൻ പറ്റുന്നത്. അവരെ ചോദ്യം ചെയ്ത പൊലീസ് ഉദ്യോഗസ്ഥർ പറയുന്നത്, ചോദ്യം ചെയ്യലിനെ നേരിടാനുള്ള പരിശീലനവും ഇവർക്ക് ലഭിച്ചിട്ടുണ്ടെന്നാണ്.

ആ തിങ്കളാഴ്ച വൈകുന്നേരം വട്ടവടയുടെ കണ്ണീരിനൊപ്പം ആകാശവും നിർത്താതെ പെയ്തുകൊണ്ടിരിക്കുമ്പോഴാണ് അഭിമന്യു വീട്ടിലേക്ക് തിരികെയെത്തിയത്. ഇനിയവന് വണ്ടിക്കൂലിയില്ലാത്തതിനാൽ പച്ചക്കറി വണ്ടികളിൽ കയറി പോകേണ്ടതില്ല. പഞ്ചായത്ത് ഓഫീസിൽ

നാട്ടുകാർക്ക് അപേക്ഷയെഴുതി നല്കാൻ നിറഞ്ഞ ചിരിയോടെ അവനിനി കാണില്ല. എസ് എഫ് ഐയുടെ വേദികളിൽ തീപ്പൊരി പ്രസംഗങ്ങളുമായി പടർന്നുപിടിക്കാൻ അവനുണ്ടാവില്ല. കൂട്ടുകാരെല്ലാം ആഴ്ചയ്ക്ക് വീട്ടിൽ പോകുമ്പോഴും ബസുകാശില്ലാത്തതിനാൽ ഹോസ്റ്റലിൽ തങ്ങി ഇടനാഴികളിലൂടെ സ്വപ്നം കണ്ട് നടക്കാൻ അവനുണർന്നേല്ക്കില്ല. മകന്റെ പഠിപ്പിനായി മനോഹരന് ഇനി ആരിൽനിന്നും കടം വാങ്ങേണ്ടതില്ല. പൂവതിയുടെ കറിച്ചട്ടിയിൽ കൈയിട്ട് വാരാൻ അവന്റെ കൈയിനി നീളുകയില്ല. കൗസല്യയുടെ കല്യാണത്തിന് അടിച്ചുപൊളിക്കാൻ അനിയന്റെ പാട്ടും ചിരിയും വർത്തമാനവുമുണ്ടാവില്ല. ഏട്ടനെന്റെ ഷർട്ടിട്ടോളൂ എന്ന് പറഞ്ഞ് പരിജിത്തിന് മുന്നിൽ കൊച്ചലമാര തുറക്കാൻ അനിയനിനിയില്ല. അമ്മൂമ്മയുടെ മടിയിൽ തലവെച്ച് കിടന്ന് 'റോസാപ്പൂ മാലതരാം റോഡരികിൽ വീടു തരാം എന്റെ കൂടെ പോരുമോ നീ പെണ്ണേ' എന്ന് പാടാൻ കൊച്ചുമകൻ ഇനി എഴുന്നേറ്റ് വരില്ല. അവരുടെയെല്ലാം പ്രകാശത്തെ മതഭീകരത കെടുത്തിയിരിക്കുന്നു. ലോകത്തിന്റെ ചിരിക്കുന്ന മുഖത്ത് കറുപ്പ് പടർത്തുന്ന ഇസ്ലാമിക ഭീകരത, ചക്രവ്യൂഹത്തിൽപ്പെടുത്തി അഭിമന്യുവിനെ കൊന്നിരിക്കുന്നു.

ഏതു ന്യായവാദവും നീചം

എൻ പ്രഭാകരൻ

കാമ്പസുകളിലെ ജനാധിപത്യമില്ലായ്മയുടെ ഇരയാണ് അഭിമന്യുവെന്ന തരത്തിൽ നിഷ്ഠുരമായ അരുംകൊലയെ ന്യായീകരിക്കുന്ന 'ബുദ്ധിജീവി'ക്കസർത്തുകൾക്കെതിരെ ആഞ്ഞടിച്ച് കഥാകാരനും മുൻകോളേജ് അദ്ധ്യാപകനുമായ എൻ പ്രഭാകരൻ. ഒരിക്കലും അക്രമരാഷ്ട്രീയത്തിന്റെ വഴിയിൽ കാലെടുത്തുവച്ചിട്ടില്ലാത്ത പാവപ്പെട്ട ഒരു വിദ്യാർത്ഥിയുടെ നെഞ്ചു കുത്തിപ്പിളർന്നവരെ പിന്താങ്ങാൻ ഏതു തരത്തിലുള്ള ന്യായവാദങ്ങളുന്നയിച്ചാലും അത് നീചമാണെന്ന് അദ്ദേഹം പറഞ്ഞു. ഹിന്ദു തീവ്രവാദത്തെപ്പോലെത്തന്നെ വെറുക്കപ്പെടേണ്ടതാണ് മുസ്ലീംമത തീവ്രവാദവും. ന്യൂനപക്ഷ വിഭാഗത്തിന്റേതാണെന്നതുകൊണ്ട് തീവ്രവാദത്തിന് ഒരാനുകൂല്യത്തിനും അർഹതയില്ലെന്നും അദ്ദേഹം ഫെയ്സ്ബുക്ക് പോസ്റ്റിൽ ചൂണ്ടിക്കാട്ടി.

പോസ്റ്റിൽനിന്ന്: അഭിമന്യുവിന്റെ കൊലപാതകത്തെ മുൻനിർത്തി കേരളത്തിലെ കോളേജ് കാമ്പസുകളിൽ സങ്കീർണ്ണമായ പല പ്രശ്നങ്ങളുമുണ്ടെന്നും അവിടെ ജനാധിപത്യമില്ലെന്നും അതിൽനിന്നാണ് എല്ലാ കുഴപ്പങ്ങളും ഉണ്ടാവുന്നതെന്നുമൊക്കെ ചിലർ പറയുന്നത് കേട്ടു. അക്കൂട്ടത്തിൽ ഏതാനും കോൺഗ്രസ് നേതാക്കളെയും കണ്ടു. അതിൽ പ്രത്യേകമായ വിഷമവും തോന്നി. എന്തുതന്നെയായായാലും മതതീവ്രവാദത്തോടൊപ്പം നില്ക്കാൻ അവരുടെ രാഷ്ട്രീയം അവരോടവാശ്യപ്പെടുന്നില്ലല്ലോ.

ഇത്തരക്കാർക്കെല്ലാം എം എൻ കാരശ്ശേരി തികച്ചും നിർഭയനായി കൃത്യമായ മറുപടി നല്കിക്കഴിഞ്ഞു.

എല്ലാ വർഗ്ഗീയ പ്രസ്ഥാനങ്ങളും ജനവിരുദ്ധമാണ്. ജനങ്ങളെ ഭിന്നിപ്പിച്ച് പരസ്പരം പോരാടിപ്പിക്കുകയാണ് അവയുടെ ലക്ഷ്യം. മതവിശ്വാസം അവശ്യമായിത്തോന്നുന്ന എല്ലാവർക്കും അത് നിലനിർത്താനും

അവരവരുടെ രീതിയിൽ പ്രാർത്ഥിക്കാനുമുള്ള സ്വാതന്ത്ര്യമുള്ള രാജ്യമായി ഇന്ത്യ നിലനില്ക്കണമെന്നുതന്നെയാണ് ബഹുഭൂരിപക്ഷം ജനങ്ങളും ആഗ്രഹിക്കുന്നത്. തിരഞ്ഞെടുപ്പ് ഫലത്തിലെ കണക്കുകൾ ഹിന്ദുത്വമാണ് ഇന്ത്യൻ ദേശീയതയുടെ ആത്മാവ് എന്നു വാദിക്കുന്ന രാഷ്ട്രീയ പാർട്ടിക്ക് കേന്ദ്രവും പല സംസ്ഥാനങ്ങളും ഭരിക്കാനുള്ള അവസരം നല്കിയിട്ടുണ്ട്.

ഈ പാർട്ടി എത്രമേൽ മനുഷ്യത്വവിരുദ്ധമായി ജനജീവിതത്തിൽ ഇടപെടുമെന്ന് അനുഭവത്തിലൂടെ ബോദ്ധ്യപ്പെട്ടുകഴിഞ്ഞ നിലയ്ക്ക് ജനങ്ങൾ ഇനിയൊരവസരം അവർക്കു നല്കുമെന്ന് ഭയപ്പെടേണ്ടതില്ല.

എന്തായാലും ഹിന്ദുതീവ്രവാദത്തെ പരാജയപ്പെടുത്തുന്നത് ജനാധിപത്യ ബോധമുള്ള വോട്ടർമാരായിരിക്കും. മുസ്ലീം തീവ്രവാദികളായിരിക്കില്ല ആ ഒരാവശ്യം പറഞ്ഞത്. അവർ സ്വന്തം പാളയത്തിൽ ആളെ കൂട്ടുകയും ആയുധധാരികളായി ചെന്ന് കൊലപാതകം നടത്തുകയും വേണ്ട. അതിന്റെ ലക്ഷ്യം ജനാധിപത്യത്തിന്റെയും മതേതരത്വത്തിന്റെയും സംരക്ഷണമല്ലെന്ന് തിരിച്ചറിയാനുള്ള വകതിരിവ് ഇവിടത്തെ മഹാഭൂരിപക്ഷത്തിനും ഉണ്ട്.

ഭാഗം 2

ലാൽ സലാം സഖാവേ....

അഭിമന്യു:
ഒരു നിതാന്ത സമരത്തിന്റെ പേര്

സുനിൽ പി ഇളയിടം

'**നാ**ൻ പെറ്റ മകനേ... എൻ കിളിയേ... നാൻ പെറ്റ മകനേ... എൻ കിളിയേ...' രണ്ടു ദിവസമായി തലയിൽ ഇരമ്പുന്നത്, മുള ചിന്തുന്നതു പോലെ നെഞ്ചുകീറി വരുന്ന ഈ കരച്ചിലാണ്. ഇപ്പോഴും അത് അടങ്ങിയിട്ടില്ല. ഒരമ്മയുടെ കെട്ടടങ്ങാത്ത കരച്ചിൽ. നാൻ പെറ്റ മകനേ... എൻ തങ്കമേ... തിങ്കളാഴ്ച രാവിലെ ഒരു യാത്രയിലായിരുന്നു. പുറപ്പെടുന്നതിന് അല്പം മുമ്പാണ് മഹാരാജാസിലെ കൊലയെക്കുറിച്ച് അറിഞ്ഞത്, അഭിമന്യുവിനെ ഇസ്ലാമിസ്റ്റ് തീവ്രവാദികൾ കുത്തിക്കൊന്നു എന്ന്.

പ്രസാദപൂർണ്ണം നടന്നു വരുന്ന അവന്റെ കൂടുതൽ വിവരങ്ങൾ ലഭിച്ചില്ല. യാത്രയിൽ പിന്നെ വിവരങ്ങൾ കിട്ടുമായിരുന്നില്ല. ഉച്ചയ്ക്ക് മൊബൈലിൽ സിഗ്നൽ വന്നപ്പോൾ നോക്കി... അപ്പോഴേക്കും അതിൽ അഭിമന്യുവിന്റെ വിവരങ്ങൾ വന്നു നിറഞ്ഞിരുന്നു. മഹാരാജാസിന്റെ വരാന്തയിലൂടെ വെള്ളഷർട്ടും ചുവന്ന കരയുള്ള വെളുത്ത മുണ്ടും ധരിച്ച് ചിരിയോടെ പ്രസാദപൂർണ്ണം നടന്നു വരുന്ന അവന്റെ ചിത്രം ഞാൻ ഒരു പാടുനേരം നോക്കിയിരുന്നു. ഇങ്ങനെ തന്നെയാണ് മൂന്നു പതിറ്റാണ്ടു മുൻപ് ഞങ്ങൾ പലരും അതിലൂടെ നടന്നത്.

യാതനകളുടെ കടൽ നീന്തിയവൻ.

അഭിമന്യുവിന്റെ ചിത്രത്തിൽ എനിക്ക് എന്നെ കാണാമായിരുന്നു. ഞങ്ങൾ ഒരുപാടുപേരെ കാണാമായിരുന്നു. പക്ഷേ, വട്ടവടയിലെ, അഞ്ചു പേര് ഒരുമിച്ച് പാർക്കുന്ന ഒരു ഇരുട്ടുമുറിയിൽനിന്ന് മഹാരാജാസിലെ ക്ലാസ് മുറികളിലേക്ക്, ഏതെല്ലാമോ ചരക്കുവണ്ടികളുടെ മുകളിലിരുന്ന്, അവൻ താണ്ടിയ ജീവിതദൂരം ഇക്കാലമത്രയുംകൊണ്ട് ഞാൻ സഞ്ചരിച്ച ദൂരത്തേക്കാൾ, ഞങ്ങൾ പലരും സഞ്ചരിച്ച ദൂരത്തേക്കാൾ,

എത്രയോ വലുതാണ്. യാതനകളുടെ കടൽ നീന്തിവന്ന കുഞ്ഞായിരുന്നു അവൻ.

ഒറ്റക്കുത്തിന് കൊന്നൊടുക്കി മതതീവ്രവാദികൾ. നമ്മൾ എത്രയോ പേരുടെ ജീവിതത്തേക്കാൾ വിലയേറിയതായിരുന്നു ആ ജീവിതം. അതിനെയാണ് മതഭീകരവാദികൾ ഒറ്റക്കുത്തിന് കൊന്നൊടുക്കിയത്, പോപ്പുലർ ഫ്രണ്ട്, കാമ്പസ് ഫ്രണ്ട്, എസ് ഡി പി ഐ ഇങ്ങനെ പല പേരുകളിൽ വരുന്നത് ഒന്നുതന്നെയാണ്. ഒറ്റ വാക്കിൽ പറഞ്ഞാൽ മതഭീകരവാദം. പുറമേ മനുഷ്യാവകാശം മുതൽ പരിസ്ഥിതി പ്രവർത്തനം വരെ. പല വേഷങ്ങളിലെത്തുന്ന മതഭീകരത, അതിനപ്പുറം യാതൊന്നും അതിലില്ല.

ലക്ഷ്യം ഇടതുപക്ഷം. ഹിന്ദുത്വത്തിന്റെ പിണിയാളുകളായി നിന്ന്, മതവിദ്വേഷം വിതച്ച്, മതനിരപേക്ഷതയെയും ഇടതുപക്ഷത്തെയും തകർക്കുക എന്നതിലുപരി യാതൊന്നും അവർ ചെയ്യുന്നുമില്ല. ഹിന്ദുത്വത്തോടല്ല, അവരുടെ പക മുഴുവൻ ഇടതുപക്ഷത്തോടും മാർക്സിസത്തോടുമാണ്. (നമ്മുടെ പല ഉത്തരാധുനിക ബുദ്ധിജീവികളെയും പോലെ) അഭിമന്യുവിനെ അത്രമേൽ ആസൂത്രണത്തോടെ അവര് കൊന്നുകളഞ്ഞതും അതുകൊണ്ടാണ്.

പ്രിയ സഖാവേ... അഭിമന്യൂ, ഒരു നിതാന്ത സമരത്തിന്റെ പേരാണ്. നാം തുടരേണ്ട ഒരു വലിയ സമരത്തിന്റെ പേര്, ഒരുദിനമെങ്കിലും പൊരുതി നിന്നോര് അവരെത്ര നല്ലവര് ഒരു നീണ്ട വർഷം പൊരുതി നിന്നോര് അവരതിലേറെ നല്ലവര്. എന്നാൽ മറക്കായ്ക; ജീവിതം മുഴുവൻ പൊരുതി നിന്നോര്. അവരത്രെ പോരിന്റെ സാരവും സത്തയും.... പ്രിയസഖാവേ ലാൽസലാം.

അവൻ എന്നിൽ എഴുതിക്കൊണ്ടേയിരിക്കുന്നു

സൈമൺ ബ്രിട്ടോ

തണുത്തുവിറച്ച ഹിമപാതത്തിലും കനൽക്കണ്ണുകൾ തെളിഞ്ഞിരിക്കണം. തല നിവർത്തിയ കഴുമരങ്ങൾക്കുനേരെ പ്രതിരോധത്തിന്റെ കനൽക്കാറ്റ് ആഞ്ഞടിച്ചു തകർക്കുന്നു... ഞാനിതു പറഞ്ഞുതീർന്നതോടെ അവൻ സ്തബ്ധനായി എന്നോട് ചോദിച്ചു.. ഗംഭീരമായിരിക്കുന്നു. ഞാനിതൊന്നെഴുതിയെടുത്തോട്ടെ? അക്ഷരങ്ങൾ നിരത്തി തെളിക്കേണ്ടത് സന്ദർഭത്തിനനുസരിച്ചാണ്. കനൽക്കാറ്റിൽ കഴുമരങ്ങൾ തലയൊടിഞ്ഞുവീണു. ഇങ്ങനെ ഉള്ളിൽ അക്ഷരങ്ങളുടെ കനപ്പുണ്ടെങ്കിൽ ആവേശത്തിന്റെ അക്ഷരങ്ങൾ ചൊരിയാം. അക്ഷരങ്ങൾ കളിതമാശയല്ലെന്നു നീ ഓർക്കണം. അന്ന് എന്റെ കേട്ടെഴുത്തു കഴിഞ്ഞതിനുശേഷം അവൻ എന്നോടു പറഞ്ഞു. എന്തായാലും സഖാവിന് ഈ യാത്രാവിവരണത്തിന് അവാർഡ് ഉറപ്പാണ്. ഞാനിപ്പോൾ പുറത്തേക്കിറങ്ങാൻ വീൽച്ചെയറിലായിരുന്നു. എന്റെ വീൽച്ചെയറിന്റെ പിറകിൽനിന്ന് എന്നെ കെട്ടിപ്പുണരുന്നപോലെ ആംറെസ്റ്റിൽ കൈകൾ ചേർത്തുപിടിച്ചുകൊണ്ട് അവൻ വിളിച്ചു. “സഖാവേ.” വീൽച്ചെയർ മുന്നോട്ട് അവൻ തള്ളിനീക്കി. 2017 ജൂൺ 3 ന് നവാഗതനായി മഹാരാജാസിൽ എത്തിയ അർജ്ജുൻ, മഴയൊഴിഞ്ഞ ഒരു കർക്കിടക പകലിൽ എന്റെ വീട്ടിൽ ഒരു പകർത്തെഴുത്തുകാരനായി എത്തി. എഴുതാൻ തുടങ്ങുംമുമ്പ് പുറത്ത് മഴ കനത്ത് പെയ്തു. ആദ്യം മഹാരാജാസിൽനിന്ന് എനിക്കെഴുതാൻ വന്നത് മുസ്തഫ, രണ്ടാമത് അർജ്ജുൻ, മൂന്നാമത് ബോബിയും അഭിജിത്തും ഒരുമിച്ചാണ് വന്നത്. എഴുത്ത് വേഗത്തിൽ തീർക്കണം എന്നു പറഞ്ഞപ്പോൾ പെയ്തൊഴിഞ്ഞ കാലവർഷത്തിനിടയിലൂടെ മുസ്തഫ ഒരു ബൈക്കിൽ അവനെയും കൂട്ടിവന്നു. അന്ന് സന്ധ്യവരെ എഴുതി. എഴുത്തു കഴിഞ്ഞ് കുശലത്തിലേക്ക് കടന്നു. ജന്മം വട്ടവട ഗ്രാമം എന്നു

കേട്ടപ്പോൾ എനിക്ക് ഉത്സാഹമായി. പോയിട്ടുമുണ്ട്. ആദ്യം ഞങ്ങളെ അടുപ്പിച്ചത് ആ ഗ്രാമമായിരുന്നു. രണ്ട് ആൺമക്കളും ഒരു പെൺമകളും മലമുകളിൽ രണ്ടറ്റം മുട്ടിക്കാൻ കഷ്ടപ്പെടുന്ന ഒരു കുടുംബമാണെന്ന് എന്റെ മനസ്സ് മന്ത്രിച്ചു. അന്ന് സന്ധ്യ വരെ എഴുതി. പിറ്റേന്ന് മുതൽ അവനാണ് എനിക്ക് എഴുതാൻ വന്നത്.

ബീഹാറിൽനിന്നും എന്റെ വീട്ടിൽ 3 മാസം താമസിച്ച കുച്ച് സോഹ നന്ദൻ എന്ന ബാബജി പന്തലിട്ടു വളർത്തിയ കുമ്പളം കായ്ച്ചു. നിറയെ കൂഷ്മാണ്ഡം. അത് ഓടിന്റെ മണ്ടയിലും തകര ഷീറ്റിലും മേലെയായിരുന്നു. നീണ്ട ഏണി പൊക്കിക്കൊണ്ട് അഭിമന്യു അതിനുമേലെ കേറി. പിറകെ ആരോടും ചോദിക്കാതെ മകൾ നിലാവും. അന്ന് 35 ഓളം കിലോ കുമ്പളങ്ങ പറിച്ചു. ഒരു വിളവെടുപ്പ് ഉത്സവം പോലെ ആയിരുന്നു അന്ന്. വൈകുന്നേരം ഞങ്ങൾ എന്റെ വീൽച്ചെയറും തള്ളി പള്ളിവഴിയിലേക്ക് പോയി. ഇതിനകം ഞങ്ങൾ വലിയ സൗഹൃദത്തിലായിക്കഴിഞ്ഞിരുന്നു. വൈകിട്ട് പുറത്തേക്കിറങ്ങുമ്പോൾ എന്റെ കൂട്ടിരിപ്പുകാരൻ ബിഹാറി അർജ്ജുൻദാസ് വണ്ടി തള്ളാതെ ഒഴിഞ്ഞുമാറും. അപ്പോൾ ഞാൻ അഭിമന്യുവിനെ ശാസിക്കും. ഞാൻ പറഞ്ഞു, “നിന്റെ പേര് അഭിമന്യു. എന്റെ കൂട്ടിരിപ്പുകാരന്റെ പേര് അർജ്ജുൻ. നീ അവന്റെ ഒഴിഞ്ഞുമാറൽ മനസ്സിലാക്കണം.” “ഇന്ന് എന്തായാലും ഞാൻ തന്നെ തള്ളാം. അയാൾ വിശ്രമിച്ചോട്ടെ.” അഭിമന്യു പറഞ്ഞു.

“അഭിമന്യൂവിന് പത്മവ്യൂഹം ഭേദിച്ചു അകത്തുകടക്കാം. പക്ഷേ, പുറത്തു കടക്കാൻ അറിയില്ല. അതുകൊണ്ട് നീ സൂക്ഷിക്കണം. ഇത് കളങ്കരഹിതമായ ഗ്രാമം അല്ല. ചതിക്കുഴികൾ നിറഞ്ഞ നഗരമാണ്. വിയർപ്പൊഴുക്കാതെ ജീവിക്കുന്നവർ, കൊതുക് പെറ്റുപെരുകാൻ പ്രാർത്ഥിക്കുന്നവർ, കള്ളന്മാർ, സാമൂഹ്യ വിരുദ്ധർ... നഗരം ഒരു ചതിക്കുഴിയാണ്.” അവൻ അത് നിസ്സാരമാക്കി കണ്ടു. ഞാൻ പറഞ്ഞു. “ഇവിടെ ജനിച്ചുവീണ ഞാനാണ് പറയുന്നത്.”

അഭിമന്യു ഗേറ്റ് തുറന്നാൽ ആദ്യം സംഗീതംപോലെ ഒരു വിളി ഉയരും. നി... ലാ...വേ... വീട്ടിനകത്തേക്ക് ചവിട്ടിക്കേറുമ്പോൾ ഒരു പാട്ടിന്റെ രണ്ടുവരി ആവർത്തിക്കും. നിലാവേ... മായുമോ... ഉടനെ നിലാവ് എന്റെ കൈയിൽനിന്ന് ചാടിയിറങ്ങി ബഹളം വയ്ക്കും. എന്റെ മുന്നിൽ നിന്നു പാടുമ്പോൾ ഞാനവനോടു പറയും നിലാവ് മാഞ്ഞ് പോയി. എന്റെ കണ്ണിൽ നിന്നകന്നു നീ മാഞ്ഞു പോവരുത്.

പലപ്പോഴും ഞാനവനോടു പറയും. നിന്റെ ആരോഗ്യം മോശമാണ്. നന്നായി കഴിക്കണം. പല ഹോസ്റ്റൽ വിദ്യാർത്ഥിയെയുംപോലെ നീ എന്താണ് കഴിക്കുന്നത്. അവൻ ഉടനെ മറുപടി പറയും. നിഷ്കളങ്കമായ തമാശപോലെ, രാവിലെയും ഉച്ചയ്ക്കും രാത്രിയും മനുഷ്യർ ഭക്ഷണം കഴിക്കും. ഞാൻ ഒറ്റനേരമാക്കി ചുരുക്കി. ഹോട്ടലിൽനിന്നും ഭക്ഷണം കഴിച്ചാൽ എന്റെ ആവശ്യം പോലെ അവർക്ക് തന്നേ പറ്റൂ. സന്തോഷത്തിൽ പൊതിഞ്ഞാണ് ആ വാക്കുകളെങ്കിലും ദുഃഖത്തിന്റെയും വിഷമ

ത്തിന്റെയും ഗന്ധം ഞാൻ മണത്തെടുത്തു. ഞാൻ സീനയോട് പറഞ്ഞു. ഇവിടെ ഇറച്ചിയും മീനും പാചകം ചെയ്യാറില്ലെങ്കിലും ഇവിടെ വരുന്ന വർക്ക് കൊടുക്കണം. അതിന് അവന് സമ്മതമല്ലല്ലോ സീന പറഞ്ഞു. ഞാൻ എഴുത്തിനു മുമ്പിലുള്ള റെഫറൻസ് വായനയുടെ നിശ്ശബ്ദതയിൽ ഇരിക്കുമ്പോൾ അപ്പുറത്തെ വട്ടമേശയ്ക്കരികിൽ സംസാരിച്ച് ഇരിക്കു ന്നുണ്ടാവും അവൻ. ഒരു ദിവസം സീന അവനോടു പറഞ്ഞു. നീ കുളിച്ച് വേഗം വാ. ഞാൻ ചൂടു ദോശ ചുട്ടുതരാം. അവൻ അല്പം വിഷാദത്തോടെ പറഞ്ഞു. വിശക്കുന്നവൻ എന്തിനാ തണുപ്പും ചൂടും നോക്കുന്നത്, കിട്ടു ന്നത് വാങ്ങി കഴിക്കുക.

ഒരിക്കൽ സീനയുടെ സ്നേഹവലയത്തിൽ കുരുങ്ങി അവൻ പറഞ്ഞുപോയി. “ഞങ്ങൾ വീട്ടിൽ കഴിക്കുന്നത് വെറും പച്ചച്ചോറാണ്. അത് തിന്നുകഴിയുമ്പോൾ എന്തു സുഖമാണ്. വട്ടവട ഗ്രാമത്തിൽ പൂവതി യുടെയും മനോഹരന്റെയും മൂന്ന് മക്കളിൽ ഇളയവൻ. ജ്യേഷ്ഠൻ ബുർജി ത്ത്, സഹോദരി കൗസല്യ. നന്നേ ബാല്യത്തിൽ പല ദിവസവും വിശ പ്പിനെ അവൻ ആർത്തിയോടെ ഭക്ഷണമാക്കിയിരുന്നു. ചെറുപ്പത്തിൽ തന്നെ അക്ഷരങ്ങൾ പെറുക്കിയെടുത്ത് പഠനത്തിന്റെ പടികൾ കയറി. വിദ്യാഭ്യാസം മുടങ്ങുമെന്ന് വന്നപ്പോൾ കാക്കനാട്ടെ ഒരു അനാഥാലയ ത്തിലെ അന്തേവാസിയായി എട്ടുകൊല്ലം. ശേഷം നാട്ടിലേക്ക് മടങ്ങി.

12-ാം ക്ലാസിൽ പാസായെങ്കിലും കോളേജിൽ ചേരാൻ പണമില്ല. നേരെ ലുലുമാളിൽ പ്ലംബിങ് ജോലിക്കാരന്റെ കൈയാളായി. കിട്ടുന്ന ജോലിയെല്ലാം ചെയ്തു പണമുണ്ടാക്കി. 2016 ജൂൺ 3 ന് മഹാരാജാ സിൽ എത്തിയ നവാഗതരിൽ ഈ വട്ടവടക്കാരനും ഉണ്ടായിരുന്നു. തന്റെ ജന്മസാഫല്യമായി. മഹാരാജാസിന്റെ ചേതോവികാരമായ കവാടം കടന്ന് ഇരുളും വെളിച്ചവും വൃക്ഷത്തലപ്പുകളും ചിത്രംവരയും അതിന്റെ ഇട നാഴികളിലൂടെയും വരാന്തകളിലൂടെയും കൗതുകത്തോടുകൂടി നടന്ന് നേരത്തെ തന്നെ ഒന്നാംവർഷ ബി എസ് സി കെമിസ്ട്രിക്ലാസിൽ ഇരി പ്പുറപ്പിച്ചു.

ദാരിദ്ര്യം തന്നെ ആയിരുന്നു അവന്റെ രാഷ്ട്രീയം. ഭരണകൂടവും കപ ടവും ഇല്ലാത്ത മനുഷ്യർ കുളിർവായുപോലെ പരസ്പരം സ്നേഹിക്കുന്ന കമ്യൂണിസ്റ്റ് പ്രത്യയശാസ്ത്രത്തിലേക്ക് അവൻ അടുത്തു. സ്വാതന്ത്ര്യവും ജനാധിപത്യവും സോഷ്യലിസവും നക്ഷത്രാങ്കിത ശുഭ്രപതാകയും അവൻ നെഞ്ചിലേറ്റി. ഒരു ദുർബ്ബലമായ നിമിഷത്തിൽ ആയിരത്തോളം വരുന്ന വിദ്യാർത്ഥിറാലിയുടെ സമാഗമത്തിൽ കോളേജിൽ പടരേണ്ട തീ പ്രിൻസിപ്പലിന്റെ കസേരയെ കത്തിയമർത്തി. അതോടെ കുട്ടികൾ എന്നെന്നേക്കുമായി പുറത്തായി. എന്തുകൊണ്ടോ അഭിമന്യു ആ കൂട്ട ത്തിൽ ഇല്ലായിരുന്നു. പ്രിൻസിപ്പൽ ശത്രുരാജ്യത്തെ ജനങ്ങളോടെന്ന പോലെ ഇടതുപക്ഷ വിദ്യാർത്ഥി പ്രസ്ഥാനത്തോടു പെരുമാറി. വെറും ശിക്ഷയല്ല, നശിപ്പിക്കുമെന്ന് ടീച്ചർ പ്രഖ്യാപിക്കുകയും ചെയ്തു. അത് നടപ്പിലാക്കാനും തുടങ്ങി. ചട്ടവിരുദ്ധമായി ടി സിയിൽ ഒരിടത്തും പ്രവേ

ശനം കിട്ടാത്ത രീതിയിൽ കുറിമാനം ഇട്ടു. ഇതോടെ എസ് എഫ് ഐ നേതൃത്വത്തിലെ ചിലർ കാമ്പസിനു വെളിയിലും മറ്റുചിലർ നിശ്ശബ്ദരും ആയി.

അനുഭവംകൊണ്ട് കാച്ചിക്കുറുക്കിയ മനസ്സുമായി അഭിമന്യു നീതിയുടെ തുലാസിൽ, ചെന്നുപെട്ടത് എസ് എഫ് ഐയുടെ നേതൃത്വത്തിൽ. ഹോസ്റ്റൽ സെക്രട്ടറി, എൻ എസ് എസ് സെക്രട്ടറി. എന്നും എവിടെയും ആർക്കും അവൻ വേണമെന്നായി. അറബിക്, ഇസ്ലാമിക് ഹിസ്റ്ററി, ബി കോം എന്ന മൂന്ന് ഡിപ്പാർട്ട്മെന്റിൽ ഒതുങ്ങിയ മതതീവ്രവാദ മനസ്സുകളുടെ നായകന്മാർ 1000 ഡിഗ്രി താപത്തിൽ ചുട്ടെടുക്കുന്ന കൊലക്കത്തിക്ക് താപം കൊടുക്കാൻ തുടങ്ങിയത് 20 വയസ്സുള്ള ആ നിഷ്കളങ്കൻ അറിയുന്നില്ല.

അത്യുത്സാഹത്തോടെ അവൻ തന്റെ ഫേസ്ബുക്കിൽ എഴുതി "അഭിമന്യു മഹാരാജാസ്."

എവിടെയൊക്കെ മുസ്ലീങ്ങൾക്കു നേരെ അക്രമം ഉണ്ടാവുന്നുവോ അപ്പോഴൊക്കെ ആറുപേർ കാമ്പസ് ഫ്രണ്ടിന്റെ പതാകയുമേന്തി അലറിവിളിച്ച് പ്രകടനം നടത്തി. ആരും അവരെ തടുത്തില്ല. ആരും അവരെ ആക്രമിച്ചില്ല. തിരഞ്ഞെടുപ്പിൽ എസ് എഫ് ഐ വിജയിച്ചങ്കിലും ഇസ്ലാമിക് ഹിസ്റ്ററി കേന്ദ്രീകരിച്ച ഫ്രാറ്റേനിറ്റി വിജയിച്ചു. കാമ്പസ് ഫ്രണ്ട് നേതാവിന് 156 വോട്ടും. നിതാന്ത ജാഗ്രതയോടെ മതതീവ്രവാദികൾ തങ്ങളുടെ കോമ്പല്ലുകൾ തേച്ചുമിനുക്കി. കുരുന്നു മനസ്സുകളിലേക്ക് ഇസ്ലാമിക് സ്റ്റേറ്റിനു വേണ്ടി വർഗ്ഗീയവിഷം തുപ്പിക്കൊണ്ടിരുന്നു. എന്നിട്ടും ഒരു സംഘട്ടനവും അവിടെ നടന്നില്ല.

ഉച്ചപ്പട്ടിണിയിൽ ഇരിക്കുന്ന സഹപാഠിയെ കണ്ടപ്പോൾ പെൺകുട്ടികൾക്ക് ചിലർക്ക് സഹതാപമായി. അവർ പകുത്തുകൊടുക്കുന്ന ഭക്ഷണം കഴിച്ചു. കുട്ടികൾ ബാക്കിവെക്കുന്ന ഭക്ഷണം ഒരു പാത്രത്തിലാക്കി, വിദ്യാർത്ഥികൾ ബലമായി താമസിക്കുന്ന, വെള്ളവും വെളിച്ചവും മാലിന്യവും നിറഞ്ഞ ഹോസ്റ്റൽ മുറികളിൽ, വിദ്യാർത്ഥികൾ കൂട്ടമായി താമസിക്കുന്ന രാത്രിയിൽ അവൻ ആരോടും പരിഭവം ഇല്ലാതെ ആർത്തിയോടെ അത് വിഴുങ്ങി. മത്സ്യക്കുട്ടയിൽ മത്തി അട്ടിയിട്ടപോലെ ആയിരുന്നു അവിടെ. തന്റെ നെഞ്ചുരുകി വിദ്യാർത്ഥികളെ ചിരിപ്പിച്ചും താൻ കേട്ടറിഞ്ഞ നാടൻ പാട്ടുകൾ ചൊല്ലിക്കേൾപ്പിച്ചും അവൻ കുട്ടികളെ രസിപ്പിക്കുമായിരുന്നു.

എന്റെ വീട്ടിൽ വരുമ്പോൾ അവനാകെ കൗതുകമാണ്. അലമാരയിലും റാക്കിലും അടുക്കിവച്ച പുസ്തകങ്ങൾ നോക്കി അവൻ ചോദിക്കും "ഇതെല്ലാം സഖാവ് വായിച്ചതാണോ" ഞാൻ പറയും "വായിച്ചതും വായിക്കാത്തതും ഉണ്ട്." "എന്നാൽ ഇതൊന്ന് എനിക്ക് പറഞ്ഞുതരാമോ." "നിനക്ക് 20 വയസ്സ് അല്ലേ ആയുള്ളൂ. നീ ഇപ്പോഴേ വായിച്ചു തുടങ്ങുക. അപ്പോൾ എന്റെ പ്രായമെത്തുമ്പോൾ നിനക്ക് എന്നിലും കൂടുതൽ വായിക്കാം." അതുകേട്ട് അവൻ നിശ്ശബ്ദനാകും.

ചില സമയങ്ങളിൽ എഴുത്തിനുവേണ്ടി ഞാൻ ഏകാന്തനാവുമ്പോൾ നാലുചുറ്റും വരാന്തയുള്ള എന്റെ വീടിന്റെ കൈവരി തൂണിൽ നിശ്ശബ്ദനായി അവൻ അനന്തതയിലേക്ക് എന്നവണ്ണം നോക്കിയിരിക്കുന്നത് കാണാം. അപ്പോഴാണ് അവന്റെ യഥാർത്ഥ ഹൃദയഭാരം ഞാൻ കാണുന്നത്. അന്ന് ഞാൻ വല്ലാതെ നൊമ്പരപ്പെടുമായിരുന്നു. കുറേനേരം എനിക്കും ഒന്നും മിണ്ടാൻ കഴിയുമായിരുന്നില്ല. എവിടെ നിന്നെങ്കിലും നിലാവിന്റെ കളിചിരി കേട്ടാൽ ഉടൻ മട്ടും ഭാവവും മാറും. ഈ കൗമാരക്കാരൻ നിലാവിനൊപ്പം 10 വയസ്സുകാരനാകും. നിലാവിനെ വേദനിപ്പിക്കാതെ തോണ്ടിയും പിച്ചിയും അസന്തുഷ്ടയാക്കും. നിലാവ് ബാല്യത്തിന്റെ ദേഷ്യത്തിൽ അവനെ ഓടിക്കും. അവൻ നാലുചുറ്റും വരാന്തയിൽ ഓടി പിന്നെ കളിതമാശകൾ പറയുന്നത് കേൾക്കാം.

ആകാശത്തിന്റെ നിറഭേദങ്ങൾക്കൊപ്പം കാലം കടന്നുപോയി. എന്റെ പകർത്തെഴുത്ത് അവസാനിച്ചു. പലപ്പോഴും ഞാൻ മഹാരാജാസിലെ കുട്ടികളെ തേടിപ്പോയി. ഹോസ്റ്റൽ തുറക്കാൻ പലരുമായി ചർച്ച നടത്തി. ആവശ്യത്തിനുവേണ്ട പണവും സർക്കാർ പാസാക്കി. ഇതറിഞ്ഞ സന്തോഷത്തോടെ അഭിമന്യുവും കൂട്ടുകാരും കാത്തിരുന്നു. അവന്റെ നേതൃത്വത്തിൽ ഹോസ്റ്റൽ തുറക്കാൻ സമരം തുടങ്ങി. ഞാൻ സജീവമായി അതിൽ ഇടപെട്ടു. അന്ന് അതിൽ അവനു സന്തോഷവും ഉത്സാഹവുമായിരുന്നു. “സഖാവ് ഞങ്ങളുടെ കൂടെ ഉണ്ടല്ലോ.” അവൻ പറയും. ഞാൻ തിരുത്തും. “എടാ ഞാൻ അല്ല പാർട്ടിയാണ് നിന്റെ കൂടെ ഉള്ളത്.” പുതിയ പ്രിൻസിപ്പൽ കൃഷ്ണകുമാർ സാർ സ്ഥലം മാറിവരുന്നു. ചുരുക്കം കുട്ടികൾക്ക് മാത്രം താമസിക്കാൻ ഹോസ്റ്റൽ തുറന്നു. മൂന്നുനേരം അരിയിൽ വേവിച്ച കഞ്ഞി ഇടയ്ക്കിടെ ഫൈവ് കോഴ്സ് ഡിന്നർപോലെ ഉച്ചയ്ക്ക് ചോറും സാമ്പാറും. ഹോസ്റ്റൽ നടത്തിപ്പുകാരായ യു ജി സി വാഴുന്ന ഗുരുക്കന്മാരും ഗുരുണികളും ഈ വിശപ്പറിഞ്ഞിരുന്നില്ല. ഹോസ്റ്റൽ പൂർണ്ണമായി പ്രവർത്തിക്കാൻ അവർ വിശ്രമമില്ലാതെ പരിശ്രമിച്ചു. പക്ഷേ, ഫലം തഥൈവ. അന്തസ്സായി നാലും കൂട്ടിയ കറിയുമായി ഹോസ്റ്റലിൽനിന്നും ഒരു നേരം ചോറുണ്ണുക അവന്റെ ഒടുങ്ങാത്ത ആഗ്രഹമായിരുന്നു.

ആ വർഷത്തെ കോളേജ് യൂണിയൻ ഉദ്ഘാടനത്തിന് എന്നെയാണ് ക്ഷണിച്ചത്. വേദിയിലേക്ക് പൊക്കികയറ്റാനും കാറിൽ പൊക്കിയിരുത്താനും വീട്ടിൽ കേറ്റി കിടത്താനും അഭിമന്യുവും അർജ്ജുനും മുസ്തഫയും അമീറും ആയിരുന്നു മുന്നിൽ. കാലം കടന്നുപോയപ്പോൾ കളിതമാശയായി ഞാൻ അവനോട് പറയുമായിരുന്നു. “നിങ്ങളൊക്കെ വല്ല ജയിലിലും പോയി കിടക്ക്. ഒരു ദിവസം മത്സ്യം, ഒരു ദിവസം മട്ടൻ, ഒരു ദിവസം ബീഫ്, ഒരു ദിവസം ചിക്കൻ. പിന്നെ വെജിറ്റേറിയൻ... നല്ല ശാപ്പാട് കിട്ടും.” അപ്പോൾ അവൻ വിഷാദത്തോടെ മറുപടി പറയും. “ഒന്നുപോ സഖാവെ.”

അതിനിടെ ഹയർ എഡ്യൂക്കേഷന്റെ തെളിവെടുപ്പിന് ഞാൻ പോയി

രുന്നു. കടലിനു അഭിമുഖമായ ഒരു മുറിയാണ് ഗസ്റ്റ്ഹൗസിൽ എനിക്ക് കിട്ടിയത്. കൊച്ചിയുടെ സൗന്ദര്യം എന്താണെന്ന് നോക്കിക്കണ്ടു.

കടലും കായലും സന്ധിക്കുന്ന കൊച്ചിയുടെ അഴിമുഖം നോക്കി അവൻ പറയും. "സഖാവിന്റെ കൂടെ കൂടിയത് എന്റെ ഭാഗ്യം. അല്ലെങ്കിൽ ഈ വട്ടവടക്കാരന് ഇതൊന്നും കാണാൻ ഭാഗ്യം ഉണ്ടാവില്ല."

ഒരിക്കൽ സ. എം എം ലോറൻസ് എന്റെ വീട്ടിൽ വരുമ്പോൾ ഞങ്ങൾ എഴുത്തിലായിരുന്നു. എസ് എഫ് ഐക്കാരോട് ലോറൻസിന് പ്രത്യേക മമതയാണ്. ഒറ്റയ്ക്കു നടക്കാൻ ശാഠ്യം കൂട്ടുന്ന ലോറൻസ് അവന്റെ കൈയും പിടിച്ചാണ് അന്ന് പുറത്തേക്ക് പോയത്. അലമാരയിൽ അടുക്കിവെച്ച രാഷ്ട്രീയ ഗ്രന്ഥങ്ങൾ കാണുമ്പോൾ വായിച്ചെടുക്കാൻ ആർത്തിയായിരുന്നു. വൈരുദ്ധ്യാത്മക ഭൗതികവാദം ഞാൻ അവനു പഠിപ്പിക്കുംപോലെ പറഞ്ഞുകൊടുത്തു. ചരിത്രപരമായ ഭൗതികവാദം കഥപോലെ പറഞ്ഞുകൊടുത്തു. ജ്ഞാനസിദ്ധാന്തം അവൻ കേട്ടിട്ടേ ഇല്ല. അതും എന്നിൽനിന്ന് മനസ്സിലാക്കാൻ ശ്രമിച്ചു. മൂലധനം പറഞ്ഞുകൊടുക്കണം എന്നുപറഞ്ഞപ്പോൾ ഞാൻ പറഞ്ഞു. "നീ ആദ്യം കൂലി, വില, ലാഭം വായിക്കണമെന്ന്." ചുരുക്കത്തിൽ ആകാശത്തിനു ചുവട്ടിലുള്ള എല്ലാം അവനു കൗതുകമായിരുന്നു.

അവസാനമായി ഞാൻ അവനെ കാണുന്നത് യൂണിവേഴ്സിറ്റി യൂണിയൻ യുവജനോത്സവത്തിന്റെ അന്നാണ്. ഓമൽ സാറിനെ തിരിക്കിപ്പോയതാണ്. അന്ന് പകൽ മണിക്കൂറുകൾ ആ തിരക്കിനിടയിലും എന്നെ വന്നു സഹായിച്ചു. ഇലകൾ കൊഴിയും പോലെ ക്ഷണികമായ ജീവിതം കരിഞ്ഞുവീഴുമെന്ന് ഞാൻ അറിഞ്ഞതേ ഇല്ല.

വട്ടവടയിൽ വരുമെന്ന് ഞാൻ, വട്ടവടയിലെ ശാസ്ത്രജ്ഞനായിരിക്കുമെന്ന് അവൻ, മാങ്കുളത്ത് കൃഷിക്കാരൻ ആയിരിക്കും എന്ന് ഞാൻ. എന്റെ ശരീരം മാങ്കുളത്തെ മണ്ണിൽ അലിയുമെന്നും നീ വല്ല വിദേശത്തൊക്കെ ആയിരിക്കുമെന്നും ഞാൻ കളിയാക്കുമായിരുന്നു. കണ്ടുമുട്ടിയ അന്നു മുതൽ പഠനത്തിന്റെ ഗൗരവം ഞാൻ പറയും. തോമസ് ഐസക് ഞങ്ങളെ ശാസിച്ചാണ് വായന പഠിപ്പിച്ചതെന്ന് പലവട്ടം ഞാൻ പറയുമായിരുന്നു. എന്നെയും ചന്ദ്രചൂഡനെയും കോട്ടപ്പുറത്ത് ഐസക്കിന്റെ അമ്മയുടെ വീട്ടിൽ നിർത്തി ഇഷ്ടപ്പെട്ട ഭക്ഷണം തന്ന് ദിവസം 18 മണിക്കൂർ നിർബ്ബന്ധിച്ച് വായിപ്പിക്കുമായിരുന്നു. അത് കേൾക്കുമ്പോൾ അവന്റെ കണ്ണുകൾ വിടരും.

വിതുമ്പലും കരച്ചിലുമായി കോളേജിലെ കുട്ടികൾ ചേതനയറ്റ തന്റെ സഹപാഠിയുടെ അടുത്തേക്ക് വരിവരിയായി നടന്നുനീങ്ങുന്നു. 'നാൻ പെറ്റ മകനെ' എന്ന് അമ്മ പൂവതിയുടെ നിലവിളി കേൾക്കുന്നു. നാരു കീറി ഹൃദയത്തിൽ കുത്തിത്തറയ്ക്കുന്ന കരച്ചിൽ കേട്ട് വിഷമിക്കുമ്പോൾ എന്റെ അടുത്തിരുന്ന ഐസക്കിനോട് ഞാൻ പറഞ്ഞു. "കുറേ പതിറ്റാണ്ടുകൾക്ക് മുമ്പ് ഇവിടെ പഠിച്ചിരുന്ന സഖാവേ, ഒരു വരിതെറ്റിയിരുന്നെങ്കിൽ ഈ ആർത്തനാദമായ നിലവിളിയും ഞങ്ങൾ അന്നു കേൾക്കുമാ

യിരുന്നു.” അപ്പോൾ ആ ഓഡിറ്റോറിയത്തിൽ മുഴുവൻ മനുഷ്യഹൃദയങ്ങളും വേർപാടിൽ കുത്തി നോവുകയായിരുന്നു.

ഒരു വസന്തോത്സവത്തിൽ നറുകാറ്റിന്റെ തേരിൽ എത്തും വസന്തനിലാവ് പോലെയാണ് ആ മഴക്കാലത്ത് എന്റെ വീട്ടിലേക്ക് അവൻ വന്നത്. അവന്റെ ഓരോ കളിയും ചിരിയും ആരവം നിറഞ്ഞതായിരുന്നു. ഹിമത്തിൽ പൊതിഞ്ഞ നിശ്ശബ്ദതയെ അവൻ സ്നേഹരേണുക്കൾകൊണ്ട് ഒതുക്കി. ഹൃദയത്തിന്റെ കനൽക്കാറ്റിലും മോചനത്തിന്റെ ബോദ്ധ്യം അവൻ പകർത്തി. ഉരുകുന്ന ഹൃദയങ്ങൾക്കും അവൻ തണലായി. മഹാരാജാസിൽ അവൻ ഒരു മഴവില്ലായി വിരിഞ്ഞു. പക്ഷേ, രാത്രിയുടെ ഒരു നിമിഷം 1600 ഡിഗ്രി താപത്തിൽ ചുട്ടെടുത്ത കൊലക്കത്തിയുമായി മനസ്സിൽ മതരാഷ്ട്രബോധത്തിൻ മാറാലയുമായി അവർ അവന്റെ മുന്നിൽ വന്നു. രണ്ട് താലിബാൻ കൈയുകൾ അവന്റെ ഇരുകരങ്ങളും ബന്ധിച്ചു. നെഞ്ചകത്ത് ആറിഞ്ച് നീളത്തിൽ കുത്തിയിറക്കി കറക്കി വലിച്ചു. നിസ്സഹായനായി അവൻ വീണു. അർജ്ജുൻ ഓടിയെത്തി. ചങ്കിൽ തറയ്ക്കേണ്ട കത്തി അവന്റെ കരളിൽ തറച്ചു. നവീൻ ഓടിയെത്തി. കാലിലെ മരണ ഞരമ്പിൽ അവർ കത്തിയിറക്കാൻ ശ്രമിച്ചു. ഇരുട്ടിൽ അവർ ഓടിമറയുമ്പോഴും കനൽ കത്തുന്ന മനസ്സുമായി അഷ്ടദിക്കുകളെ വിറപ്പിക്കുന്ന മുദ്രാവാക്യം, വിപ്ലവകാരികൾ ഉയർത്തിയ ശുഭ്രപതാക മഹാരാജാസിൽ പാറിനിന്നു. പൊലിഞ്ഞു വീണ പോരാളികൾ നീലഛവിയാർന്ന ആകാശത്തെ നക്ഷത്രക്കണ്ണുകളായ് നോക്കിയിരുന്നു.

നാൻ പെറ്റ മകനേ

സി പി അബൂബക്കർ

വാകമരത്തിന്റെ കൊമ്പുകളിൽ രണ്ടു കറുത്ത പ്രാവുകൾ. ഒന്ന് സൂര്യൻ ഒന്ന് ചന്ദ്രൻ. പ്രിയ അയൽക്കാരേ, എവിടെയാണെൻ ശ്മശാനം? എന്റെ വാലറ്റത്ത് സൂര്യൻ, എന്റെ തൊണ്ടയിൽ ചന്ദ്രൻ, ഭൂമിയുമായി സഞ്ചരിക്കുന്ന ഞാൻ രണ്ടു കഴുകന്മാരെയും വിവസ്ത്രയായ ഒരു പെൺകിടാവിനെയും കണ്ടു... ലോർക്കയുടെ കവിത എന്തിനാണ് എനിക്കോർമ്മ വരുന്നത്? എനിക്കൊന്നുമറിയാതെ പോവുന്നുവല്ലോ. അസ്ഥാനത്ത് കവിത ചൊല്ലുന്ന ക്രൂരനായ ഒരാളായി മാറുന്നതെന്തുകൊണ്ടാണ് ഞാൻ? ആരാണ് സ്വന്തം ശ്മശാനം തേടി പറന്നുകൊണ്ടിരിക്കുക? സന്നിഹിതമല്ലാത്ത പ്രണയം പോലെ മരണം ഏറ്റവും കാപാലികമായ രൂപത്തിൽ അഭിമന്യുവിന്റെ കൂടെയുണ്ടായിരുന്നുവോ? ആരോടാണ് ഇതൊക്കെ ഈ സന്ദർഭത്തിൽ ചോദിക്കാവുന്നത്?

ഇടുക്കിയിൽനിന്ന് എറണാകുളം മഹാരാജാസിൽ വന്ന് പഠിക്കുകയായിരുന്നു അഭിമന്യു. അയാളുടെ വരവോടെ ചുറ്റും പത്മവ്യൂഹം രൂപപ്പെട്ടു. സുഖശീതളമായ മാർഗ്ഗമായിരുന്നില്ല അയാൾ തെരഞ്ഞെടുത്തത്. മേഘാവൃതമായ പാതിരാവിൽ വരാൻ പോവുന്ന പിന്മുറക്കാരെ സ്വാഗതം ചെയ്യാനുള്ള കൊടിതോരണങ്ങൾ തൂക്കുകയായിരുന്നു അഭിമന്യു.

സൂര്യചന്ദ്രന്മാരോടൊത്ത് സഞ്ചരിക്കാൻ അവനു മടിയില്ലായിരുന്നു. സ്നേഹമായിരുന്നു അവന്റെ ഭാഷ. ആരോടും സംസാരിക്കാവുന്ന വാക്കുകളാണ് ആ ഭാഷയിലുണ്ടായിരുന്നത്. ആർക്കും മനസ്സിലാവുന്ന ലിപിയിലാണ് അവന്റെ ഭാഷ ഏർപ്പെട്ടിരുന്നത്. അതുകൊണ്ടാണ് അവന്റെ അമ്മയുടെ ശബ്ദം എവിടെയും മുഴങ്ങുന്നത്. നാൻ പെറ്റ മകനേ...

കത്തുന്ന ആകാശങ്ങളിൽ ഒരുതരം പൈശാചികത മിന്നിയുയരു

ന്നത് അവൻ കണ്ടിരുന്നില്ല. ആ പൈശാചികത കപടമായ ഒരു ദിവ്യ ചഷകമായി, വാനമ്പാടികളുടെ കൂടെ പാറി നടക്കുന്നത്, ചിലപ്പോൾ സംഗീതമാവുന്നത്, എല്ലായ്പ്പോഴും രാക്ഷസീയതയുടെ പേശീബലം വഴി സ്നേഹനീരൊഴുക്കുകളുടെ കഴുത്ത് ഞെരിക്കുന്നത് അവൻ കണ്ടിരുന്നില്ല. ഈ രാക്ഷസീയതയാണ് മതാന്ധതയുടെ പേരിൽ സംഘടിക്കുന്നത്. വിളിക്കാനും വിളിച്ചുവരുത്തി നെഞ്ചിൽ കത്തി കുത്തിയിറക്കാനും ഇത്തരമൊരു രാക്ഷസീയതയ്ക്കുമാത്രമേ കഴിയൂ. കേരളത്തിലെ കാമ്പസുകളിൽ മനസ്സ് വിഭജിക്കാനും കൊന്നൊടുക്കാനും വരുന്നവരെ തടയുന്ന ഒരു പ്രസ്ഥാനത്തിന്റെ വക്താവും പ്രയോക്താവുമായിരുന്നു അഭിമന്യു. ആ പ്രസ്ഥാനത്തെ നശിപ്പിക്കേണ്ടത് അവരുടെ ആവശ്യമായിരുന്നു. മതം തികച്ചും സ്വകാര്യമാണെന്നും മനുഷ്യജീവിതം നിലനില്ക്കുന്നത് ഭൗതികമായ അടിത്തറയിലാണെന്നും അവന്റെ പ്രസ്ഥാനം അവനെയും സഖാക്കളെയും പഠിപ്പിച്ചിരുന്നു. ദുർഘടമായ പർവ്വത സാനുക്കളിലെ ജീവിതം അവനെയും അവന്റെ മാതാപിതാക്കളെയും സഹോദരങ്ങളെയും ഈ സത്യം പഠിപ്പിച്ചിരുന്നു. അവൻ മരണത്തെയല്ല ജീവിതത്തെയാണ് സ്നേഹിച്ചിരുന്നത്. മനുഷ്യസമൂഹത്തെ അന്തിമവിനാശത്തിൽ നിന്ന് സംരക്ഷിക്കുന്നതിനുള്ള പോരാട്ടമാണ് അവൻ നടത്തിയിരുന്നത്. ചരിത്രം അവന്റേതാണ്. എല്ലാവർക്കും വിദ്യാഭ്യാസം എല്ലാവർക്കും തൊഴിൽ എന്നീ ജീവത്തായ ആവശ്യങ്ങൾക്കായി പോരാടാനുറച്ചോരാളായിരുന്നു അഭിമന്യു. അതുകൊണ്ടാണ് അവൻ എസ് എഫ് ഐയുടെ പോരാളിയായത്. സ്വാതന്ത്ര്യത്തിനും ജനാധിപത്യത്തിനും സോഷ്യലിസത്തിനുംവേണ്ടി നിലകൊള്ളുന്ന മഹാപ്രസ്ഥാനത്തിന്റെ പോരാളിയായിരുന്നു അവൻ.

സംഘജീവിതത്തിന്റെ ജ്വലിക്കുന്ന മുഖമാണവനുണ്ടായിരുന്നത്. 'വർഗ്ഗീയത തുലയട്ടെ'യെന്നായിരുന്നു അവൻ അവസാനമായി എഴുതിയ മുദ്രാവാക്യം. ജീവിച്ചിരിക്കുമ്പോഴും വർഗ്ഗീയവാദികളുടെ മുഖങ്ങളിൽ മരണം ക്രൂരമായി കഴുകു രൂപം പ്രാപിക്കുന്നുണ്ട്. കാമ്പസ് ഫ്രണ്ട് തീവ്രവാദികളുടെ സംഘമാണ്. സംഘപരിവാറും എസ് ഡി പി ഐയും പോലെ ഈ സംഘങ്ങളെല്ലാം ശ്രമിക്കുന്നത് മനുഷ്യനുമായി പുലബന്ധമില്ലാത്ത പ്രശ്നങ്ങളുടെ പേരിൽ സമൂഹത്തെ വിഭജിക്കാനും നശിപ്പിക്കാനുമാണ്. വിനാശത്തിന്റെ പ്രയോക്താക്കൾക്കിടയിൽ ജീവിതത്തിന്റെ സന്ദേശമാണ് അഭിമന്യുവും സഖാക്കളും പ്രചരിപ്പിച്ചുകൊണ്ടിരുന്നത്. സ്നേഹപ്രവാചകന്മാരെപ്പോലെ അഭിമന്യുവും ജീവിതത്തിനായി മരിച്ചു. പൂക്കളുടെ അനന്തമായ നൊമ്പരത്തിലും ചില്ലയുടെ ഫലനമറ്റ കഴുത്തിന്മേലും അടിച്ചമർത്തപ്പെട്ടവരുടെ അടയാളമായി അവനുണ്ടായിരിക്കും. ലോർക്ക എന്നെ വല്ലാതെ പിടികൂടിയ ഈ സമയത്ത് അധികം എഴുതാതിരിക്കാനാണ് ഞാൻ ശ്രമിക്കുന്നത്....

'ഞാൻ ജാലകങ്ങൾ അടച്ചിരിക്കയാണ്/
കരച്ചിൽ കേൾക്കാനെനിക്കിഷ്ടമല്ല/പക്ഷേ
ചാരനിറം പൂണ്ട/ഭിത്തികൾക്കു പിന്നിൽനിന്ന് കരച്ചിലല്ലാതെ വേറൊന്നും കേൾക്കാനില്ല.

എന്നാൽ ഈ ശബ്ദം ഉണർവ്വിലും ഉറക്കിലും കേരളത്തിന്റെ മനസ്സിൽ പ്രതിദ്ധ്വനിച്ചുകൊണ്ടിരിക്കും. നാൻ പെറ്റ മകനേ.

രക്തസാക്ഷി സഖാവ് അഭിമന്യുവിന് അഭിവാദ്യം

എം എ ബേബി

എറണാകുളം മഹാരാജാസ് കോളേജിലെ എസ് എഫ് ഐ പ്രവർത്തകൻ സഖാവ് അഭിമന്യുവിനെ എസ് ഡി പി ഐ തീവ്രവാദികൾ ഇന്നലെ രാത്രി കുത്തിക്കൊന്നു. കാമ്പസിലുണ്ടായ ചെറിയ ഒരു തർക്കത്തിന്റെ പേരിലാണ് പുറത്തുനിന്നു വന്ന, കൊല്ലാൻ പരിശീലനം നേടിയ എൻ ഡി എഫ് വെട്ടുസംഘം, എസ് എഫ് ഐ ഇടുക്കി ജില്ലാ കമ്മിറ്റി അംഗം കൂടെ ആയ സഖാവിനെ കൊല്ലുന്നത്. ഒരു സംഘർഷത്തിലല്ല അഭിമന്യു മരിച്ചത്. അഭിമന്യുവിനെ കൊല്ലാൻ കാമ്പസ് ഫ്രണ്ട് എന്ന വർഗ്ഗീയ വിദ്വേഷസംഘം എൻ ഡി എഫ് വെട്ടുസംഘത്തെ വിളിക്കുകയും അവർ വന്ന് നേരെ കുത്തിക്കൊല്ലുകയും ആണ് ചെയ്തത്. രാവിലെ കോളേജിലേക്കെത്തുന്ന പുതിയ വിദ്യാർത്ഥികൾക്ക് സ്വാഗതമോതുന്ന അലങ്കാരങ്ങൾ ചെയ്തുകൊണ്ടിരിക്കുകയായിരുന്ന വിദ്യാർത്ഥികളെയാണ് ഈ അക്രമിക്കൂട്ടം മാരകായുധങ്ങളുമായി ആക്രമിച്ചത്.

ഇരുപതു വയസ്സുകാരനായ ഒരു കുമാരനാണ് ഇവിടെ കത്തിയേറ്റ് ചോര വാർന്ന് മരിച്ചത്. അഭിമന്യുവിന്റെ തൊഴിലാളികളായ അച്ഛന്റെയും അമ്മയുടെയും സഹോദരന്റെയും സഹോദരിയുടെയും ബന്ധുക്കളുടെയും കൂട്ടുകാരുടെയും സഖാക്കളുടെയും ദുഃഖം ആശ്വാസവാക്കുകൾ കൊണ്ട് നില്ക്കുന്നതല്ല. അവരുടെ പ്രിയപ്പെട്ടവനാണ് ഇരുപത് വയസ്സിൽ ജീവൻ വെടിഞ്ഞിരിക്കുന്നത്. പഠിക്കാൻ മിടുക്കനായ ഈ ദരിദ്രകുടുംബത്തിന്റെ ഏകപ്രതീക്ഷ ആയിരുന്ന സഖാവാണ് മരിച്ചിരിക്കുന്നത്, ഇനി തിരിച്ചു കിട്ടാത്ത ഒരു ജീവനാണ് പോയിരിക്കുന്നത്. എങ്കിലും ദുഃഖത്തിന്റെയും വേദനയുടെയും ഈ നിമിഷത്തിൽ ഞാൻ അവരോടൊപ്പം നില്ക്കുന്നു.

പോപ്പുലർ ഫ്രണ്ട്/എസ് ഡി പി ഐ/ കാമ്പസ് ഫ്രണ്ട് എന്നീ പേരു

കളിലെല്ലാം പ്രവർത്തിക്കുന്നത് അന്താരാഷ്ട്ര ബന്ധങ്ങളിലുള്ള ഇസ്ലാമിക് ഭീകര സംഘടനയായ എൻ ഡി എഫ് ആണ് കേരളത്തിലെ കാമ്പസുകളിൽ പ്രകോപനമുണ്ടാക്കി ആക്രമണമുണ്ടാക്കാനും അങ്ങനെ തങ്ങളുടെ അക്രമരാഷ്ട്രീയത്തെ മുന്നോട്ടു നീക്കാനുമാണ് ഈ ക്രിമിനലുകളുടെ പരിപാടി. എസ് എഫ് ഐ ഇടതുപക്ഷ പ്രവർത്തകർ കഴിയുന്നത്ര സംയമനം പാലിക്കണമെന്നും നിയമം ഇവരെ അതിന്റെ ഉരുക്ക് മുഷ്ടികൊണ്ടു നേരിടണമെന്നും ഞാൻ അഭ്യർത്ഥിക്കുന്നു.

കേരളം നേരിടുന്ന വലിയൊരു ഭീഷണിയാണ് ഇസ്ലാമിസ്റ്റ് തീവ്രവാദം. മുസ്ലീങ്ങളുടെ പേരിലാണവര് പ്രവർത്തിക്കുന്നതെങ്കിലും കേരളത്തിലെ ഭൂരിപക്ഷം മുസ്ലീങ്ങളും ഈ തീവ്രവാദികൾക്കെതിരാണ്. മുസ്ലീങ്ങളിൽ അര ശതമാനത്തിന്റെ പോലും പിന്തുണ ഇവർക്കില്ല. വിദേശത്ത് നിന്നെത്തുന്ന പണത്തിന്റെ ബലത്തിൽ മതഭ്രാന്തിനാൽ വഴി തെറ്റിക്കപ്പെട്ട ഒറ്റപ്പെട്ട ചിലരാണ് ഈ ക്രിമിനൽ സംഘത്തിന്റെ പിന്നിൽ. അതിനോട് നമ്മൾ ഒരുവിട്ടുവീഴ്ചയുമില്ലാത്ത നിലപാടെടുക്കണം. കേരളത്തിലെ ലിബറൽ സിവിൽ സമൂഹത്തിലെ ചില ബുദ്ധിജീവികളും പൊതുപ്രവർത്തകരും ഈ കൈവെട്ടു സംഘത്തിനോട് ഒരു മൃദുസമീപനം എടുക്കുന്നതായി കണ്ടിട്ടുണ്ട്. ഞാൻ ആത്മാർത്ഥമായും നിങ്ങളോടു പറയുന്നു, ഇവരോടുള്ള പിന്തുണ നിങ്ങൾ പുനഃപരിശോധിക്കണം. ഒരു ലിബറൽ ജനാധിപത്യ മൂല്യങ്ങളോടും യോജിപ്പുള്ളവരല്ല ഇവർ. മതാന്ധതയും വിദേശപ്പണവുംകൊണ്ട് കണ്ണുമൂടിയ ഇവരുടെ എതിർപ്പ് കമ്യൂണിസ്റ്റുകാരോടു മാത്രമല്ല, ലിബറൽ സിവിൽ സമൂഹത്തോടും അതേ അസഹിഷ്ണുതയാണ് ഇവർക്കുള്ളത്.

ആർ എസ് എസിന്റെ ഹിന്ദുത്വ വർഗ്ഗീയതയ്ക്ക് ഇവർ മറുപടി ആകുന്നില്ല. എന്നു മാത്രമല്ല, അതിന് വളമാവുകയും ചെയ്യുന്നു. എൻ ഡി എഫ് കാപാലികർക്കെതിരെ മുഴുവൻ ജനാധിപത്യവാദികളും ഒരുമിക്കണം എന്നഭ്യർത്ഥിക്കുന്നു.

മായുന്നില്ല ആ നിലവിളി

ഡോ. ടി എം തോമസ് ഐസക്

മഹാരാജാസിന്റെ നിലവിളി ഇനിയും കാതിൽനിന്ന് മാഞ്ഞിട്ടില്ല. കാമ്പസിന്റെ പ്രിയങ്കരനാണ് പൊടുന്നനെ വിടപറഞ്ഞത്. ദാരുണമായി കൊന്നുതള്ളുകയായിരുന്നു, മതതീവ്രവാദികളായ പൈശാചികസംഘം. അപ്രതീക്ഷിതമായൊരു കൊലപാതകം. അതിനിരയാകാൻ ഒരു തെറ്റും അവൻ ചെയ്തതുമില്ല. അവനിനി ഇല്ല എന്ന സത്യവുമായി പൊരുത്തപ്പെടാൻ കൂട്ടുകാർക്കും അദ്ധ്യാപകർക്കും സഖാക്കൾക്കുമൊക്കെ ഇനിയും ദിവസങ്ങൾ വേണ്ടിവരും. അത്രയ്ക്ക് നിഷ്കളങ്കനും പ്രിയപ്പെട്ടവനുമായിരുന്നു അഭിമന്യു. മികച്ച പ്രസംഗകനും സംഘാടകനുമൊക്കെയായി കാമ്പസിന്റെ ഹൃദയം കവർന്നവൻ. അവന്റെ ചിരിയും ഇടനാഴിയിലെ പാട്ടിന്റെ വീഡിയോയും കണ്ടാൽ ആരിലും വാത്സല്യമുണരും. നെഞ്ചോടൊന്നു ചേർത്തുപിടിക്കാൻ തോന്നും.

തികച്ചും ദരിദ്രമായ സാഹചര്യത്തിൽനിന്നാണ് അഭിമന്യു മഹാരാജാസിലെത്തിയത്. എന്നാൽ, നന്മയുടെയും മാനവികതയുടെയും കാര്യത്തിൽ തികഞ്ഞ സമ്പന്നനായിരുന്നു അവൻ. വീൽച്ചെയറിൽ ജീവിക്കുന്ന സൈമൺ ബ്രിട്ടോയുടെ വലംകൈയായി മാറാൻ അവനെ പ്രേരിപ്പിച്ചത് ഒരു സഖാവിനോടുള്ള കലർപ്പറ്റ സാഹോദര്യവും മാനവികതയിലുള്ള അചഞ്ചലവിശ്വാസവുമാണ്. മൂത്രം വീണ തുണി മാറ്റിയും കുളിപ്പിച്ചും വീൽച്ചെയർ തള്ളിനീക്കിയും അവൻ ബ്രിട്ടോയെ പരിചരിച്ചു. യാത്രാവിവരണത്തിന്റെ ആയിരത്തോളം പേജുകൾ ഒപ്പമിരുന്നെഴുതി. ഒരു സഖാവിനുചേർന്ന അനുതാപത്തോടെ. ദരിദ്രരിൽ ദരിദ്രനും മിടുക്കരിൽ മിടുക്കനുമായ ആ പാവം കുട്ടിയെയാണ് പരിശീലനം ലഭിച്ച

പോപ്പുലർ ഫ്രണ്ട് കൊലയാളികൾ നിസ്സാരമായി കൊന്നുതള്ളിയത്.

മോർച്ചറിക്കു പുറത്തുനിന്നപ്പോൾ മുത്തുക്കോയയെ ഞാനോർത്തു. 1973 ൽ ഇതുപോലൊരു പ്രഭാതത്തിലാണ് മുത്തുക്കോയയുടെ മൃതദേഹം ഞങ്ങളേറ്റുവാങ്ങിയത്. പൊതുദർശനത്തിനുശേഷം കോളേജിൽനിന്ന് പുറത്തിറങ്ങുമ്പോൾ ഒരു പത്രപ്രവർത്തകയുടെ ഫോൺ. മഹാരാജാസിന്റെ ഭീകര ഭൂതകാലത്തെക്കുറിച്ചൊരു(Gory Past)ഫീച്ചർ ചെയ്യുന്നു, സാറിനും ഇതുപോലൊരു അനുഭവമുണ്ടായല്ലോ അതേക്കുറിച്ചു പറയാമോ എന്ന് ചോദ്യം. അന്ന് കൊലയാളികളുടെ ലക്ഷ്യം മുത്തുക്കോയ ആയിരുന്നില്ല. എന്നെയായിരുന്നു അവർ കൊല്ലാൻ തെരഞ്ഞെടുത്തിരുന്നത്. ഞാൻ ഓടി രക്ഷപ്പെട്ടതിലുള്ള കലി തീർക്കാൻ മുത്തുക്കോയയെ കൊലപ്പെടുത്തുകയായിരുന്നു. അതേക്കുറിച്ചാണ് ലേഖികയ്ക്ക് അറിയേണ്ടത്.

ഇതൊന്നുമല്ല മഹാരാജാസെന്ന് ആ പത്രപ്രവർത്തകയെ ആർക്കു പറഞ്ഞു മനസ്സിലാക്കാൻ കഴിയും? പഠിക്കാൻ മിടുക്കുള്ളവർ, കലയും സാഹിത്യവും തലയ്ക്കുപിടിച്ചവർ, സ്വതന്ത്രചിന്തയുടെ കരകളിലേക്കു തുഴയുന്നവർ... അവരുടെയൊക്കെ വിഹാരകേന്ദ്രമായിരുന്നു മഹാരാജാസ്. മികച്ച അദ്ധ്യാപകരുടെയും മികച്ച കുട്ടികളുടെയും സംവാദകേന്ദ്രം. ആ കാമ്പസിലെത്താനാണ് ഇടുക്കിയിലെ വട്ടവടയിൽ ജനിച്ചുവളർന്ന അഭിമന്യു മോഹിച്ചത്. അതിനു കാരണം കാമ്പസിന്റെ ഭീകര ഭൂതകാലമല്ല, പഠനത്തിനും കലാസാഹിത്യരാഷ്ട്രീയപ്രവർത്തനങ്ങളിലും മഹാരാജാസ് സൃഷ്ടിച്ച ഉന്നതമായ മാതൃകയാണ്.

അഭിമന്യുവിനൊപ്പം കുത്തേറ്റ അർജ്ജുൻ കൃഷ്ണയും പാവപ്പെട്ട പാർട്ടി കുടുംബത്തിലെ അംഗമാണ്. മഹാരാജാസിൽ പഠിക്കാൻ മോഹിച്ചവൻ. ഇന്നലെ ഞാനെത്തുമ്പോൾ അവനെ വെന്റിലേറ്ററിൽനിന്ന് നീക്കം ചെയ്തതേയുള്ളൂ. മരണത്തിന്റെ വക്കിൽനിന്ന് കഷ്ടിച്ചു രക്ഷപ്പെടുകയായിരുന്നു അർജ്ജുൻ. കുത്തേറ്റ് രണ്ടുമണിക്കൂറിനുള്ളിൽ ഓപ്പറേഷൻ നടത്തിയതുകൊണ്ട് ജീവൻ നിലനില്ക്കുന്നു.

ഇരട്ടക്കൊലപാതകത്തിന് കോപ്പുകൂട്ടിയാണ് അക്രമികൾ കാമ്പസിലെത്തിയത്. കൈയിൽ കിട്ടുന്ന കുഞ്ഞുങ്ങളെ കൊന്നുകളയാൻ തീരുമാനിച്ചുവന്നവർ. കൊല നടത്താൻ പരിശീലനം ലഭിച്ച കൊടും ക്രിമിനലുകൾ ആ സംഘത്തിലുണ്ടായിരുന്നു. കുത്തിയും വെട്ടിയും അറപ്പുതീർന്നവർ. ചോര കണ്ടുകണ്ട് മരവിപ്പുമാറിയവർ.

എന്തിനാണ് പോപ്പുലർ ഫ്രണ്ടുകാർ ഈ പാതകം ചെയ്തത്? അതിനുമാത്രം എന്തുപ്രകോപനമാണ് ആ കാമ്പസിലുണ്ടായിരുന്നത്? പോസ്റ്റർ ഒട്ടിച്ചതിലെ തർക്കമോ? അതോ ചുവരെഴുത്തിന് സ്ഥലം കിട്ടാത്തതിന് പ്രതികാരമോ? ഇത്രയ്ക്കു നിസ്സാരമായ കാരണം മതിയോ

പോപ്പുലർ ഫ്രണ്ട് ക്രിമിനലുകൾക്ക് ഒന്നോ രണ്ടോ പേരെ കൊല്ലാൻ?

അല്ല. അതൊരു കാമ്പസ് തർക്കത്തിന്റെപേരിൽ നടന്ന കൊലപാതകമല്ല. ആസൂത്രിതമായിരുന്നു കൃത്യം. ഒറ്റക്കുത്തിന് ചങ്കും കരളും തകർക്കാൻ പരിശീലനം സിദ്ധിച്ചവർ സംഘടിച്ച് കോളേജിലെത്തിയത് വ്യക്തമായ മുന്നൊരുക്കത്തിന്റെ സൂചന തന്നെയാണ്. പല ജില്ലകളിൽ നിന്നുള്ള ക്രിമിനലുകൾ. ചുവരെഴുത്തിന്റെ പേരിൽ കാമ്പസ് ഫ്രണ്ടുകാർ തർക്കമുണ്ടാക്കിയത് ഈ കൊലയാളികളെ കാമ്പസിലെത്തിക്കാൻ വേണ്ടിയായിരുന്നു.

എസ് എഫ് ഐയെ ഭയപ്പെടുത്താനും കാമ്പസുകളെ ഭീതിയിലാഴ്ത്താനും വേണ്ടി ആസൂത്രണംചെയ്യപ്പെട്ട കൊലപാതകമാണിത്.' കാമ്പസ് ഫ്രണ്ടെന്നുകേട്ടാൽ ഭയചകിതമാകണം ഓരോ കാമ്പസും' എന്ന സന്ദേശം പരത്താനാണവർ അഭിമന്യുവിന്റെ ചങ്കിൽ കത്തിയാഴ്ത്തിയത്. അത്യന്തം ഹീനമായ ഈ കൊലപാതകത്തെ ന്യായീകരിച്ച് സോഷ്യൽ മീഡിയയിൽ പ്രത്യക്ഷപ്പെട്ട പ്രതികരണങ്ങൾ വിരൽചൂണ്ടുന്നതും ഈ യാഥാർത്ഥ്യത്തിലേക്കാണ്. ഒരു ന്യായീകരണ കമന്റ് ഇങ്ങനെയായിരുന്നു:'സുഡാപ്പികളെ വലിച്ചുകയറ്റാൻ മൂക്കുവിടർത്തുന്നവരോട്: ആർ എസ് എസിന്റെ ആളില്ലാപോസ്റ്റിലേക്ക് ഗോളടിക്കുന്ന കളിയാവില്ല ആൺപിള്ളേരോട് കളിച്ചാൽ. അത്രതന്നെ'.

ആർ എസ് എസിനേക്കാൾ ഭീകരരാണ് തങ്ങൾ എന്നു തെളിയിക്കാൻ നടത്തിയ കൊലപാതകമാണെന്ന് പച്ചയ്ക്ക് അവകാശപ്പെടുകയാണ് സുഡാപ്പികൾ. പ്രൊഫസർ ജോസഫിന്റെ കൈവെട്ടിയ കേസിൽ ശിക്ഷിക്കപ്പെട്ടവർ പുറത്തുവന്നപ്പോൾ നിറഞ്ഞുചിരിച്ച് കേരളത്തെ കൊഞ്ഞനംകുത്തിയതുപോലെ, ഈ കേസിലെ പ്രതികളും പെരുമാറും. അതുകൊണ്ട് ഒറ്റപ്പെട്ട കൊലപാതകത്തിന്റെ കണക്കിൽപ്പെടുത്തി അവഗണിക്കേണ്ട സംഭവമല്ല ഇത്.

കോളേജുകളിൽ കുത്തിക്കൊല ആദ്യമായിട്ടല്ലെന്നായിരുന്നു എസ് ഡി പി ഐയുടെ ആദ്യപ്രതികരണം. ശരിയാണവർ പറഞ്ഞത്. ആദ്യമായല്ല കാമ്പസിൽ കൊലപാതകം. പക്ഷേ, കാമ്പസിൽ കൊല്ലപ്പെട്ടവരെല്ലാം എസ് എഫ് ഐക്കാരാണ്. സംഘർഷത്തിനിടയിൽ ആർക്കെങ്കിലും സംഭവിച്ച കൈയബദ്ധത്തിന്റെ ഭാഗമായി കൊല്ലപ്പെട്ടവരല്ല അവർ. തീരുമാനിച്ചുറപ്പിച്ച് തീർത്തുകളഞ്ഞതാണ്. അങ്ങനെ എസ് എഫ് ഐക്കാരെ തെരഞ്ഞുപിടിച്ച് വകവരുത്തിയവരുടെ പാതയിൽത്തന്നെയാണ് തങ്ങളുമെന്ന് പൊതുസമൂഹത്തോട് ഏറ്റുപറഞ്ഞിരിക്കുകയാണ് എസ് ഡി പി ഐ.

ഈ ക്രിമിനൽ സംഘത്തിന് പൊതുസമ്മതിയുണ്ടാക്കാൻ അദ്ധ്വാനിക്കുന്ന ചിലരുണ്ട്. പരിസ്ഥിതി, മനുഷ്യാവകാശം, ദളിത് പിന്നോക്ക ഐക്യം എന്നിവയെ ആസ്പദമാക്കി സുഡാപ്പികളുമായി കൈകോർ

ക്കാൻ ശ്രമിക്കുന്നവർ. കാമ്പസുകളെയും കേരളത്തെ പൊതുവെയും മുസ്ലിം, മുസ്ലിം ഇതരർ എന്നു ഭിന്നിപ്പിക്കാൻ നടക്കുന്നവർക്ക് പൊതു സമൂഹത്തിൽ സ്വീകാര്യത ലഭിക്കാൻ ഇവരുടെ കൈമെയ് സഹായമുണ്ട്. അതിവേഗം വർഗ്ഗീയവല്ക്കരിക്കപ്പെട്ടുകൊണ്ടിരിക്കുന്ന ഇന്ത്യയിൽ മതനിരപേക്ഷശക്തികൾക്ക് മുൻകൈയുള്ള ഈ കേരളത്തിന്റെ സാമൂഹ്യപരിവർത്തന ധാരയെക്കുറിച്ച് ഇക്കൂട്ടർക്ക് ഒരു ചുക്കുമറിയില്ല. മുസ്ലിം തീവ്രവാദം ആഗോളപ്രതിഭാസമാണെന്നും കൈവെട്ടും കുത്തിക്കൊലയുമൊക്കെ ഇതിനുമുമ്പും ഉണ്ടായിട്ടുണ്ടെന്നുമൊക്കെ ഈ അരുംകൊലപാതകത്തെ ചാനലിലിരുന്നു ന്യായീകരിക്കുന്ന നിഷ്പക്ഷ നാട്യക്കാരെ കാണുമ്പോൾ കഷ്ടമെന്നല്ലാതെ എന്തുപറയാൻ.

വലിയ സംഘടനാശേഷി ആർ എസ് എസിന് കേരളത്തിലുണ്ടെങ്കിലും എല്ലാ അടവുകളും പയറ്റിയിട്ടും ബഹുജനപിന്തുണ ആർജ്ജിക്കാൻ കഴിഞ്ഞിട്ടില്ല. കേരള നവോത്ഥാനം കേരള മനസ്സിനെ എങ്ങനെ മാറ്റിമറിച്ചു എന്നും, ഇടതുപക്ഷം എങ്ങനെ ഈ പൈതൃകം മുന്നോട്ടു കൊണ്ടുപോയെന്നും തിരിച്ചറിയുമ്പോഴേ എന്തുകൊണ്ടിങ്ങനെ സംഭവിക്കുന്നു എന്നു മനസ്സിലാകൂ. ആ പാരമ്പര്യത്തിന്റെ കടയ്ക്കലേയ്ക്കാണ് എസ്ഡി പി ഐ കോടാലിയെറിയുന്നത്. കേരളത്തിൽ ചുവടുറപ്പിക്കാൻ കഴിയാത്ത ഹൈന്ദവവർഗ്ഗീയതയ്ക്ക് കളമൊരുക്കുകയാണ് ന്യൂനപക്ഷ തീവ്രവാദ സംഘടനകൾ ചെയ്യുന്നത്. ഇരുവരുടെയും ലക്ഷ്യം ഒന്നുതന്നെ. വർഗ്ഗീയമായി സമൂഹത്തെ ചേരിതിരിക്കുക. ഇത്തരത്തിലുള്ള പരസ്പരസഹായതന്ത്രമാണ് ഇവർ രണ്ടും പയറ്റിക്കൊണ്ടിരിക്കുന്നത്.

ഇനി തീരുമാനം സമൂഹത്തിന്റേതാണ്. യാതൊരു ജനാധിപത്യ വിനിമയത്തിനും യോഗ്യതയില്ലാത്ത ക്രിമിനൽ സംഘമാണിത്. തങ്ങളെ മതതീവ്രവാദികളെന്ന് ആക്ഷേപിക്കുന്നുവെന്നാണ് എസ് ഡി പി ഐക്കാരുടെ പരാതി. അതേ, പോപ്പുലർ ഫ്രണ്ടും എസ് ഡി പി ഐയും മതതീവ്രവാദികൾ തന്നെയാണ്. മതത്തിന്റെപേരിലാണ് അവരുടെ അഭിനയം. മതത്തിന്റെ പേരിൽത്തന്നെയാണവർ കത്തി രാകുന്നത്. മതത്തിന്റെ പേരിൽത്തന്നെയാണവർ ഭീഷണി മുഴക്കുന്നത്. വിനോദയാത്ര പോകുമ്പോഴും കുട്ടികൾക്ക് യൂണിഫോം നിശ്ചയിക്കുമ്പോഴും കാമ്പസ് ഫ്രണ്ടുകാർ കലാലയങ്ങളിൽ അഴിഞ്ഞാടാനെത്തുന്നത് മതത്തിന്റെ പേരിൽത്തന്നെയാണ്. അങ്ങനെയുള്ളവരെ മതതീവ്രവാദികളെന്നല്ലാതെ മറ്റെന്താണ് വിളിക്കേണ്ടത്? ഈ തീവ്രവാദകൊലയാളി സംഘങ്ങളെ പാടേ തള്ളിക്കളഞ്ഞുകൊണ്ടാണ് കേരളത്തിലെ മതന്യൂനപക്ഷങ്ങൾ സമൂഹത്തിന്റെ മുഖ്യധാരയുടെ മുൻനിരയിൽ കടന്നിരുന്നത്.

എല്ലാത്തരം സാമൂഹ്യവിനിമയങ്ങളിൽനിന്നും കൊടുംക്രിമിനലുക

ളായ ഈ ഭീകരസംഘത്തെ അകറ്റിനിർത്താൻ സമൂഹം ഒറ്റക്കെട്ടായി രംഗത്തിറങ്ങണം. സൗഹാർദ്ദമനോഭാവത്തോടെയുള്ള ഒരു പുഞ്ചിരിക്കുപോലും ഇവർ അർഹരല്ല. എസ് ഡി പി ഐയുടെയും പോപ്പുലർ ഫ്രണ്ടിന്റെയും സാമൂഹ്യബഹിഷ്കരണമാണ് അഭിമന്യു എന്ന നിരപരാധിയുടെ രക്തസാക്ഷിത്വം കേരളസമൂഹത്തോട് ആഹ്വാനം ചെയ്യുന്നത്.

മരിക്കാതെ അർജ്ജുനന്മാർ പുറത്തുണ്ട്

സാനു വി പി

കേരളത്തിന്റെ ഹൃദയത്തിൽ തട്ടിയ നിലവിളിയായിരുന്നു ആ അമ്മയുടേത്. എറണാകുളം മഹാരാജാസിന്റെ തിരുമുറ്റത്ത് ചേതനയറ്റ തങ്ങളുടെ മകനെ ഏറ്റുവാങ്ങിയ ആ മാതാപിതാക്കളുടെ അവസ്ഥ ഏതൊരാളെയും കരയിപ്പിക്കും. മറയൂരിലെ വട്ടവട എന്ന അതിർത്തി ഗ്രാമത്തിൽനിന്ന് നിറയെ പ്രതീക്ഷകളും സ്വപ്നങ്ങളുമായി നഗരത്തിലേക്കെത്തിയ അഭിമന്യുവിനെ ഇരുട്ടിന്റെ മറവിൽ വർഗ്ഗീയത മുഖമുദ്രയാക്കിയ കാപാലിക സംഘം കുത്തിക്കൊലപ്പെടുത്തുകയായിരുന്നു. കേരള മനഃസാക്ഷിയെ ഞെട്ടിച്ചുകൊണ്ടാണ് ഒരു കുടുംബത്തിന്റെ, നാടിന്റെ, പ്രസ്ഥാനത്തിന്റെ പ്രതീക്ഷകളെ ഇക്കൂട്ടർ തല്ലിക്കെടുത്തിയത്.

മൂന്ന് പതിറ്റാണ്ടിനുശേഷമാണ് കേരളത്തിലെ കലാലയമുറ്റത്ത് ഒരു വിദ്യാർത്ഥിയുടെ ജീവൻ നഷ്ടപ്പെടുന്നത്. ആരാണ് അഭിമന്യുവിനെ കൊലപ്പെടുത്തിയത്. പേരിന് മൂന്നോ നാലോ പ്രവർത്തകർമാത്രമുള്ള കാമ്പസ് ഫ്രണ്ടിന്റെ പ്രവർത്തകർക്ക് ഒരു പോരാളിയെ നേരിടാനുള്ള ചങ്കൂറ്റമില്ലെന്ന് ആർക്കും മനസ്സിലാകും. കാമ്പസിനകത്തെ ചില വിദ്യാർത്ഥികൾ പുറത്തുനിന്നെത്തിച്ച, ആളുകളെ കൊലപ്പെടുത്താൻ പരിശീലനം ലഭിച്ച 20 ൽ കൂടുതൽ പേരടങ്ങിയ കൊലയാളി സംഘമാണവർ. പോപ്പുലർ ഫ്രണ്ട് ഓഫ് ഇന്ത്യയുടെയും എസ് ഡി പി ഐയുടെയും ഏഴ് പ്രവർത്തകർ ഇതിനോടകം പിടിയിലായി. തിങ്കളാഴ്ച കാമ്പസിലേക്ക് പുതുതായി കടന്നുവരുന്ന വിദ്യാർത്ഥികളെ സ്വീകരിക്കാനുള്ള ഒരുക്കത്തിനിടയിലാണ് സംഭവം നടന്നത്.

എസ് എഫ് ഐ ഇടുക്കി ജില്ലാകമ്മിറ്റി അംഗവും മഹാരാജാസ് രണ്ടാംവർഷ രസതന്ത്ര വിദ്യാർത്ഥിയുമായിരുന്നു അഭിമന്യു. മതനിരപേക്ഷതയുടെ കാവല്ക്കാരനായതിനാലാണ് വർഗ്ഗീയശക്തികൾ

അവനെ ഇല്ലായ്മചെയ്തത്. വർഗ്ഗീയ സംഘടനകൾ നമ്മുടെ സമൂഹത്തിന് ബാധിച്ച അർബ്ബുദമാണ്. തുടക്കത്തിലേ ഇല്ലായ്മ ചെയ്യേണ്ട മാറാവ്യാധി. വർഗ്ഗീയത തുലയട്ടെ എന്ന് ചുമരിൽ അഭിമന്യു കോറിയിട്ട രാത്രിയിൽത്തന്നെ വർഗ്ഗീയവാദികൾ അവനെ ഇല്ലായ്മചെയ്തു. അവന്റെ രാഷ്ട്രീയബോധത്തിനുനേരെയാണ് കഠാര ഉയർന്നത്. എസ് എഫ് ഐ എന്ന വിദ്യാർത്ഥി പ്രസ്ഥാനത്തെ സംബന്ധിച്ച് തീരാനഷ്ടമാണിത്. കേരളത്തിന്റെ വിദ്യാർത്ഥിമണ്ഡലത്തിൽ ഞങ്ങൾക്ക് നഷ്ടപ്പെടുന്ന മുപ്പത്തിമൂന്നാമത്തെ കൂടപ്പിറപ്പാണവൻ. ഇവിടെ മറ്റൊരു വസ്തുതകൂടി ശ്രദ്ധിക്കേണ്ടതുണ്ട്. ഞങ്ങളുടെ 33 പേരുടെ ജീവൻ എ ബി വി പി, കെ എസ് യു, കാമ്പസ് ഫ്രണ്ട് എന്നിവരും അവരുടെ മാതൃസംഘടനകളും പങ്കിട്ടെടുത്തപ്പോൾ ഒരു എസ് എഫ് ഐക്കാരനാൽ ഒരു വിദ്യാർത്ഥി സംഘടനാ പ്രവർത്തകൻപോലും കേരളത്തിൽ കൊലചെയ്യപ്പെട്ടിട്ടില്ല. മതനിരപേക്ഷതയെയും ജനാധിപത്യത്തെയും ഭയപ്പെടുന്നവരാണ് പുരോഗമന പ്രസ്ഥാനത്തെയും അതിന്റെ പ്രവർത്തകരെയും ഇല്ലായ്മ ചെയ്യാൻ ശ്രമിക്കുന്നത്. അതിന്റെ ഇരയാണ് അഭിമന്യുവും.

മതമൗലികവാദികളായ പോപ്പുലർ ഫ്രണ്ട് ക്രിമിനലുകൾ നേരത്തെയും കേരളത്തിൽ അക്രമങ്ങൾ നടത്തിയിട്ടുണ്ട്. 2010 ജൂലൈ നാലിന് തൊടുപുഴ ന്യൂമാൻ കോളേജ് അദ്ധ്യാപകനായിരുന്ന ജോസഫ് മാഷിന്റെ കൈപ്പത്തി വെട്ടിയത് അവരാണ്. ഇന്ത്യയുടെ മോചനം ഇസ്ലാമിലൂടെ എന്ന വിദ്വേഷകരമായ ചുവരെഴുത്തുകളിലൂടെ കുപ്രസിദ്ധമായ സിമിയുടെ പുതിയ പതിപ്പുകളാണ് എൻ ഡി എഫും പോപ്പുലർ ഫ്രണ്ടും കാമ്പസ് ഫ്രണ്ടും. ഇക്കൂട്ടർ ഇന്ത്യയുടെ മതേതരത്വത്തെയും ജനാധിപത്യത്തെയും വെല്ലുവിളിക്കുകയാണ്. കേരള സർവ്വകലാശാല യൂണിയൻ ആസ്ഥാനമായ സ്റ്റുഡൻസ് സെന്ററിലേക്ക് മാരകായുധങ്ങളുമായെത്തി വിദ്യാർത്ഥി നേതാക്കൾക്കുനേരെ ആക്രമണം അഴിച്ചുവിട്ടത് ഇവരാണ്.

തിങ്കളാഴ്ച കൊലപാതകം നടത്തിയതിനുശേഷം എസ് ഡി പി ഐ സംസ്ഥാന പ്രസിഡന്റ് മജീദ് ഫൈസി അഭിമന്യുവിനെ കൊലപ്പെടുത്തിയത് സ്വയംരക്ഷയ്ക്കുവേണ്ടിയാണെന്ന നട്ടാൽ കുരുക്കാത്ത നുണയുണ്ടാക്കിയതും ചൊവ്വാഴ്ചത്തെ എ കെ ആന്റണിയുടെ പ്രതികരണവും ശ്രദ്ധിക്കേണ്ടിയിരിക്കുന്നു. എ കെ ആന്റണി പറഞ്ഞത് എസ് എഫ് ഐക്കാരാണ് കാമ്പസുകളിൽ അക്രമം നടത്തുന്നതെന്ന്'. 'എസ് എഫ് ഐക്കാർ കത്തിയുമായി കാമ്പസിൽ പേകുന്നവരല്ല. കേരളത്തിലെ കാമ്പസുകളിൽ എസ് എഫ് ഐക്കാരാൽ കൊല്ലപ്പെട്ട ഒരാൾപോലുമില്ല.

എറണാകുളം ജില്ലയിലെതന്നെ ചില സംഭവങ്ങൾ പരിശോധിച്ചാൽ എ കെ ആന്റണിയുടെ കാപട്യം തിരിച്ചറിയാനാകും. 1973 ൽ ഇപ്പോഴത്തെ ധനമന്ത്രി തോമസ് ഐസക്കിനെ കൊലപ്പെടുത്താൻ ജുബ്ബയും കണ്ണടയും വച്ചയാൾ എന്ന അടയാളം പറഞ്ഞുകൊടുത്ത് കാമ്പസിലേക്ക് ക്രിമിനലുകളെ കെ എസ് യുവാണ് അയച്ചത്. അന്ന് ബലിയാടായത് ലക്ഷദ്വീപ് സ്വദേശിയായ മുത്തുക്കോയയും.

തൃപ്പൂണിത്തുറ ഗവൺമെന്റ് ആയുർവ്വേദ കോളേജിൽ 1979 ഫെബ്രുവരി 24 ന് പി കെ രാജനെ കെഎസ്‌യു ക്രിമിനലുകൾ ചുമരോട് ചേർത്തുപിടിച്ച് കത്തി കുത്തിക്കയറ്റുകയായിരുന്നു. 1983 ൽ സൈമൺ ബ്രിട്ടോയുടെ നട്ടെല്ല് തകർത്തതും കെ എസ് യു - ഐ എൻ ടി യു സി ഗുണ്ടകളായിരുന്നു.

മഹാരാജാസിലെ സംഭവങ്ങൾ ആസൂത്രിതമായിരുന്നു. തിരുവനന്തപുരത്തെ എ ജെ കോളേജിൽ ബോധപൂർവ്വം പ്രശ്നങ്ങൾ സൃഷ്ടിച്ച ശേഷം പ്രകോപനപരമായ ഫെയ്സ്ബുക്ക് പോസ്റ്റ് നല്കി. ഈ അക്രമത്തിനുശേഷം തങ്ങളുടെ പ്രവർത്തകനെ ആശുപത്രിയിൽ പ്രവേശിപ്പിച്ചശേഷം 'എസ് എഫ് ഐ കനത്ത വില നല്കേണ്ടിവരും' എന്നാണ് കാമ്പസ് ഫ്രണ്ട് ജനറൽ സെക്രട്ടറി എ എസ് മുഹമ്മദിൻ പറഞ്ഞത്. കരുതിക്കൂട്ടി സംഘർഷം ഉണ്ടാക്കി രാഷ്ട്രീയമുതലെടുപ്പ് നടത്തുന്നതാണ് എസ് എഫ് ഐയുടെ സംഘടനാപ്രവർത്തനമെന്നും മഹാരാജാസ് കോളേജിനെ സ്വന്തം റിപ്പബ്ലിക്കായി മാറ്റാനാണ് എസ് എഫ് ഐ ശ്രമം എന്നുമാണ് കാമ്പസ് ഫ്രണ്ട് അവരുടെ ഫെയ്സ്ബുക്ക് പേജിൽ പറഞ്ഞത്. കൊലപാതകം നടത്തിയതിന്റെ ഉത്തരവാദിത്വം കാമ്പസ് ഫ്രണ്ട് പരസ്യമായി സമ്മതിക്കുകയാണ് ഈ പോസ്റ്റിലൂടെ.

കാമ്പസുകളിൽ മതനിരപേക്ഷതയും മാനവസൗഹൃദവും ഉറപ്പിക്കാൻ അക്ഷീണപ്രവർത്തനം നടത്തുന്ന സംഘടനയാണ് എസ് എഫ് ഐ. അതുകൊണ്ടുതന്നെയാണ് വർഗ്ഗീയവാദികളുടെയും തീവ്രവാദികളുടെയും കണ്ണിലെ കരടായി എസ് എഫ് ഐ മാറിയത്.

അഭിമന്യുവിന്റെ അമ്മ മഹാരാജാസിലെത്തി തൊണ്ടപൊട്ടുമാറ് വിളിച്ചു പറഞ്ഞത് "നാൻ പെറ്റ മകനേ..." എന്നാണ്. ആ വിളി നമ്മളിലോരോരുത്തരോടുമാണ്. വർഗ്ഗീയവിഷവുമായി കാമ്പസിലെത്തുന്നവരെ തിരിച്ചറിയാനാണ്. കേരളീയ സമൂഹമൊന്നാകെ വർഗ്ഗീയതയ്ക്കെതിരെ പ്രതിരോധം തീർക്കേണ്ട സമയമാണിത്. അഭിമന്യു മാത്രമല്ല അവനോടൊപ്പം ആക്രമിക്കപ്പെട്ട രണ്ടുപേർ ഇപ്പോഴും ആശുപത്രിയിലാണ്. വർഗ്ഗീയതയ്ക്കെതിരെ സന്ധിയില്ലാത്ത പോരാട്ടങ്ങൾ ഞങ്ങൾ തുടരുകതന്നെ ചെയ്യും. ഒരുപാട് സ്വപ്നങ്ങളും പ്രതീക്ഷകളുമായി മലമുകളിൽ നിന്നെത്തിയ അഭിമന്യു രക്തസാക്ഷിക്കുന്നിലേക്ക് നടന്നുകയറുന്നത് വീരപുരുഷനായിത്തന്നെയാണ്, തലയുയർത്തിതന്നെയാണ്. പുരാണത്തിലെ പാണ്ഡവപുത്രൻ അഭിമന്യുവിനെ ചതിയിലൂടെ കൊലപ്പെടുത്തിയതുപോലെ ചതിയിലൂടെയാണ് വർഗ്ഗീയശക്തികൾ അവനെയും ഇല്ലായ്മചെയ്തത്. പക്ഷേ, ചക്രവ്യൂഹത്തിൽപ്പെടുത്തി അഭിമന്യുവിനെ കൊന്നവരറിയുക, മരിക്കാതെ ഒരായിരം അർജ്ജുനന്മാർ പുറത്തുണ്ട്.

അഭിമന്യു അമർ രഹേ

ഡോ. കെ ടി ജലീൽ

ശാസ്ത്രജ്ഞനാകാൻ ആഗ്രഹിച്ച് രസതന്ത്രത്തിന് പഠിക്കാനാണ് വട്ടവടയിൽനിന്ന് ഓമനത്തം തുളുമ്പുന്ന മുഖവും സ്നേഹം നിറഞ്ഞൊഴുകുന്ന മനസ്സും വിശന്നൊട്ടിയ വയറുമായി, ഇല്ലായ്മകളുടെയും വല്ലായ്മകളുടെയും പർവ്വങ്ങൾ താണ്ടി, അഭിമന്യുവെന്ന ചുറുചുറുക്കുള്ള ചെറുപ്പക്കാരൻ മഹാരാജാസിന്റെ മാറിടം പൂകിയത്. അവിടത്തെ ഓരോ മണൽത്തരിയും അവനെ നെഞ്ചോട് ചേർത്തുവച്ചു. അവന്റെ ശബ്ദവീചികൾകൊണ്ട് കാമ്പസ് മുഖരിതമാകാൻ അധികസമയം വേണ്ടിവന്നില്ല. കഷ്ടപ്പാടുകളുടെ തോഴൻ ഉച്ചത്തിൽ വിളിച്ചുകൊടുത്ത മുദ്രാവാക്യത്തിൽ കാമ്പസ് പ്രകമ്പനംകൊണ്ടു.

പരിചയപ്പെട്ടവർക്കെല്ലാം ചങ്ങാതി, സുഹൃത്തുക്കളുടെ ഇഷ്ടകൂട്ടുകാരൻ, ഇടതുപക്ഷ വിദ്യാർത്ഥിരാഷ്ട്രീയത്തിന് മുതൽക്കൂട്ടാകുമെന്ന് ഏവരും കരുതിയ പ്രിയസഖാവ്, അദ്ധ്യാപകരുടെ മനംകവർന്ന കുട്ടിനേതാവ്, അടുപ്പക്കാരുടെ പൊന്നോമനപ്പുത്രൻ, കലാ സാംസ്കാരിക പ്രവർത്തകർക്ക് നാടൻപാട്ടിന്റെ ആശാൻ, അച്ഛനമ്മമാരുടെ കണ്ണിലുണ്ണി, അങ്ങനെയങ്ങനെ ഒരുപാട് വിശേഷണങ്ങളുടെ ഉടമയായിരുന്നു അഭിമന്യു. കളം നിറഞ്ഞാടിയ പുഞ്ചിരിക്കുന്ന ആ മുഖം മലയാളിയുടെ മനസ്സിൽനിന്ന് സമീപകാലത്തൊന്നും മാഞ്ഞുപോകില്ല. വീടിന്റെയും നാടിന്റെയും പ്രതീക്ഷകളെ കഠാരമുന നെഞ്ചിലേക്ക് കുത്തിയിറക്കി നിശ്ചലമാക്കിയ നരാധമന്മാർക്ക് സാത്താൻപോലും മാപ്പുകൊടുക്കില്ല.

മുസ്ലിം ആർ എസ് എസ് എന്നു പരിചയപ്പെടുത്തിയായിരുന്നു എൻ ഡി എഫിന്റെ പിറവി. ഭൂരിപക്ഷവർഗ്ഗീയതയെ ന്യൂനപക്ഷവർഗ്ഗീയത കൊണ്ടേ ചെറുക്കാനാകൂ എന്നവർ വാദിച്ചു. ഇരുട്ടിന്റെ മറവിലൊളിഞ്ഞിരുന്ന് കൊളുത്തിയ മെഴുകുതിരിവെട്ടത്തിന്റെ മങ്ങിയ വെളിച്ചത്തിലേക്ക്

ഈ ഭീകരവാദികൾ മുസ്ലിം യൗവനത്തെ ക്ഷണിച്ചുകൊണ്ടുപോയി. വിഷലിപ്തമായ വാക്കുകളും ചിന്തകളും മതഭ്രാന്തിന്റെ മായാവലയത്തിൽ എത്തിയവരുടെ മസ്തിഷ്കങ്ങളിലേക്കവർ അടിച്ചുകയറ്റി. മാനവികതയുടെ തരിമ്പെങ്കിലും മനസ്സിൽ അവശേഷിച്ചവർ, അസഹിഷ്ണുക്കളുടെ കെണിയിൽപ്പെടാതെ കലഹിച്ചുരക്ഷപ്പെട്ടു. പിന്നീട് ആ സംഘത്തിൽ അവശേഷിച്ചത് മനുഷ്യത്വത്തിന്റെ നേരിയ കണികപോലും ശരീരത്തിലെവിടെയും അവശേഷിക്കാത്ത ഹൃദയശൂന്യരായിരുന്നു. ആർ എസ് എസ് അധികാര ശ്രേണിയിലെത്താൻ ബി ജെ പിയെ ചവിട്ടുപടിയാക്കിയത് കണ്ട് ഭ്രമിച്ച മുസ്ലിം തീവ്രവാദികൾ, പോപ്പുലർ ഫ്രണ്ടെന്ന മുഖാവരണമണിഞ്ഞ് അങ്കത്തിനിറങ്ങുന്നതായിരുന്നു ശേഷക്കാഴ്ച. മുസ്ലിംസമൂഹം അവരെ നിരാകരിച്ചു. 72 ശതമാനം മുസ്ലിം ജനസംഖ്യയുള്ള മലപ്പുറം ജില്ലയിൽ എസ് ഡി പി ഐ എന്ന മൂന്നാംപേരിട്ട് തെരഞ്ഞെടുപ്പുഗോദയിലിറങ്ങിയ വർഗ്ഗീയവാദികൾക്ക് മൂന്നോ നാലോ വാർഡിലാണ് ജയിക്കാനായത്. മിക്കസ്ഥലത്തും ഇക്കൂട്ടർക്ക് പൊരുതേണ്ടിവന്നത് അസാധുവിനോടായിരുന്നു. പള്ളിക്കമ്മിറ്റികളിൽനിന്നും മദ്രസ കമ്മിറ്റികളിൽനിന്നും മുഖ്യധാരാ മുസ്ലിം സംഘടനാ കൂട്ടായ്മകളിൽ നിന്നും എൻ ഡി എഫ് ആട്ടിയകറ്റപ്പെട്ടു. ആശയരംഗത്ത് 'നിപാ വൈറസി'ന്റെ പ്രചാരകരായ പോപ്പുലർ ഫ്രണ്ടിന് കാലം കരുതിവച്ചത് ഗതികിട്ടാപ്രേതമായി അലയാനുള്ള വിധിയായിരുന്നു.

സ്ഥാനത്തും അസ്ഥാനത്തും മതം പറഞ്ഞാണ് മുസ്ലിം തീവ്രവാദികൾ പ്രചാരണപ്രവർത്തനങ്ങൾ നടത്തുന്നത്. അവർ അവകാശപ്പെടുന്ന വിശ്വാസത്തിന് അഥവാ ഇസ്ലാമിന് എസ് ഡി പി ഐയുടെ ചെയ്തികളുമായി പുലബന്ധംപോലുമില്ല. ഇസ്ലാമെന്ന വാക്കിന്റെ അർത്ഥംതന്നെ സമാധാനം എന്നാണ്. ആ വാക്ക് ഉച്ചരിക്കാനുള്ള അർഹതപോലും ഇക്കൂട്ടർക്കില്ലെന്നതിന്റെ തെളിവാണ് അവർ നടത്തിക്കൊണ്ടിരിക്കുന്ന നികൃഷ്ട പ്രവൃത്തികൾ.

ഒരു മനുഷ്യനെ വിശ്വാസിയാക്കുന്നത് അവന്റെ വേഷഭൂഷാദികളോ ആചാരാനുഷ്ഠാനങ്ങളോ ആരാധനാകർമ്മങ്ങളോമാത്രമല്ല. അതിനെല്ലാമപ്പുറം കരുണാർദ്രമായ അവന്റെ മനസ്സാണ്. മനസ്സിൽ കരുണയില്ലാത്തവന്, പെരുമാറ്റത്തിൽ അനുകമ്പ തോന്നാത്തവന് ഒരിക്കലും മുഹമ്മദ് നബിയുടെ അനുയായികളാകാൻ കഴിയില്ല. ഒറ്റനോട്ടത്തിൽതന്നെ പോപ്പുലർ ഫ്രണ്ടുകാരൻ വിശ്വാസിയല്ലെന്ന് ബോദ്ധ്യപ്പെടുത്തുന്നതാണ് അവന്റെ സംസാരരീതിയും ശരീരഭാഷയും.

കുറച്ചുകാലമേ ആയുള്ളൂ മുസ്ലിം തീവ്രവാദം കേരളത്തിൽ വേരോടിത്തുടങ്ങിയിട്ട്. ആ വേരുകൾ ആഴ്ന്നിറങ്ങാനുള്ള പശിമ മലയാളത്തിന്റെ മണ്ണിനില്ല. ആർ എസ് എസും എസ് ഡി പി ഐയും പരസ്പരപൂരകങ്ങളാണ്. ഒന്നില്ലെങ്കിൽ മറ്റൊന്നില്ല. അതുകൊണ്ടുതന്നെ, പരസ്പരം വളമാകാൻ ഇരുകൂട്ടരും പരിശ്രമിക്കുകയാണ്. ആ വൃത്തികെട്ട

ശ്രമത്തിനിടയിൽ നമുക്ക് നഷ്ടമാകുന്നത് മതാതീതമായ സൗഹൃദവും കൂടിക്കഴിയലുമാണ്.

ഒരദ്ധ്യാപകന്റെ കൈവെട്ടി ചുളുവിൽ 'സ്വർഗ്ഗം' നേടിയ രക്തദാഹികൾ മഹാരാജാസിന്റെ പുണ്യഭൂമിയിൽ അഭിമന്യുവിന്റെ ജീവനെടുത്ത് മനുഷ്യമനസ്സാക്ഷിയെ ഞെട്ടിച്ചിരിക്കുകയാണ്. ഈ കൊലപാതകത്തിലൂടെ ഇവരെന്തുനേടി? ഈ തെമ്മാടിക്കൂട്ടത്തെ ഇനി അഴിഞ്ഞാടാൻ അനുവദിച്ചുകൂടാ. കാമ്പസ് ഫ്രണ്ടും എ ബി വി പിയും ഉൾപ്പെടെയുള്ള മുഴുവൻ വർഗ്ഗീയപിന്തിരിപ്പന്മാരും കലാലയങ്ങളുടെ തിരുമുറ്റങ്ങളിൽനിന്ന് തൂത്തെറിയപ്പെടണം. ഇവരെ തുരത്തിയോടിക്കേണ്ടത് എസ് എഫ് ഐയുടെമാത്രം ഉത്തരവാദിത്വമല്ല; കെ എസ് യു ഉൾപ്പെടെയുള്ള മുഴുവൻ മതേതര വിദ്യാർത്ഥിസംഘടനകളും ഇതിനായി കൈകോർക്കണം.

അഭിമന്യു കേവലമൊരു രക്തസാക്ഷിയല്ല, രക്തസാക്ഷികളുടെ രാജകുമാരനാണ്. മകനേ, നീ ബാക്കിവച്ച സ്വപ്നം നിന്റെ പിന്മുറക്കാർ യാഥാർത്ഥ്യമാക്കും. അഭിമന്യു അമർ രഹേ...

അഭിമന്യു: ജനമനസ്സുകളിലെ നക്ഷത്രം

കെ ജെ തോമസ്

കേരളംമാത്രമല്ല, ലോകം ഇന്ന് ചർച്ചചെയ്യുകയും ചിന്തിക്കുകയും ചെയ്യുന്നത് ഇടുക്കി വട്ടവടയിലെ വിപ്ലവനക്ഷത്രമായ അഭിമന്യുവിനെക്കുറിച്ചാണ്. അവൻ മഹാഭാരതത്തിലെ അഭിമന്യുവല്ല. എന്നാൽ, തീവ്രവാദവർഗ്ഗീയ ശക്തികളുടെ ചതിക്കെണിവ്യൂഹത്തിൽ ആഴ്ത്തപ്പെട്ട് ജീവൻ പൊലിഞ്ഞ ഇതിഹാസ സമാന ചരിത്രം കുറിക്കപ്പെട്ട വീര അഭിമന്യുവാണ്. 19 പിന്നിട്ട് ഇരുപതിലേക്ക് കടക്കുന്ന ആ യുവാവ് ആരാണെന്നറിയാൻ അവന്റെ ഓരോ ചെറിയ ഇടപെടലും സൂക്ഷ്മമായി വീക്ഷിച്ചാൽ ബോദ്ധ്യമാകും. പ്രാഥമിക വിദ്യാഭ്യാസകാലഘട്ടം മുതൽ രണ്ടാംവർഷ ബിരുദവിദ്യാർത്ഥിയായിരുന്ന സമയംവരെ അവന്റെ നിഷ്കളങ്കമായ സൗഹൃദങ്ങളും ഇടപെടലുകളും പരിചയപ്പെടലുമെല്ലാം വലിയ ഭാവി പ്രതീക്ഷാനിർഭരമായിരുന്നു. എത്ര പെട്ടെന്നാണ് തീവ്രവാദ നരാധമന്മാർ ആ പിഞ്ചുഹൃദയത്തെ തകർത്തുകളഞ്ഞത്. അവന്റെ ധീരരക്തസാക്ഷിത്വം എല്ലാവരുടെയും മനസ്സിൽ നിറഞ്ഞ് നീറ്റുന്ന നൊമ്പരമായി നിലകൊള്ളുന്നു.

ഇടുക്കി ജില്ലയുടെ കിഴക്കൻമേഖലയിൽ മൂന്നുഭാഗവും തമിഴ്നാടിനാൽ വലയം ചെയ്തിരിക്കുന്ന മലഞ്ചെരുവ്, പച്ചക്കറികൃഷിയും യൂക്കാലിപ്റ്റ്സ് തോട്ടങ്ങളും ഇടവിട്ട് ഇടവിട്ടുള്ള അഞ്ചുനാടിന്റെ ഹൃദയമാണ് പച്ചക്കറി ഗ്രാമമെന്നറിയുന്ന കോവിലൂർ വട്ടവട. തമിഴ് ദ്രാവിഡ പാരമ്പര്യത്തനിമയിൽ നൂറ്റാണ്ടുകളായി ജീവിച്ചുപോരുന്ന ഇളം തലമുറക്കാരനായ അഭിമന്യു ഈ ചെറുപ്രായത്തിൽത്തന്നെ വട്ടവടയുടെ ഹൃദയത്തിൽ ഇടംനേടി. മൂന്നാറിൽനിന്ന് 50 കിലോമീറ്റർ യാത്രചെയ്താൽ വട്ടവടയിലെത്താം. പഞ്ചായത്ത് ഓഫീസും കഴിഞ്ഞ് ഒരു കിലോമീറ്ററിലധികം പിന്നിടുമ്പോൾ കൊട്ടകാമ്പൂർ ഗ്രാമത്തിലെത്താം.

നിരവധി കുടുംബങ്ങൾ തിങ്ങിപ്പാർക്കുന്ന ചെറിയ ഗ്രാമം. ചെറുവീടുകൾക്കിടയിലൂടെ ഓരംചേർന്ന് പോകുമ്പോൾ കഷ്ടിച്ച് 150 സ്ക്വയർ ഫീറ്റുള്ള ഒരു ഒറ്റമുറി. ആ ഒറ്റമുറി വീട്ടിലിരുന്നാണ് അവൻ വലിയ മോഹങ്ങളും പ്രതീക്ഷകളും നെയ്തുകൂട്ടിയത്. നന്നായി പഠിച്ചാൽമാത്രമേ തനിക്കും തന്റെ സമൂഹത്തിനും എന്തെങ്കിലും പ്രയോജനകരമാവുകയുള്ളൂവെന്ന് ചെറുപ്പത്തിലെ ബോദ്ധ്യപ്പെട്ടിരുന്നു. ആ കാർഷികഗ്രാമത്തിൽനിന്ന് കുറെ പുതുതലമുറയെയെങ്കിലും പുറംലോകത്ത് എത്തിക്കണമെന്ന് അവൻ ആഗ്രഹിച്ചു. പുരോഗമന പ്രസ്ഥാനം അവന്റെ ആഗ്രഹങ്ങൾക്ക് പിന്തുണ നല്കി.

സാമ്പത്തികശേഷിയില്ലെങ്കിലും മകന്റെ തുടർപഠനമെന്ന സ്വപ്നത്തിന് മാതാപിതാക്കൾ പശ്ചാത്തലമൊരുക്കി. പ്രായത്തിൽക്കവിഞ്ഞ പക്വതയും ഉത്തരവാദിത്വബോധവും അവനിൽ പ്രകടമായിരുന്നുവെന്ന് ഓരോ ചുവടുവയ്പും തെളിയിക്കപ്പെട്ടു. നല്ലവനായി, സാമൂഹ്യബോധമുള്ളവനായി ജീവിക്കാൻ പണം സ്വരുക്കൂട്ടുകയല്ല, മറിച്ച് പുരോഗമന ആശയങ്ങൾ തരുന്ന പ്രത്യയശാസ്ത്രത്തിൽ വിശ്വസിച്ച് അതിന്റെ പതാകാവാഹകനാവുകയെന്ന തീരുമാനം എടുത്തതും കാലഘട്ടത്തിന്റെ അനിവാര്യതകൊണ്ടാകാം. ഗ്രാമത്തിൽനിന്ന് മെട്രോനഗരത്തിലെ പ്രധാന കലാലയമായ മഹാരാജാസിലെത്തി ശാസ്ത്രവിഷയം എടുത്തപ്പോൾ പ്രതീക്ഷകളുടെ മൊട്ട് വിരിയാൻ തുടങ്ങിയിരിക്കാം. കടകളിൽ കൂലിവേല ചെയ്ത് പണം കണ്ടെത്തി പഠനം നടത്തുകയെന്ന വെല്ലുവിളി സ്വയം ഏറ്റെടുക്കുകയായിരുന്നു. സാമ്പത്തികസുരക്ഷ ഒരുക്കാൻ ആരുമില്ലാത്ത ഘട്ടത്തിൽ അവന് അതിനേ കഴിയുമായിരുന്നുള്ളൂ. വിശ്വസിച്ചിരുന്ന വിദ്യാർത്ഥിപ്രസ്ഥാനത്തെ കാമ്പസിൽ കരുത്താർജ്ജിപ്പിച്ച്, കാലഘട്ടത്തിന്റെ കടമ നിറവേറ്റുകയായിരുന്നു അഭിമന്യുവിന്റെ ലക്ഷ്യം. എന്നാൽ, ആ ജീവിതാഭിലാഷം കെടുത്താൻ തീവ്രവാദ കാട്ടാളന്മാർ തക്കംപാർത്തിരുന്നു എന്നത് അവൻ അറിഞ്ഞിരുന്നില്ല. അഭിമന്യുവെന്ന യുവ പോരാളിയുടെ ശേഷിയും വലുപ്പവും അവർ തിരിച്ചറിഞ്ഞിരുന്നു. അതുകൊണ്ടുതന്നെ ആസൂത്രിതമായി അരുംകൊലയുടെ വഴിയേ അവർ നടന്നു. വട്ടവടയെന്ന ഗ്രാമത്തിൽ കർഷകത്തൊഴിലാളിയുടെ മകനായി ജനിച്ച് അറിവുനേടണമെന്ന അതിയായ മോഹം സാക്ഷാൽക്കരിക്കാനായി നഗരത്തിലേക്ക് യാത്രതിരിച്ച ആ മകനെ വെട്ടിവീഴ്ത്തിയ ദുഷ്ടശക്തികൾക്ക് കാലമോ ലോകമോ മാപ്പ് നല്കില്ല. അഭിമന്യുവിന്റെ അച്ഛൻ പറഞ്ഞുവല്ലോ, അവനൊരു കമ്യൂണിസ്റ്റുകാരനായതുകൊണ്ടാണ് കൊല്ലപ്പെട്ടതെന്ന്. മതനിരപേക്ഷതയുടെയും വർഗ്ഗീയ തീവ്രവാദ വിരുദ്ധ നിലപാടുകളുടെയും അടയാളം കൂടിയാണ് അഭിമന്യു.

അഭിമന്യുവിന്റെ രാഷ്ട്രീയം

ഡോ. വി വി പ്രകാശൻ

അഭിമന്യു എന്ന പദം പുരാണത്തിൽനിന്ന് തെറിച്ചുപോയിരിക്കുന്നു. അർജ്ജുനവിഷാദത്തിന്റെ ധർമ്മസങ്കടങ്ങളും ഉത്തരയുടെ സ്വപ്നങ്ങളും ചാലിച്ച് വ്യാസൻ നിർമ്മിച്ചെടുത്ത അഭിമന്യു പുരാണത്തിന്റെ പഴന്താളുകളിൽനിന്ന് വർത്തമാനത്തിന്റെ പൊള്ളുന്ന സമരസ്ഥലികളിലേക്ക് ഇറങ്ങിവന്നിരിക്കുന്നു. ഇനിമുതൽ അഭിമന്യു എന്ന പദം കേൾക്കുമ്പോൾ മലയാളിയുടെ ഓർമ്മ പറന്നുചെല്ലുന്നത് മഹാഭാരതത്തിന്റെ യുദ്ധസന്ദർഭങ്ങളിലേക്കായിരിക്കില്ല. ആ പദം അതിന്റെ രൂഢമൂലമായ അർത്ഥത്തെ തിരസ്കരിച്ചുകഴിഞ്ഞു. യുക്തിയും വിശ്വാസവും ഇഴപിരിഞ്ഞ കെട്ടുകഥകളുടെ സന്ദിഗ്ദ്ധതയെ ഉപേക്ഷിച്ച് അഭിമന്യു എന്ന വാക്കിന് മലയാളിയുടെ ചരിത്രനിഘണ്ടുവിൽ പുതിയ അർത്ഥഭേദം സംഭവിച്ചിരിക്കുന്നു. വട്ടവടയെന്ന ഉൾനാടൻ ഗ്രാമമാണ് ഇനി മലയാളിയുടെ ഇതിഹാസഭൂമി. അവിടെ പതിഞ്ഞ ഉറച്ച കാൽപ്പാടുകളാണ് ഇനിമുതൽ മലയാളിയുടെ സുവർണ്ണമുദ്രകൾ. അവിടെ പരന്ന നിറനിലാവുപോലുള്ള ചിരിയാണ് ഇനിമുതൽ നമ്മുടെ ധർമ്മാധർമ്മങ്ങളുടെ ഉരകല്ല്. നാട്ടുമുത്തശ്ശിമാരുടെ കഥ കേൾക്കുന്ന കൊച്ചുമക്കൾ, അഭിമന്യു എന്ന വാക്കിലെത്തുമ്പോൾ പുരാണത്തിന്റെ പുറമ്പോക്കിൽനിന്ന് ഒറ്റശ്വാസത്തിന് വർത്തമാനത്തിന്റെ സമരഭൂമിയിലെത്തും. പത്മവ്യൂഹത്തിനകത്തേക്ക് ഒറ്റയ്ക്ക് നിർഭയമായി പ്രവേശിക്കുന്ന തേരിന് വട്ടവടയിൽനിന്ന് പരുക്കൻ പാതയിലൂടെ ആടിയും കുലുങ്ങിയും വരുന്ന പച്ചക്കറിവണ്ടിയുടെ ഛായയുണ്ടാകും. കുരുക്ഷേത്രയുദ്ധഭൂമിക്ക് മഹാരാജാസ് എന്ന കലാലയമുറ്റത്തോട് സാമ്യമുണ്ടാകും.

പറഞ്ഞുവരുന്നത്, അഭിമന്യുവിന്റെ രക്തസാക്ഷിത്വത്തെക്കുറിച്ചു തന്നെയാണ്. രക്തംകൊണ്ട് ജീവിതത്തെ സാക്ഷ്യപ്പെടുത്തിയവരെ

യാണ് നാം രക്തസാക്ഷികൾ എന്നുവിളിക്കുന്നത്. മരണത്തെ മുഖാമുഖം കണ്ട് ജീവിതത്തിലേക്ക് തിരിച്ചുവന്ന അഭിമന്യുവിന്റെ സുഹൃത്തിന്റെ പേര് അർജ്ജുൻ എന്നാണ്. അർജ്ജുൻ ജീവിച്ചിരിക്കുകയും അഭിമന്യു കൊല്ലപ്പെടുകയും ചെയ്യുന്നതിന്റെ യാദൃച്ഛികത നമ്മളെ അത്ഭുതപ്പെടുത്തിയേക്കാം. എന്നാൽ, ഇതൊരിക്കലും വ്യാസഭാരതത്തിന്റെ തനിയാവർത്തനമല്ല. അവിടെ അർജ്ജുന്റെ ബാക്കിയാകുന്ന ജീവിതം മഹാപ്രസ്ഥാനത്തിലാണ് അവസാനിക്കുന്നതെങ്കിൽ, ഇവിടെ അർജ്ജുനന്റെ അവശേഷിക്കുന്ന ജീവിതം അഭിമന്യു ആഗ്രഹിച്ച മതേതരസമൂഹത്തിന്റെ നിർമ്മിതിക്കുള്ളതാണ്. വ്യാസൻ അനുഭവിച്ചു തീർക്കുന്ന ധർമ്മയുദ്ധത്തിന്റെ ധർമ്മസങ്കടങ്ങളെ മുഴുവൻ കുടഞ്ഞെറിഞ്ഞ് ഇതിഹാസത്തിനു പുതിയ പാഠഭേദമൊരുക്കുന്ന കാല്പനികമായ വ്യവഹാരത്തിനകത്ത് അഭിമന്യുവിന്റെ രക്തസാക്ഷിത്വം കൂടുതൽ സാർത്ഥകമാകുന്നുണ്ട്. ഇതിഹാസകാവ്യങ്ങൾ സമകാലികമാകുന്നത് അതിന്റെ രാഷ്ട്രീയമായ വായനയിലാണെന്ന് ഇവിടെ നമ്മളറിയാതെ പോകരുത്.

രക്തസാക്ഷിയുടെ വംശാവലി അവസാനിക്കുന്നില്ല. അഭിമന്യു അവസാനത്തെ കണ്ണിയുമാകില്ല. കാലത്തെയും ചരിത്രത്തെയും ജീവരക്തംകൊണ്ട് തിരുത്തേണ്ട ചരിത്രസന്ദർഭങ്ങളിൽ അവൻ ഇനിയും പിറവിയെടുക്കും. അത്തരമൊരു തിരുപ്പിറവിയായി വേണം അഭിമന്യുവിന്റെ രക്തസാക്ഷിത്വത്തെ നാം വിലയിരുത്തേണ്ടത്. മരണം ജീവിതത്തിന്റെ അവസാനമാകുമ്പോൾ രക്തസാക്ഷിത്വം ജീവിതത്തിന്റെ തുടക്കമാകുന്നതങ്ങനെയാണ്. രക്തസാക്ഷി മരിക്കുന്നില്ല എന്നത് വെറുമൊരു മുദ്രാവാക്യമല്ല, സാമൂഹ്യമായ സ്വയം സമർപ്പണത്തെക്കുറിച്ചുള്ള ചരിത്രത്തിന്റെ സത്യപ്രസ്താവനയാണത്. തിന്നും കുടിച്ചും രമിച്ചും രസിച്ചുമുള്ള കേവലജീവിതങ്ങൾക്ക് ചില മനുഷ്യർ ചില സവിശേഷ ചരിത്രസന്ദർഭങ്ങളിൽ നിർമ്മിച്ചെടുക്കുന്ന പാഠഭേദമാണ് രക്തസാക്ഷിത്വം. കുരിശ് അഭിശപ്തമായ ഒരു പാപചിഹ്നമായിരുന്നു. പാപികളായ കുറ്റവാളികളെ നെഞ്ചിൻകൂട്ടിൽ ഇരുമ്പാണി തറച്ച് ഇഞ്ചിഞ്ചായി കൊല്ലുന്ന അധികാരത്തിന്റെ ഉപകരണം. തൂക്കുമരംപോലെ ഭയത്തോടെമാത്രം ഓർത്തെടുക്കേണ്ട മരണമുഖം. ഒരൊറ്റ രാത്രി ഉറങ്ങി ഉണരുമ്പോഴേക്കും അത് കോടാനുകോടി മനുഷ്യർ കഴുത്തിലണിയുന്ന വിശുദ്ധചിഹ്നമായി പരിവർത്തിപ്പിക്കുന്നത് ക്രിസ്തു സ്വന്തം ജീവരക്തം ചൊരിഞ്ഞുകൊണ്ടാണ്. നൂറ്റാണ്ടുകളായി സമൂഹമനസ്സിൽ ഉറച്ചുപോയ ഒരു പാപചിഹ്നത്തെ വിശുദ്ധചിഹ്നമാക്കി മാറ്റുന്നത് ഈ രക്തസാക്ഷിത്വമാണ്. കാലത്തെയും ചരിത്രത്തെയും ഹൃദയരക്തംകൊണ്ട് ശുദ്ധീകരിക്കുന്നവരാണ് രക്തസാക്ഷികൾ. സ്പാനിഷ് ആഭ്യന്തരയുദ്ധത്തിൽ കൊലചെയ്യപ്പെട്ട വിഖ്യാത കവി ലോർക്കയെ സാക്ഷിയാക്കിക്കൊണ്ടാണ് 'വരൂ ഈ തെരുവിലെ രക്തം കാണൂ' എന്നു പാബ്ലോ നെരൂദ പറയുന്നത്. രക്തത്തിന്റെ വെറുമൊരു കാഴ്ചയിലേക്കല്ല നെരൂദ ഇവിടെ

നമ്മളെ ക്ഷണിക്കുന്നത്. രക്തം ഒഴുകിപ്പരക്കുന്ന വർത്തമാനത്തിന്റെ പരുക്കൻ പ്രതലങ്ങളിലേക്കാണ്. അഭിമന്യുവിന്റെ രക്തസാക്ഷിത്വം മൂന്നരക്കോടി മനുഷ്യരെയും കൊണ്ടെത്തിച്ചത് ഈ പരുക്കൻ പ്രതലത്തിലാണ്. ഉപാധിരഹിതമായ രക്തച്ചൊരിച്ചിലാണത്. വട്ടവടയിലെ ദരിദ്രമനുഷ്യരിൽനിന്ന് തുടങ്ങി രാജകീയ കലാലയത്തിലെ സഹപാഠികളിൽവരെ എത്തിനില്ക്കുന്ന നിരുപാധികമായ സ്നേഹത്തിന്, ഞാനും നിങ്ങളും ജീവിക്കുന്ന സമൂഹത്തിന്റെ മനസ്സിൽ ഉറഞ്ഞുകൂടിയ മതവർഗ്ഗീയതയുടെ നൃശംസത നല്കിയ മറുപടിയാണിതെന്ന് അറിയുമ്പോഴാണ് നാം നിലവിളിച്ചുപോകുന്നത്. അതുകൊണ്ടാണ് ഒട്ടും ആലങ്കാരികതയില്ലാത്ത, ആടയാഭരണങ്ങളില്ലാത്ത ഭാഷയിൽ അഭിമന്യു 'വർഗ്ഗീയത തുലയട്ടെ' എന്നു വിളിച്ചുകൊണ്ടേയിരുന്നത്. താൻ ജീവിച്ചുതീർക്കേണ്ട മണ്ണിന്റെ മഹാശാപം മതവർഗ്ഗീയതയാണെന്ന്, അതുമാത്രമാണെന്ന് അസാധാരണമായ ഉൾക്കാഴ്ചയോടെ അവനു തിരിച്ചറിയാനാകുന്നുണ്ട്.

തന്റെ പേര് അഭിമന്യു എന്നാണെന്നും അകത്തുകടക്കാനേ തനിക്കറിയൂ എന്നും പുറത്തുകടക്കാൻ തനിക്കറിയില്ലെന്നും അവനോട് പറഞ്ഞത് സൈമൺ ബ്രിട്ടോയാണ്. സുഷുമ്നാനാഡി തകർന്ന് വീൽചെയറിൽ ലോകത്തോട് പൊരുതിനില്ക്കുന്ന ബ്രിട്ടോ അവസാനമായി അഭിമന്യുവിന്റെ പൊതിഞ്ഞുകെട്ടിയ ശരീരം കണ്ടപ്പോൾ മുഷ്ടിചുരുട്ടി മുദ്രാവാക്യം വിളിച്ചില്ല. പകരം ആയിരം മുദ്രാവാക്യങ്ങളെ വെല്ലുന്ന സ്നേഹചുംബനം നല്കുകയാണുണ്ടായത്. യാത്രയാക്കുമ്പോഴാണ് നാം മുദ്രാവാക്യം മുഴക്കുന്നത്. രക്തസാക്ഷിത്വത്തിന്റെ മഹാത്യാഗത്തിനു നാം നല്കുന്ന ഉറപ്പാണത്. എന്നാൽ, ഇവിടെ ബ്രിട്ടോ അഭിമന്യുവിനെ യാത്രയാക്കുകയായിരുന്നില്ല. ജീവിക്കുന്ന രക്തസാക്ഷി, തന്റെ വംശാവലിയിലെ ഇളമുറക്കാരനെ സ്നേഹചുംബനങ്ങളോടെ ഏറ്റുവാങ്ങുകയായിരുന്നു. അവൻ ചൊരിഞ്ഞ രക്തത്തിന്റെ ചൂടും അവന്റെ നെറ്റിത്തടത്തിലെ അവസാനത്തെ തണുപ്പും ബ്രിട്ടോയോളം തിരിച്ചറിയുന്നയാൾ മറ്റാരുണ്ട്?

എന്തായിരുന്നു അഭിമന്യു ചെയ്ത തെറ്റ് എന്നാണ് നമ്മളിപ്പോൾ ചോദിച്ചുകൊണ്ടേയിരിക്കുന്നത്. അത് നമ്മുടെ സാധാരണ ബോദ്ധ്യങ്ങളിൽ നമ്മൾ ചോദിച്ചുപോകുന്ന ഒരു ചോദ്യമാണ്. തെറ്റുചെയ്യാത്തവരെ തേടിയെത്തുന്നതാണ് രക്തസാക്ഷിത്വം എന്ന അമരത്വം എന്നാണതിനുള്ള ഉത്തരം. തെറ്റുചെയ്തില്ല എന്നതായിരുന്നു അഭിമന്യു ചെയ്ത തെറ്റ്. എല്ലാ രക്തസാക്ഷികളുടെയും തെറ്റാണത്. മതഭീകരതയുടെ കണ്ണിലെ തെറ്റാണ് മതേതരജീവിതം. എല്ലാ മനുഷ്യരെയും സ്നേഹിക്കുകയെന്നത് മതവാദികളുടെ കണ്ണിൽ തെറ്റാണ്. അഭിമന്യു ചെയ്ത തെറ്റ്, തന്റെ ഒറ്റമുറിവീട്ടിലെ തകരപ്പെട്ടിയിൽ സൂക്ഷിച്ചത് വിശുദ്ധ മതഗ്രന്ഥമായിരുന്നില്ല, ബൊളീവിയൻ ഡയറിയായിരുന്നു എന്നതാണ്. അഭിമന്യുവിന്റെ മതം മനുഷ്യമതമായിരുന്നു. മനുഷ്യമതത്തിന്റെ വേദഗ്രന്ഥമായിരുന്നു അത്. അധികാരവും പദവിയും വലിച്ചെറിഞ്ഞ് സാമ്രാജ്യത്വ

ത്തോട് പൊരുതി മരണത്തെ സ്വയംവരിച്ച ചെ ഗുവേര എന്ന മഹാരക്ത സാക്ഷിയായിരുന്നു അഭിമന്യുവിന്റെ മാതൃക.

ഹെർമൻ ഹെസ്സെ ഒരു സ്ത്രീയുടെ നാലു ഭാഗ്യങ്ങളെക്കുറിച്ച് പറയുന്നുണ്ട്. ചക്രവർത്തിയുടെ ഭാര്യയാകുക, ജീനിയസിന്റെ സഹോദരിയാകുക, വിപ്ലവകാരിയുടെ കാമുകിയാകുക എന്നിങ്ങനെ മൂന്നു ഭാഗ്യങ്ങളെ വിശദീകരിച്ചശേഷം നാലാമത്തെയും പ്രധാനപ്പെട്ടതുമായ ഭാഗ്യമായി ഹെസ്സെ പറയുന്നത്, രക്തസാക്ഷിയുടെ അമ്മയാകുക എന്നതാണ്. ഇത് ഉദാഹരിച്ചുകൊണ്ടാണ് ക്രിസ്തുവിന്റെ അമ്മ മറിയത്തെ ലോകത്തെ ഏറ്റവും ഭാഗ്യമുള്ള സ്ത്രീയായി കെ പി അപ്പൻ *ബൈബിൾ: വെളിച്ചത്തിന്റെ കവചം* എന്ന പുസ്തകത്തിൽ വിലയിരുത്തുന്നത്. 'നാൻ പെറ്റ മകനേ... എൻ കിളിയേ...'എന്നു നിലവിളിക്കുന്ന ഒരമ്മ ഇപ്പോൾ വട്ടവടയിലെ ഒറ്റമുറിവീട്ടിലുണ്ട്. ഒറ്റമുറിവീട്ടിലാണെങ്കിലും നിങ്ങളൊറ്റയ്ക്കല്ലെന്ന് ലോകം മുഴുവൻ അവരോട് വിളിച്ചുപറയുന്നുമുണ്ട്. കണ്ണീരിൽ മുങ്ങി ശുദ്ധയായ ആ അമ്മ രക്തസാക്ഷിയുടെ അമ്മയാണ്. യുദ്ധത്തിന്റെ സ്വാഭാവിക കാവ്യനീതിയിൽപ്പെട്ട് കൊല്ലപ്പെട്ട അഭിമന്യുവിനെയോർത്ത് ഒഴുകിയ ഉത്തരയുടെ കണ്ണീരിനേക്കാൾ ആയിരം മടങ്ങ് ശക്തിയുണ്ട്, വട്ടവടയിലെ അഭിമന്യുവിന്റെ അമ്മയുടെ കണ്ണീരിന്. കാലത്തെയും ചരിത്രത്തെയും അത് ശുദ്ധീകരിക്കുകതന്നെ ചെയ്യും.

അവൻ വിശന്നത് സഹജീവികൾക്കു വേണ്ടി

ടി വി രാജേഷ്

അഭിമന്യുവിന്റെ വീട്ടിലേക്കായിരുന്നു യാത്ര. രക്തസാക്ഷിത്വത്തിന്റെ പൊള്ളുന്ന ഓർമ്മകൾ മനസ്സിലേക്ക് വന്നുപൊയ്ക്കൊണ്ടിരിക്കുന്നു. സഖാവ് കെ വി സുധീഷിന്റെ മുഖമാണ് അഭിമന്യുവിനെക്കുറിച്ച് ചിന്തിച്ചപ്പോൾ മനസ്സിൽ തെളിഞ്ഞുവന്നത്. അന്ന് അനുഭവിച്ച മനോവേദനയും ഏറ്റുവിളിച്ച മുദ്രാവാക്യങ്ങളോടുള്ള വൈകാരികതയും വീണ്ടും അതേ അളവിൽ ഉയർന്നുവരുന്നു.

ഞാൻ പയ്യന്നൂർ കോളേജിലെ യൂണിയൻ ഭാരവാഹിയും എസ് എഫ് ഐ കണ്ണൂർ ജില്ലാകമ്മിറ്റി അംഗവുമായിരിക്കുമ്പോഴാണ് സഖാവ് സുധീഷ് മാതാപിതാക്കളുടെ മുന്നിലിട്ട് കൊത്തിയരിയപ്പെടുന്നത്. സഖാവ് അന്ന് ഞങ്ങളെ സംബന്ധിച്ച് പ്രതീക്ഷയും പ്രചോദനവുമായിരുന്നു. വിദ്യാർത്ഥി യുവജനപ്രസ്ഥാനങ്ങളുടെ ഭാവി സുധീഷിനെപ്പോലെയുള്ള സഖാക്കളിൽ സുരക്ഷിതമാണെന്ന് കേരളത്തിലെ പുരോഗമനരാഷ്ട്രീയ പ്രവർത്തകർ വിശ്വസിച്ചിരുന്ന കാലമായിരുന്നത്. അപാരമായ സംഘടനാശേഷിയും ജനകീയ ബന്ധങ്ങളും കൈമുതലായുണ്ടായിരുന്ന സഖാവിന്റെ കൊലപാതകം ജീവിതത്തിലെ ഏറ്റവും വേദന നിറഞ്ഞ അനുഭവമായിരുന്നു. ബ്രണ്ണൻ കോളേജിൽ നടന്ന എ സോൺ കലോത്സവത്തിൽ ഞങ്ങൾക്ക് ചായയെല്ലാം തന്നിട്ട് പോയ സഖാവ് കൊല്ലപ്പെട്ട വിവരം അറിയുന്നത് പിറ്റേന്ന് പുലർച്ചത്തെ ആകാശവാണി വാർത്തയിലൂടെയായിരുന്നു. അന്ന് സഖാവിന്റെ കൂത്തുപറമ്പിലെ വീട്ടിലേക്കുള്ള യാത്രയിൽ അനുഭവിച്ച സംഘർഷങ്ങളുടെ ആവർത്തനം വട്ടവടയിലേക്കുള്ള യാത്രയിൽ മടങ്ങിയെത്തിയിരിക്കുന്നു.

അഭിമന്യുവിന്റെ ഫേസ്ബുക്ക് കുറിപ്പുകളും അവൻ മഹാരാജാസിന്റെ രാഷ്ട്രീയ പ്രബുദ്ധമായ ഇടനാഴിയിലിരുന്ന് പാടിയ നാടൻപാട്ടു

കളുമെല്ലാം ഇതിനകം സോഷ്യൽ മീഡിയയിലൂടെ പലയാവർത്തി കണ്ടു കഴിഞ്ഞു. അഭിമന്യുവിന്റെ ഫെയ്സ് ബുക്ക് അക്കൗണ്ടിലൂടെ വെറുതെ കയറിയിറങ്ങി നോക്കി. കൃത്യമായ രാഷ്ട്രീയബോദ്ധ്യമുള്ള, സഹജീവി കളോട് കരുതലുണ്ടായിരുന്ന, സഖാവ് എന്ന വിളിപ്പേരിനെ അക്ഷരാർത്ഥ ത്തിൽ പ്രണയിച്ച അഭിമന്യു തീർച്ചയായും പുരോഗമന പ്രസ്ഥാനങ്ങൾക്ക് വലിയൊരു മുതൽക്കൂട്ടായിരുന്നു. അഭിമന്യുവിലൂടെ സഞ്ചരിച്ച് അവന്റെ പ്രായത്തിൽ കവിഞ്ഞ രാഷ്ട്രീയ സാമൂഹ്യബോധങ്ങളിൽ അഭിമാനിച്ച് അവന്റെ വേർപാടിൽ അതികഠിനമായി വേദനിച്ചാണ് അഭിമന്യുവിന്റെ വീട്ടിലെത്തുന്നത്.

ആ ഒറ്റമുറി വീടിനുള്ളിൽ നിന്നാണ് അവന്റെ രാഷ്ട്രീയ സാമൂഹിക ബോദ്ധ്യങ്ങൾ നാമ്പിട്ടതെന്ന് തിരിച്ചറിഞ്ഞപ്പോൾ മനസ്സിൽ അഭിമന്യു വീണ്ടും വളരുകയായിരുന്നു. അവന്റെ മാതാപിതാക്കളുടെ വേദനയ്ക്ക് മുമ്പിൽ നിസ്സഹായനായി പോകുന്നുണ്ടായിരുന്നു. മാതാപിതാക്കളുടെയും സഹോദിമാരുടെയുമെല്ലാം കണ്ണുനീരിൽ കഴുകിയെടുത്ത വാക്കുകൾ വല്ലാതെ വേദനിപ്പിച്ചു. അഭിമന്യുവിന്റെ പഴയ തകരപ്പെട്ടിയിൽ നിന്ന് പഴയ വെള്ളമുണ്ടിൽ പൊതിഞ്ഞ ഒരു പൊതിക്കെട്ട് അച്ഛനും അമ്മയും മുന്നിൽ തുറന്നുവച്ചു. ഏറ്റവും മുകളിൽ ചെയുടെ ബൊളീവിയൻ ഡയറി. കൂടെ അഭിമന്യുവിന്റെ മൊബൈൽ ഫോണും കുറേ പുസ്തകങ്ങളും. ഇല്ലായ്മകൾക്കിടയിലും സമ്പന്നമായ അവന്റെ രാഷ്ട്രീയബോധത്തിന്റെ ഉറവയായിരുന്നിരിക്കാം ബൊളീവിയൻ ഡയറി. ഇതിനിടയിൽ നിറഞ്ഞൊ ഴുകിയ കണ്ണുനീർ തുടച്ചുകൊണ്ട് അമ്മ ചോദിച്ചു. 'എതുക്ക് സഖാവേ അവങ്ക എന്നോട രാസാവേ കൊന്നത്?' അപ്പോൾ അച്ഛൻ പറഞ്ഞു. 'ഇല്ല നമ്മ രാസ ഉയിരോടെത്താൻ ഇറുക്ക്.' ഇത് പറഞ്ഞുകൊണ്ടിരിക്കുമ്പോ ഴാണ് അടുപ്പിന്റെ ചോട്ടിൽ ചൂടാറാത്ത ഉപ്പുമാവും വടയും ഫ്ളാസ്കിൽ കട്ടൻ ചായയും അവർ അഭിമന്യുവിന് വേണ്ടി കാത്തുവച്ചിട്ടുണ്ടായിരുന്നു. ചുറ്റും നിന്നിരുന്നവരെല്ലാം വേദനകൊണ്ട് വീർപ്പുമുട്ടുമ്പോഴും അവർ പുലമ്പിക്കൊണ്ടിരുന്നു. 'എങ്ക രാസാ ഉയിരോടെത്താൻ ഇറുക്ക്..'

അവന്റെ വിശപ്പിന്റെ ആഴം

'അവൻ വിശന്നിട്ടാണ് മരിച്ചത്.' സൈമൺ ബ്രിട്ടോയുടെ ഭാര്യ സീന യുടെ കുറിപ്പിലെ അവസാനത്തെ വാചകമാണിത്. അഭിമന്യുവിന്റെ വീട്ടി ലെത്തിയപ്പോൾ, അവന്റെ അച്ഛനെയും അമ്മയെയും കൂട്ടുകാരെയും കണ്ടപ്പോൾ, അവന്റെ അച്ഛൻ എടുത്ത് കാണിച്ചുതന്ന പുസ്തകക്കെട്ടു കൾക്കിടയിൽ സൂക്ഷിച്ചുവെച്ച ചെയുടെ ബൊളീവിയൻ ഡയറി കണ്ട പ്പോൾ, കുറച്ച് സമയം അവന്റെ ചിതയ്ക്ക് അരികിൽ നിന്നപ്പോൾ ആ വാക്കുകൾ കുത്തിനോവിക്കുകയായിരുന്നു. അതെ, അവൻ വിശന്നിട്ടാണ് മരിച്ചത്. അത് ഭക്ഷണത്തിന്റെ വിശപ്പായിരുന്നില്ല. ആ നാട്ടിലെ വളർന്നു വരുന്ന പുതിയ തലമുറയ്ക്ക് നല്ല വിദ്യാഭ്യാസം നല്കാനും നാട്ടിലെ ജാതീയ ഉച്ചനീചത്വങ്ങൾ അവസാനിപ്പിക്കാനും ഒടുവിൽ ഒരു സയന്റി

സ്റ്റാകാനുമുള്ള അവന്റെ വിശപ്പായിരുന്നു.

വട്ടവടയിലെ ഒരു ഇടുങ്ങിയ വഴിയിലൂടെ നടന്ന് താഴേക്ക് ചെന്നാൽ ഒരു ലൈനിൽ നിറയെ വീടുകളാണ്. അതിൽ ഒന്നാണ് അഭിമന്യുവിന്റെ വീട്. ഒരാൾക്ക് നിവർന്ന് നില്ക്കാൻ പോലും സാധിക്കാത്ത ഒറ്റമുറി വീട്. ആ ഇരുട്ടുമുറിയിൽനിന്നാണ് അവൻ സ്വപ്നം കാണാൻ പഠിച്ചത്. അവിടെനിന്നും അനുഭവിച്ച ദാരിദ്ര്യങ്ങളുടെ പാഠമാണ് അവനെ പക്വത യുള്ള ഒരു സഖാവാക്കിയത്. വിദ്യാർത്ഥികളുടെ മാത്രമല്ല, ആ നാട്ടിലെ തൊഴിലാളികളുടെ പ്രശ്നങ്ങളിൽ പോലും അഭിമന്യുവിന് വ്യക്തമായ കാഴ്ചപ്പാടുകളും അഭിപ്രായങ്ങളും ഉണ്ടായിരുന്നു. ഡി വൈ എഫ് ഐ യുടെ മേഖലാ സമ്മേളനത്തിൽ പങ്കെടുത്താണ് അവൻ മഹാരാജാസി ലേക്ക് തന്റെ ജൂനിയേഴ്സിനെ സ്വീകരിക്കാനായി എത്തിയത്.

കൂടെയുള്ള ഒരു സഖാവ് കൂടി വലതുപക്ഷ തീവ്രവാദ ശക്തിക ളുടെ കത്തിമുനയ്ക്ക് ഇരയായിരിക്കുന്നു. അതിരാവിലെ ഈ വാർത്ത അറിഞ്ഞപ്പോൾ തന്നെ എറണാകുളത്തെ സഖാക്കളെ വിളിച്ച് അന്വേ ഷിച്ചു. പുറത്തുനിന്നും വന്നവർ ഉൾപ്പെട്ട മുസ്ലീം വർഗ്ഗീയവാദികൾ ആസൂ ത്രിതമായി നടത്തിയ കൊലപാതകം. ഒരൊറ്റ കുത്തിന് ഇരുപത് വയ സ്സുകാരന്റെ നെഞ്ച് കുത്തിപ്പിളർക്കുന്ന പരിശീലനം ലഭിച്ചവർ നടത്തിയ കൊലപാതകം. കേരളമെങ്ങും അഭിമന്യു ഒരു നൊമ്പരമാവുകയാണ്. അവന്റെ സ്വപ്നങ്ങളെ കേരളം താലോലിക്കുകയാണ്. അഭിമന്യു ആരാ ണെന്നും എന്താണെന്നും കേരളത്തിലാരോടും പറയേണ്ട ആവശ്യമില്ല.

സംഘർഷത്തിലാണ് അവൻ കൊല്ലപ്പെട്ടതെന്ന് ചിലർ പ്രചരിപ്പി ക്കുന്നുണ്ട്. സംഘർഷമാണ് നടന്നതെങ്കിൽ എതിർഭാഗത്തുള്ളവർക്കും പരിക്കുണ്ടാകേണ്ടതല്ലേ? പെട്ടെന്നുണ്ടായ സംഘർഷത്തിൽ എങ്ങനെ യാണ് കത്തിപോലെയുള്ള മാരകായുധങ്ങൾ ഉണ്ടാവുക? പത്തനംതിട്ട യിലും ആലുവയിലും ഒക്കെയുള്ള ആളുകൾ എന്തിനാണ് ആ ഒരു സമയം മഹാരാജാസിന് ചുറ്റും തമ്പടിച്ചത്? സംഘർഷത്തിലല്ല അഭി മന്യു കൊല്ലപ്പെട്ടതെന്ന് വ്യക്തമാണ്. എന്തിനാണ് ചിലർ ഈ സംഭ വത്തെ നിസ്സാരവല്ക്കരിക്കാൻ ശ്രമിക്കുന്നതെന്ന് മനസ്സിലാകുന്നില്ല. അവന്റെ വളർച്ച ചിലരെ അസ്വസ്ഥമാക്കിയിരുന്നു. എസ് എഫ് ഐ യെ പരോക്ഷമായി വിമർശിച്ചും അഭിമന്യുവിനെ നിഷ്ഠുരമായി കൊല പ്പെടുത്തിയ മതതീവ്രവാദികളെ തലോടിയും എ കെ ആന്റണി നടത്തിയ പ്രസ്താവന അതിനാൽത്തന്നെ അപലപനീയമാണ്. കേരളത്തിലെ കാമ്പസുകളിൽനിന്നും കെ എസ് യു കാലം ചെയ്തതിന്റെ കാരണം അവർ പഠിക്കുകയും തിരുത്തുകയുമാണ് വേണ്ടത്. കാമ്പസുകളിൽ രാഷ്ട്രീയം നിരോധിക്കാൻ മുൻകൈയെടുത്തൊരു ഭരണാധികാരിയാണ് താനെന്ന് എ കെ ആന്റണി വിസ്മരിക്കരുതായിരുന്നു. കാമ്പസുകളെ അരാഷ്ട്രീയവല്ക്കരിക്കാനും മതവർഗ്ഗീയ ശക്തികൾക്ക് കാമ്പസുകളിൽ താവളമുറപ്പിക്കാനും വഴിവെട്ടിക്കൊടുത്തത് ഈയൊരു തീരുമാനമായി രുന്നു. പിന്നീട് ഇതിന്റെ പേരിൽ കുമ്പസാരിച്ചെങ്കിലും കഴിഞ്ഞ ദിവസം

നടത്തിയ പ്രസ്താവനയിലൂടെ അതും ഒരു വഞ്ചനയായിരുന്നെന്ന് അദ്ദേഹം തെളിയിച്ചിരിക്കുന്നു.

ചക്രവ്യൂഹം ഭേദിക്കാനാകാതെ മരണപ്പെട്ടവനാണ് പുരാണത്തിലെ അഭിമന്യു. എന്നാൽ സഖാവ് അഭിമന്യു ചക്രവ്യൂഹം ഭേദിക്കും. കാരണം ഇന്ന് കേരളമൊട്ടും അഭിമന്യു ചക്രവ്യൂഹം ഭേദിച്ച് മുന്നേറുകയാണ്. വർഗ്ഗീയതയ്ക്കെതിരെ അഭിമാന്യുമാരായി സഖാക്കൾ യുദ്ധം ചെയ്യുക യാണ്. ആ ചക്രവ്യൂഹം ഭേദിച്ച് കേരളം മുന്നേറുക തന്നെ ചെയ്യും.

കഠാരമുനയ്ക്കു മുന്നിൽ തോല്ക്കാത്ത പോരാളി

ജെയ്ക് സി തോമസ്

രണ്ടായിരത്തിയൊന്നിൽ നാദാപുരത്ത് യുവജന പ്രസ്ഥാനത്തിന്റെ പ്രവർത്തകനായിരുന്ന ഈന്തുള്ളതിൽ ബിനുവിനെ വെട്ടിക്കൊലപ്പെടുത്തിയത് ഹിറ്റ്ലറുടെ ഫാസിസ്റ്റ് ശൈലി അനുസരിച്ചു നുണ പ്രചരണം കൂടി നടത്തിക്കൊണ്ടായിരുന്നു. നിസ്കാര പായയിൽ വെച്ച് ബലാത്സംഗ ശ്രമം നടത്തി എന്ന പച്ച നുണയായിരുന്നു ഈ തീവ്രവാദി സംഘം പ്രചരിപ്പിച്ചത്. എന്നാൽ കൊലപാതകാനന്തരം പത്രസമ്മേളനം നടത്തിയ നബീസുവും അവരുടെ ഭർത്താവും എൻ ഡി എഫ് നുണപ്രചരണത്തെ തുറന്നു കാട്ടിയതോടെ കേരളത്തിന്റെ രാഷ്ട്രീയ ചരിത്രത്തിലെ അസാധാരണമായ വർഗ്ഗീയ വിദ്വേഷ പ്രചരണത്തിന്റെ എൻ ഡി എഫ് മുഖമായിരുന്നു അനാവരണം ചെയ്യപ്പെട്ടത്. കൊല്ലത്ത് സി പി ഐ (എം) ഏരിയ കമ്മിറ്റിയംഗമായിരുന്ന അഷ്റഫിനെ 'ബാപ്പാ' എന്നലറിക്കരഞ്ഞ മകന്റെ മുമ്പിലിട്ട് വെട്ടിക്കൊലപ്പെടുത്തിയാണ് എൻ ഡി എഫ് മതരാഷ്ട്രീയ ധർമ്മം നിർവ്വഹിച്ചത്.

കേരളത്തിലും രാജ്യത്തെമ്പാടും ആർ എസ് എസിനും സംഘപരിവാർ ഭീകരതകൾക്കുമെതിരെ ഉയർന്നുവരുന്ന പ്രതിരോധനിരയെ എക്കാലവും ദുർബ്ബലപ്പെടുത്തുകയും അപായപ്പെടുത്തുകയുമാണ് ഇക്കൂട്ടരുടെ പ്രവർത്തനരീതി. മതനിരപേക്ഷചേരിയിലെ നേതൃനിരയുടെ ശിരസ്സറുത്തു മാറ്റുക വഴി ആർ എസ് എസിനു വിടുപണി ചെയ്യുന്ന മൗദൂദിസ്റ്റ് കൂട്ടങ്ങളായി ഫലത്തിൽ എൻ ഡി എഫ് മാറുന്നു. *ഖുർആൻ* ഉയർത്തിപ്പിടിച്ചുകൊണ്ടുള്ള സമരങ്ങൾ നടന്ന മണ്ണാണ് നമ്മുടേത്. നിസ്സഹകരണ സമരത്തിനും പതിറ്റാണ്ടുകൾക്കു മുമ്പ് ദൈവത്തിന്റെ ഭൂമിയിൽ നികുതി പിരിക്കാൻ നിങ്ങൾക്കെന്തവകാശം എന്നലറി വിളിച്ച വെളിയങ്കോട് ഉമർഖാസി ഭൂമി മലയാളത്തിന്റെ സമരാവേശമാണിന്നും. കുഞ്ഞാലിമ

രയ്ക്കാർ മുതൽ അനന്തൻ നായർ എന്ന സുഹൃത്തിനോടൊപ്പം മാത്രം രക്തസാക്ഷിത്വത്തിലേക്കു നടന്നുകയറുമെന്നു മരണത്തിന്റെ ബലിക്കല്ലിലും മതനിരപേക്ഷതയുടെ മന്ത്രോച്ചാരണങ്ങൾ തീർത്ത വക്കം അബ്ദുൾ ഖാദർ വരെ ചോര കൊണ്ട് ജ്വലിപ്പിച്ച സമരചരിത്രമുള്ള നാട്ടിലാണ് മതരാഷ്ട്രീയത്തിന്റെ ഭീകര ദംഷ്ട്രകളുമായി എൻ ഡി എഫ് സംഘം കലാലയങ്ങളെ ലക്ഷ്യമാക്കി ഇറങ്ങുന്നത്.

കേരളത്തിന്റെ മതനിരപേക്ഷ സാമൂഹ്യ സ്ഥലികൾക്ക് ഊടും പാവും നെയ്യുന്നതിൽ കേരളത്തിലെ എസ് എഫ് ഐ ഒന്നാം സ്ഥാനമലങ്കരിക്കുന്ന കലാലയങ്ങൾ തന്നെയാണ്. ആത്യന്തികമായി കേരളത്തിന്റെ സെക്കുലർ ഫാബ്രിക്കിനെ അപകടപ്പെടുത്തണമെങ്കിൽ കലാലയങ്ങളെ, അവിടങ്ങളിലെ മതനിരപേക്ഷ ചേരിയുടെ വിളക്കുമാടമായ എസ് എഫ് ഐയെ തകർക്കണമെന്ന ശക്തമായ ബോദ്ധ്യത്തിന്റെ അടിസ്ഥാനത്തിൽ രൂപപ്പെട്ട രാഷ്ട്രീയ പദ്ധതിയായാണ് മഹാരാജാസിൽ അഭിമന്യുവിനെ കൊലപ്പെടുത്തിയതിലൂടെ എൻ ഡി എഫ് നടപ്പിലാക്കിയത്.

അദ്ധ്യാപകന്റെ അറുത്തുമാറ്റിയ കൈപ്പത്തി മുതൽ അഭിമന്യുവിന്റെ ശിരസ്സുവരെ എൻ ഡി എഫിന്റെ മതതീവ്ര രാഷ്ട്രീയത്തിന്റെ സാമൂഹ്യ ബഹിഷ്കരണത്തെ കുറിക്കുന്നു.

എറിക്ഫ്രോമാണ് മനുഷ്യസ്വഭാവത്തെ വിലയിരുത്തിക്കൊണ്ട് നെക്രോഫീലിയയെക്കുറിച്ച് വിശദമാക്കിയത്. 'ശവകാമുകത' എന്ന നെക്രോഫീലിയ ജീവിച്ചിരിക്കുന്ന എന്തിനെയും ശവമാക്കിത്തീർത്ത് അതിൽ സന്തോഷിക്കുകയാണ്. ചൈതന്യം തുളുമ്പുന്ന എന്തിനെയും ചൈതന്യരഹിതമാക്കിത്തീർത്ത് അതിൽ അഭിരമിക്കാനുള്ള മോഹമാണത്. കേരളത്തിൽ ശവകാമുകത ഒരു പ്രസ്ഥാനത്തിന്റെ രാഷ്ട്രീയമായി മാറുന്നതിന്റെ നേർ പരിച്ഛേദമായിരിക്കുകയാണ് എൻ ഡി എഫ്. കാമ്പസ് ഫ്രണ്ടിൽ തുടങ്ങി പോപ്പുലർ ഫ്രണ്ട് വഴി എസ് ഡി പി ഐ വരെ ചെന്നെത്തി നില്ക്കുന്നത് ശവകാമുകതാ സമീപനങ്ങളുടെ സംഘചേതനയാണ്.

അങ്ങേയറ്റം ദുർഘടമായ തമിഴ്നാട്ടിലെ വഴികളിലൂടെ യാത്ര ചെയ്തിട്ടുവേണം ഒറ്റക്കൊമ്പനും കാട്ടുപോത്തുകളും സുലഭമായി സ്വൈര വിഹാരം നടത്തുന്ന പാമ്പാടും ചോലയിലെ വനാന്തരങ്ങളിലൂടെ അഭിമന്യുവിന്റെ വട്ടവടയിലെ വീട്ടിലെത്താൻ. ജീവിതത്തിന്റെ സമസ്ത മേഖലകളിലും പിന്നോക്കാവസ്ഥയുള്ള ജനതയിൽനിന്നുമാണ് പഠിച്ച് മിടുക്കനായി ബി എസ് സി കെമിസ്ട്രിക്ക് മഹാരാജാസിലേക്ക് അവൻ എത്തുന്നത്. ഒന്നാം വർഷവിദ്യാർത്ഥികളെ സ്വീകരിക്കാൻ ഒരുക്കങ്ങൾ നടത്തിത്തീർക്കാനാണ്, തമിഴ്നാട്ടിൽ നിന്നുമുള്ള പച്ചക്കറി വണ്ടിയിൽ കയറി ആ രാത്രി എറണാകുളത്തേക്കു എത്തുന്നത്. ഒറ്റ കുത്തിനു മനുഷ്യജീവനെ നിർത്തിക്കളയുന്നതിൽ അസാധാരണമായ വൈദഗ്ദ്ധ്യം നേടിയെടുത്ത സംഘമാണ് ഒരു ഫോൺ കോളിൽ ഇരച്ചുകയറിയെത്തിയതും; അഭിമന്യുവിനെ കൊന്നു തീർത്തതും... ഒരൊറ്റ പ്രവർത്തകൻ

മാത്രമാണ് കാമ്പസ് ഫ്രണ്ടിന് മഹാരാജാസ് കോളേജിൽ ഉള്ളത്. ഒരു പ്രവർത്തകൻ മാത്രമുള്ളിടത്ത് രാഷ്ട്രീയാഭിപ്രായത്തിനുപോലും ഒരുജീവനെടുത്തുകൊണ്ടു മറുപടി പറയാൻ കഴിയുന്ന പോപ്പുലർഫ്രണ്ട്. കൊലപാതക സേനാംഗങ്ങളെ അക്ഷരം തെറ്റാതെ തീവ്രവാദിയെന്നു തന്നെയാണ് വിളിക്കേണ്ടത്.

വർഷങ്ങൾക്കു മുമ്പ് തൃശൂർ ജില്ലയിലെ വിദ്യാർത്ഥി പ്രസ്ഥാനത്തിന്റെ മുഖമായിരുന്ന എ ബി ബിജേഷിനെയും കാത്തിരുന്നു വെട്ടിക്കൊലപ്പെടുത്തിയ കൊലയാളി സംഘവും എൻ ഡി എഫിന്റേത് തന്നെയായിരുന്നു.

ആർ എസ് എസ് ലക്ഷ്യമിടുന്ന കേരളത്തിന്റെ സമരോത്സുകമായ മതനിരപേക്ഷത തന്നെയാണ് പോപ്പുലർഫ്രണ്ടിന്റെ ലക്ഷ്യമായി മാറുന്നുവെന്നത് മതവർഗ്ഗീയ സംഘടനകൾ തമ്മിലുള്ള അപകടപൂർണ്ണമായ യോജിപ്പിനെയാണ് കുറിക്കുന്നത്. എസ് എഫ് ഐയുടെ 33 വിദ്യാർത്ഥി പ്രവർത്തകരെ നഷ്ടപ്പെട്ടപ്പോഴും തിരികെ ഒരാളുടെ ജീവനെടുത്ത ചരിത്രം കേരളത്തിലെ കാമ്പസുകൾക്ക് അന്യമാണ്. കൂടുതൽ കരുത്തോടെ വർഗ്ഗീയതയെ, കഠാരമുനമ്പുകളെ ഒറ്റപ്പെടുത്തി പരാജയപ്പെടുത്തിക്കൊണ്ട് അഭിമന്യുവിന്റെ പ്രസ്ഥാനത്തിന്റെ ചുവട്ടിൽ, സംരക്ഷണവലയത്തിൽ കേരളത്തിന്റെ കലാലയങ്ങൾ അഭംഗുരം മുന്നോട്ടു പോവുക തന്നെ ചെയ്യും.

കൊട്ടക്കാമ്പൂരിലെ കണ്ണീർക്കണം

ആർ സാംബൻ

കണ്ണീർ മഴയിലൂടെയായിരുന്നു കൊട്ടക്കാമ്പൂരിലേക്ക് അഭിമന്യുവിന്റെ അവസാനയാത്ര. അവന്റെ മരവിച്ച ശരീരം സൂക്ഷിച്ചിരുന്ന എറണാകുളം ജനറൽ ആശുപത്രി മോർച്ചറിക്കു മുന്നിൽ ജൂലൈ രണ്ടിന് പുലർച്ചെ ആരംഭിച്ചതാണ് ആ പെയ്ത്ത്. പോസ്റ്റുമാർട്ടത്തിനുശേഷം മഹാരാജാസ് കോളേജ് എന്ന മഹത്തായ കലാലയത്തിൽ പൊതുദർശനം. പ്രിയപ്പെട്ട കൂട്ടുകാരടക്കം ആയിരങ്ങളുടെ കണ്ണീർപ്രണാമം അവൻ കണ്ടില്ല. 'നാൻ പെറ്റ മകനെ' എന്ന് വിളിച്ച് വാവിട്ടുകരയുന്ന അമ്മ പൂവതിയുടെയും അച്ഛൻ മനോഹരന്റെയും ഇടനെഞ്ചിലെ ആന്തൽ അവൻ അറിഞ്ഞില്ല. ജനിച്ചു വളർന്ന നാടിന്റെ സൗന്ദര്യം ആസ്വദിക്കാതെയുള്ള അവന്റെ യാത്ര ആദ്യമായിരിക്കണം. വിസ്മയക്കാഴ്ചകളാണ് വട്ടവടയിലേക്കുള്ള വനപാതയുടെ ഇരുവശവും. നീലക്കുറിഞ്ഞി പൂക്കുന്ന മലനിരകളിലൂടെ സൗന്ദര്യം കണ്ണുകൊണ്ട് ആസ്വദിച്ചാൽ തീരില്ല. മൂന്നാറിലെ തേയിലത്തോട്ടങ്ങളുടെ ഹരിതഭംഗി കഴിഞ്ഞാൽ മാട്ടുപ്പെട്ടിയായി. ഡാമിന്റെ റിസർവ്വോയറിൽനിന്ന് പുലർച്ചെ ഉയരുന്ന തണുത്ത നീരാവിക്ക് ആരുടെയും മനസ്സിനെ മത്തുപിടിപ്പിക്കാൻ കഴിയും.

തമിഴ്നാട്ടിലെ തേനി ജില്ലയുടെ ഭാഗങ്ങളും ടോപ്പ് സ്റ്റേഷനും കടന്ന് പാമ്പാടുംചാല ദേശീയ വന്യജീവി സങ്കേതത്തിലൂടെയുള്ള യാത്ര അവസാനിക്കുന്നത് വട്ടവടയിലാണ്. കാല്പനികത തൊട്ടുതീണ്ടാത്ത, തമിഴ്പാരമ്പര്യം പേറുന്ന ഒരു ഗ്രാമം.

പരിഷ്കൃത സമൂഹത്തിന്റെ പകിട്ടുകളൊന്നും ഇവിടെയില്ല. പശ്ചിമഘട്ട മലനിരകളുടെ നിഴൽ പറ്റി കഴിയുന്ന ഈ ഗ്രാമത്തിൽ മൂന്നാറിനേക്കാൾ തണുപ്പുണ്ട്. സമുദ്രനിരപ്പിൽനിന്ന് 1740 മീറ്റർ ഉയരെയാണ് ഇതെന്ന് ഓർക്കുക. നഗരജീവിതത്തിലെ മാലിന്യങ്ങളൊന്നും ഇവിടെ

യില്ല. മണ്ണും മനസ്സും ശുദ്ധം. ആധുനിക കൃഷിരീതികൾ ഇവർക്ക് അന്യം. പരമ്പരാഗത അറിവുകളാണ് കൃഷിക്ക് അടിസ്ഥാനം.

ചെങ്കുത്തായ മലനിരക്കുകൾക്കു താഴെ ജ്യാമതീയ രൂപത്തിലുള്ള പാടങ്ങൾ. മഞ്ഞപ്പൂക്കളുടെ സൗന്ദര്യം വിടർത്തുന്ന കടുകുപാടങ്ങളും കാരറ്റും കാബേജും സ്ട്രോബറിയും കോളിഫ്ളവറും വിളഞ്ഞു നില്ക്കുന്ന പച്ചത്തോട്ടങ്ങളും അതിലുണ്ട്. റോഡിലെങ്ങും കോവർ കഴുതകൾ അലഞ്ഞു തിരിയുന്ന നാട്.

ടിപ്പുവിന്റെ പടയോട്ടകാലത്ത് തമിഴ്നാട്ടിലെ തേനി, മധുര പ്രദേശങ്ങളിൽനിന്ന് കുടിയേറിയവരാണ് ഇന്നത്തെ വട്ടവടക്കാർ. വട്ടവടയുടെ ഹൃദയമാണ് കൊട്ടക്കാമ്പൂർ, കമ്പുപാകി, മണ്ണുപൊത്തി ചാണകം മെഴുകിയ വീടുകളാണ് ഇവിടെ. മലകൾ കാവൽ നില്ക്കുന്ന ഈ അതിർത്തി ഗ്രാമത്തിലെ ഊരിൽ ആകെയുള്ളത് 240 കുടുംബങ്ങളാണ്. നിഷ്കളങ്കരായ മനുഷ്യർ. മണ്ണുതേച്ച ഇത്തരമൊരു വീടിന്റെ വെളിച്ചം മാത്രമല്ല ഈ നാടിന്റെ വലിയ സ്വപ്നങ്ങളാണ് ജൂലൈ രണ്ടിന് വൈകിട്ട് പട്ടടയിൽ ഒടുങ്ങിയത്.

അച്ഛനും അമ്മയ്ക്കും സഹോദരങ്ങൾക്കും അവനെ കണ്ട് കൊതി തീർന്നിരുന്നില്ല. ഒരു മാസത്തിന്റെ ഇടവേളയിൽ വീട്ടിലെത്തി തലേന്ന് വൈകിട്ടാണ് അവൻ കലാലയത്തിലേക്ക് മടങ്ങിയത്. ഡി വൈ എഫ് ഐ മേഖലാ സമ്മേളനത്തിൽ പങ്കെടുത്ത ശേഷമായിരുന്നു മടക്കം. സമ്മേളനം കഴിഞ്ഞപ്പോൾ വൈകി. പിറ്റേന്ന് കോളേജിൽ നവാഗതരെ സ്വാഗതം ചെയ്യേണ്ട പരിപാടിയുള്ളതിനാൽ എങ്ങനെയും പോകണം. വൈകിട്ട് 4.30 നാണ് എറണാകുളത്തിനുള്ള അവസാന ബസ്. അത് പോയിക്കഴിഞ്ഞു. തുടർന്ന്, പച്ചക്കറിയുമായി പോകുന്ന ലോറിക്കാരനെ സമീപിച്ചു. സ്ഥലമില്ലെന്ന് ലോറിക്കാരൻ ആദ്യം പറഞ്ഞു നോക്കി. സി പി ഐ (എം) ലോക്കൽ കമ്മിറ്റിയംഗം കുമാരസ്വാമി ഇടപെട്ടതോടെ ഡ്രൈവർ വഴങ്ങി. രാത്രി ഒമ്പതിന് കോതമംഗലത്ത് എത്തിയപ്പോൾ അഭിമന്യു ഡി വൈ എഫ് ഐ ബ്ലോക്ക് സെക്രട്ടറി അഴകേശനെ വിളിച്ചിരുന്നു. രാത്രി പതിനൊന്നോടെ എറണാകുളത്ത് എത്തിയ വിവരം വീട്ടിലേക്കും വിളിച്ചറിയിച്ചു. രാത്രി രണ്ടു മണിയോടെ മറ്റൊരു ഫോണെത്തി. വാഹനാപകടം ഉണ്ടായെന്നും അഭിമന്യുവിന് പരിക്കേറ്റെന്നുമാണ് ഫോൺ ചെയ്തയാൾ അറിയിച്ചത്. നെഞ്ച് നിറയെ ആധിയോടെ അച്ഛനും അമ്മയും സഹോദരനും ഉടൻ പുറപ്പെട്ടു. പോപ്പുലർ ഫ്രണ്ടുകാരുടെ കഠാരയ്ക്കിരയായി തങ്ങളുടെ സ്വപ്നങ്ങൾ തകർന്ന കാര്യം അറിയാതെയുള്ള യാത്ര.

ദുരിതങ്ങൾ മാത്രമുള്ള ഊരിന് താങ്ങുന്നതിനപ്പുറമായിരുന്നു അത്. വീടുകളുടെ മുറ്റത്തും തെരുവിലും കണ്ണീരും നടുക്കവും വിട്ടുമാറാത്ത മുഖങ്ങൾ. ചായം തേച്ച തീപ്പെട്ടികളുടെ നിരപോലെയാണ് ഇവിടത്തെ വീടുകൾ. അച്ഛനും അമ്മയ്ക്കും സഹോദരങ്ങൾക്കും മുത്തശ്ശിക്കുമൊപ്പം അഭിമന്യു കഴിഞ്ഞ വീടുകണ്ടാൽ മാത്രം മതി കഠാര മുനയിൽ ചിതറിയ

പ്രതീക്ഷകൾ എത്രയെന്നറിയാൻ. വീടെന്ന് ഇതിനെ എങ്ങനെ വിളിക്കും. നിന്നുതിരിയാൻ ഇടമില്ല. അടുക്കളയും കിടപ്പുമുറിയും എല്ലാം ഒന്നു തന്നെ. ഇതിൽ ആകെയുള്ള 'ആഡംബര വസ്തു' 14 ഇഞ്ചിന്റെ ഒരു ടി വി ആണ്. മൂന്നുമാസം മുമ്പ് അത് കേടായി. നന്നാക്കാൻ പണമില്ലാത്ത തിനാൽ അത് മുറിയുടെ മൂലയിൽ വിശ്രമത്തിലാണ്. ഇൻസ്റ്റാൾമെന്റ് വ്യവ സ്ഥയിൽ വാങ്ങിയ ഒരു ഇരുമ്പ് അലമാരയുണ്ട് വീട്ടിൽ. അഭിമന്യുവിന്റെ മുണ്ടും ഷർട്ടും അടുക്കിയശേഷവും അതിൽ സ്ഥലം മിച്ചം. വീടിന് കക്കൂസ് ഇല്ലാത്തതിനാൽ പ്രാഥമികാവശ്യങ്ങൾക്ക് പുറത്തു പോകണം.

പാചകവാതകം സ്വപ്നങ്ങൾക്കും അപ്പുറമാണ്. അടുപ്പ് പുകയാനുള്ള വിറക് മേല്ക്കൂരയ്ക്കുതാഴെ കമ്പുകൾ ഏച്ചുകെട്ടി ഉണക്കാൻ വച്ചിരിക്കുന്നു. തണുത്ത കാലാവസ്ഥയുള്ള ഇവിടെ വിറക് ഉണങ്ങിയെടുക്കുന്നത് ഏറെ ശ്രമകരമാണ്. മുറിയുടെ ഒരു ഭാഗത്ത് അടുക്കള. പാഴ്ത്തടികൊണ്ടുള്ള ഷെൽഫിൽ പാത്രങ്ങൾ അടുക്കിയിരിക്കുന്നു. അതിന്റെ കൂടെത്തന്നെയാണ് അഭിമന്യുവിന്റെ പുസ്തകങ്ങൾക്കുള്ള സ്ഥാനവും.

അച്ഛൻ മനോഹരനും പൂവതിയും പരിജിത്തും കൗസല്യയും അഭിമന്യുവിന്റെ മുത്തശ്ശി കുമാരക്കയും എല്ലാം തറയിലാണ് കിടപ്പ്. ഏക കട്ടിൽ അഭിമന്യുവിനാണ്. അവൻ കോളേജ് ഹോസ്റ്റലിലായിരിക്കുന്ന വേളയിൽ മാത്രമേ മറ്റുള്ളവർ അതിൽ കിടക്കൂ. അത്രമാത്രമാണ് അവനിലുള്ള സ്വപ്നങ്ങൾ.

പഴയ ഒരു തകരപ്പെട്ടിയിൽ വെള്ളത്തുണികൊണ്ടുള്ള ഒരു പൊതിയുണ്ട്. അത് തുറന്നപ്പോൾ ഏറ്റവും മുകളിലായി ചെഗുവേരയുടെ ബൊളീവിയൻ ഡയറി. അവസാനമായി അഭിമന്യു വായിച്ചുകൊണ്ടിരുന്ന മറ്റൊരു പുസ്തകവും ആ കൂട്ടത്തിലുണ്ട്. *നിങ്ങൾ മരിക്കുമ്പോൾ ആര് കരയും* എന്നാണ് റോബിൻ ശർമ്മ രചിച്ച ആ ഗ്രന്ഥത്തിന്റെ പേര്. അടുത്ത തവണ വീട്ടിൽ വരുമ്പോൾ തുടർന്ന് വായിക്കാനായി അതിന്റെ 76-ാം പേജിൽ അടയാളവും വെച്ചിരുന്നു. വായന പൂർത്തിയാകാതെ അഭിമന്യു പോയി. നാടിനെ മുഴുവൻ കരയിപ്പിച്ചുകൊണ്ട്.

മനോഹരനും പൂവതിയും പള്ളിക്കൂടത്തിൽ പോയിട്ടില്ല. ഊരിലെ പുതിയ തലമുറയ്ക്കും പറയത്തക്ക വിദ്യാഭ്യാസമില്ല. മൂത്ത മക്കളായ കൗസല്യയും പരിജിത്തും നന്നായി പഠിക്കുന്നതുകണ്ട് മനോഹരനും പൂവതിയും സന്തോഷിച്ചു. എന്നാൽ പത്താം ക്ലാസ് കഴിഞ്ഞതോടെ ഇരുവരുടെയും പഠനം നിർത്തി. സാമ്പത്തികബുദ്ധിമുട്ട് തന്നെ കാരണം. അഭിമന്യു പഠിത്തത്തിൽ അസാധാരണ മിടുക്ക് കാണിച്ചതോടെ കുടുംബം പുതിയ സ്വപ്നങ്ങൾ കണ്ടു. കടം വാങ്ങിയും അവന്റെ പഠനത്തിന് ചെലവിട്ടു.

മറയൂർ സ്കൂളിലും തൃക്കാക്കര വൈ എം സി എ സ്കൂളിലും ആയിരുന്നു എസ് എസ് എൽ സി വരെ പഠനം. തുടർന്ന് വട്ടവട ഗവൺമെന്റ് ഹയർ സെക്കന്ററി സ്കൂളിൽനിന്ന് ഉയർന്ന മാർക്കോടെ പ്ലസ്ടു പാസായി.

ആ വർഷം വിജയിച്ച ആറുകുട്ടികളിൽ ഏറ്റവും ഉയർന്ന മാർക്ക് അഭിമന്യുവിനായിരുന്നു. ഉപരിപഠനമായി അടുത്ത സ്വപ്നം. സംസ്ഥാനത്തെ മികച്ച കലാലയങ്ങളിലൊന്നായ എറണാകുളം മഹാരാജാസ് കോളേജിൽ അവന് പ്രവേശനം കിട്ടിയപ്പോൾ മനോ്ഹരൻ രണ്ടാമതൊന്നാലോചിച്ചില്ല. പലരിൽ നിന്ന് കൈവായ്പകൾ വാങ്ങി മകനെ എറണാകുളത്തേക്ക് അയക്കുകയായിരുന്നു. പഠനത്തിനായി ജില്ലയ്ക്കു പുറത്തേക്കു പോയ ആദ്യയാളായി അഭിമന്യു. വാനോളം ഉയർന്നു ഊരിന്റെ അഭിമാനം.

വട്ടവട ഗവൺമെന്റ് സ്കൂളിൽ പഠിക്കുന്ന സമയത്തുതന്നെ അസാമാന്യമായ നേതൃപാടവവും അഭിമന്യു പ്രകടമാക്കിയിരുന്നു. സഹവിദ്യാർത്ഥികളുടെ ചെറുതും വലുതുമായ ആവശ്യങ്ങൾക്കായി ശബ്ദമുയർത്തി. എസ് എഫ് ഐ വട്ടവട ലോക്കൽ കമ്മിറ്റി സെക്രട്ടറിയായി. പുരോഗമനപ്രസ്ഥാനങ്ങളുടെ ഭാഗമായി നിന്ന് പൊരുതിയപ്പോൾ ഊരിന്റെയും നാടിന്റെയും പ്രതീക്ഷയായി. 2018 മെയ് 16, 17 തീയതികളിൽ മുട്ടത്ത് നടന്ന എസ് എഫ് ഐ ജില്ലാ സമ്മേളനത്തിൽ ഇടുക്കി ജില്ലാ കമ്മിറ്റി അംഗമായി തെരഞ്ഞെടുക്കപ്പെട്ടു.

അക്ഷരവെട്ടം അന്യമായ തന്റെ വട്ടവടയിലെ കുട്ടികൾക്കും വിദ്യാഭ്യാസം എത്തിക്കുന്നത് അവൻ സ്വപ്നം കണ്ടു. പഠനത്തിന്റെ ഇടവേളകളിൽ നാട്ടിലെത്തുമ്പോൾ അവർക്കായി ക്ലാസെടുത്തു. ബോധവല്ക്കരണ ക്ലാസുകളും സംഘടിപ്പിച്ചു.

മഹാരാജാസിൽ അഭിമന്യുവിന്റെ പഠനം തുടങ്ങിയതോടെ കുടുംബത്തിന്റെ സാമ്പത്തിക പ്രതിസന്ധി മൂർച്ഛിച്ചിരുന്നു. കടം പെരുകി മൂന്നു ലക്ഷത്തോളമായി. ജീവിതത്തിന്റെ രണ്ടറ്റവും കൂട്ടിമുട്ടിക്കാനുള്ള വരുമാനം കൃഷിയിൽനിന്ന് മനോഹരന് കിട്ടുന്നില്ല. സ്വന്തമായുള്ള രണ്ടേക്കറിൽ ഒന്നര ഏക്കറോളം പാറ. ബാക്കി അരയേക്കറിൽ വെളുത്തുള്ളി, ബീൻസ്, കാരറ്റ് എന്നിവ കൃഷി ചെയ്യുന്നു. പക്ഷേ, അതിൽനിന്ന് കിട്ടുന്നത് തുച്ഛവരുമാനം. കടുത്ത ചൂഷണത്തിനിരയാകുന്ന വട്ടവടയിലെ കർഷകരുടെ യഥാർത്ഥ പ്രതിനിധികളാണ് ഈ കുടുംബം, നിഷ്കളങ്കതയുടെയും.

കൃഷിയുടെ ഇടവേളകളിൽ തൊഴിലുറപ്പ് ജോലിക്ക് പോയി മനോഹരനും പൂവതിയും മകന്റെ പഠിപ്പിനുള്ളത് കണ്ടെത്തി. കൗസല്യക്ക് കിഴക്കമ്പലത്തെ കിറ്റെക്സ് കമ്പനിയിൽ ജോലി കിട്ടിയതും ചെറിയ ആശ്വാസമായി. അവൾക്കു ലഭിക്കുന്ന ചെറിയ വരുമാനത്തിൽ ഒരു പങ്ക് അഭിമന്യുവിന്റെ പഠനത്തിനായി നീക്കിവെച്ചിരുന്നു. ഇതിനിടെ സഹോദരൻ പരിജിത്തും കൂലിപ്പണിക്ക് പോകാൻ തുടങ്ങി. തുച്ഛമെങ്കിലും ആ വരുമാനവും ചേർന്നതോടെ കുടുംബത്തിന് പിടിച്ചു നില്ക്കാമെന്ന നിലയായി. കൗസല്യയുടെ കല്യാണവും നിശ്ചയിച്ചു. ഇതിനിടെയാണ് കൊലക്കത്തി എല്ലാം തകർത്തത്.

തിമർത്തുപെയ്ത മഴയുടെ ഇടവേളയിൽ അവന്റെ നിശ്ചലമായ

ദേഹമെത്തിയപ്പോൾ ഈ ഗോത്രഗ്രാമം വാവിട്ടു കരഞ്ഞു. അഞ്ചുനാടിന്റെ ഭാഗമാണ് ഈ ഗ്രാമം. നൂറ്റാണ്ടുകൾക്കപ്പുറം മറയൂർ തടത്തിലേക്ക് കുടിയേറിയപ്പോൾ അവർ ഒറ്റ ഗോത്രമായിരുന്നു. പിന്നീട് പല കൂട്ടമായി പിരിഞ്ഞ് അഞ്ച് ഊരുകൾ സ്ഥാപിച്ച് കുടിപാർത്തു. അങ്ങനെ അഞ്ചുനാടായി. മറയൂർ, കാന്തല്ലൂർ, കോവിലൂർ, കീഴാന്തൂർ, കൊട്ടക്കുടി എന്നീ പ്രദേശങ്ങളാണ് അഞ്ചുനാടെന്ന് അറിയപ്പെടുന്നത്. ഇതിൽ കൊട്ടക്കുടി തമിഴ്നാട്ടിലാണ്. ഊർക്കാർ (ഗ്രാമക്കാർ) എന്ന് ഈ ജനങ്ങളെ പൊതുവായി വിളിക്കുന്നു. മാടുവളർത്തലും നായാട്ടും കൃഷിയും ആയിരുന്നു പൂർവ്വികരുടെ തൊഴിൽ. മറ്റു സമൂഹങ്ങളുമായി ഇടകലർന്നതോടെ ജീവിതരീതികളിൽ പല മാറ്റങ്ങളും വന്നു. മലയർ, കുന്നുവർ, കുന്നുവ മന്നാടിയാർ, മന്നാടി, മന്ത്രമാർ തുടങ്ങിയ ജാതി വിഭാഗങ്ങളാണ് ഇവരിലുള്ളത്. ഇതിൽ കുന്നുവ മന്നാടിയാർ വിഭാഗത്തിലാണ് അഭിമന്യുവിന്റെ ജനനം. കൊട്ടക്കാമ്പൂരിൽ 25 കുന്നുവ മന്നാടിയാർ കുടുംബങ്ങളാണുള്ളത്. ആചാരങ്ങളും വിശ്വാസങ്ങളും ചുറ്റിപ്പിണഞ്ഞതാണ് ഇന്നും ഇവരുടെ ജീവിതം.

ദുർമ്മരണമായതിനാൽ മൃതദേഹം വീട്ടിൽ വയ്ക്കരുതെന്നാണ് സമുദായത്തിലെ ആചാരം. അതുകൊണ്ടുതന്നെ മൃതദേഹം നേരെ എത്തിച്ചത് കൊട്ടക്കാമ്പൂരിലെ പൊതുശ്മശാനത്തിൽ. റോഡരികിലെ പന്തലിൽ അല്പസമയം പൊതുദർശനം. അതിനുശേഷം കണ്ണീർക്കടലിലെ സാക്ഷിയായി ചിതയിൽ അഭിമന്യു എരിഞ്ഞമർന്നു.

2010 ജൂലൈ നാലിനാണ് തൊടുപുഴ ന്യൂമാൻ കോളേജ് അദ്ധ്യാപകൻ പ്രൊഫ. ടി ജെ ജോസഫിന്റെ കൈപ്പത്തി പോപ്പുലർ ഫ്രണ്ടുകാർ വെട്ടിമാറ്റിയത്. ആ നടുക്കത്തിന് എട്ടുവർഷം പൂർത്തിയാകുമ്പോൾ അഭിമന്യുവിനെ തേടി ആ കൊലക്കത്തി വീണ്ടുമെത്തി. പോപ്പുലർ ഫ്രണ്ടും അവർ നടത്തുന്ന വർഗ്ഗീയ വ്യാപാരങ്ങളും മതമൗലിക വാദവുമൊന്നും ഈ നിഷ്കളങ്ക ജനതയ്ക്കറിയില്ല. അഭിമന്യുവിന്റെ ചിത കത്തുമ്പോഴും അവനെ കൊന്നത് എന്തിനെന്ന് ഈ നാടിന് നിശ്ചയമില്ല. തങ്ങളുടെ ഇടയിൽ നിന്നൊരാൾ പഠിച്ച് മിടുക്കനാകുന്നതിലെ അസൂയകൊണ്ട് കൊന്നുകളഞ്ഞുവെന്നാണ് അവരിൽ മിക്കവരും ഇപ്പോഴും വിശ്വസിക്കുന്നത്.

കണ്ണീർമഴ ഇപ്പോഴും തോർന്നിട്ടില്ല. അഭിമന്യുവിന്റെ വീടുതേടി ഇപ്പോഴും മനുഷ്യസ്നേഹികളുടെ ഒഴുക്കാണ്. തങ്ങളുടെ ദുഃഖത്തിൽ പങ്കുചേരാൻ എത്തുന്നവരെ അവർ ഒറ്റമുറി വീട്ടിലെ ഏക കട്ടിലിൽ സ്വീകരിച്ചിരുത്തുന്നു. സംസ്കാര കർമ്മങ്ങളുടെ ഭാഗമായി തലമുണ്ഡനം ചെയ്ത അച്ഛന്റെ ഓരോ വാക്കിലും ദുഃഖം അണപൊട്ടിയൊഴുകുന്നു. അതിനൊപ്പം അമ്മയുടെ ഏങ്ങലടികൾ മൺഭിത്തികളുള്ള ഈ വീട്ടിൽ നിന്ന് ഉയരുന്നു. 'എതുക്ക് സഖാവെ എന്നോടെ രാസാവെ അവങ്ക കൊന്നേ' (എന്തിനാണ് സഖാവെ അവർ എന്റെ പൊന്നുമോനെ കൊന്നത്). ഭാര്യയുടെ സങ്കടം അകറ്റാൻ മനോഹരൻ ഇടയ്ക്കിടെ ഓർമ്മി

പ്പിക്കും. 'ഇല്ല നമ്മുടെ രാസ ഉയിരോടെ താൻ ഇറുക്ക്' (നമ്മുടെ മകൻ ഇപ്പോഴും ജീവിക്കുന്നു.'

ഈ ചോദ്യത്തിനും ആശ്വസിപ്പിക്കലിനും ഇടയിൽ നിശ്ശബ്ദരായി നില്ക്കാനേ സന്ദർശകർക്കു കഴിയുന്നുള്ളൂ. ഒന്നുമാത്രം, എല്ലാവർക്കും അറിയാം. ഇത് ഒരു കൂരയുടെയോ ഊരിന്റെയോ മാത്രം സങ്കടമല്ലെന്ന്, നാടിന്റെയാകെ നഷ്ടവും സങ്കടവും ആണെന്നും.

ഭാഗം 3

നിങ്ങൾ മരിക്കുമ്പോൾ ആര് കരയും

അഭിമന്യുവിന്

ടി പത്മനാഭൻ

എന്റെ പ്രിയപ്പെട്ട കുട്ടീ, നിന്നെ ഞാൻ ഇതുവരെ കണ്ടിട്ടില്ല. എന്നിട്ടും

നീ നിന്റെ നിഷ്കളങ്കമായ സ്നേഹത്താൽ എന്നെ പിടിച്ചു കെട്ടിക്കളഞ്ഞല്ലോ!

നിന്റെ പുഞ്ചിരി!

ദൈവമേ, ഒരു കുട്ടിയുടെ - ചെറുപ്പക്കാരന്റെ - പുഞ്ചിരി ഇത്രമാത്രം മനോഹരമാകുമെന്ന് എനിക്ക് ഇപ്പോഴല്ലേ മനസ്സിലായത്!

നിന്നെക്കുറിച്ച് എല്ലാം ഞാനറിയുന്നു.

നീ നിസ്വനായിരുന്നു. എന്നിട്ടും നീ എല്ലാവരെയും സാഹായിച്ചു സ്നേഹിച്ചു.

നിന്റെ പക്കൽ ഒന്നുമുണ്ടായിരുന്നില്ല. ശുദ്ധമായ സ്നേഹമൊഴിച്ച്. എന്നിട്ടും നീ ആ സ്നേഹം എല്ലാവർക്കും വാരിക്കൊടുത്തു. നീയുമായി പെരുമാറിയവരെമാത്രമല്ല, നിന്നെക്കുറിച്ച് കേട്ടറിവുള്ളവരെക്കൂടി നീ നിന്റെ സ്നേഹത്തിന്റെ നനുത്ത നൂലുകളാൽ വരിഞ്ഞുകെട്ടി. നിന്റെ കൂടെ പ്രവർത്തിച്ചവരെ, പഠിച്ചവരെ, പഠിപ്പിച്ചവരെ, എല്ലാവരെയും!

പ്രിയപ്പെട്ടവനേ!

ഞങ്ങളെല്ലാവരും ഉറങ്ങിക്കിടന്നപ്പോൾ നീ ഉറങ്ങാതെ ജോലി ചെയ്യുകയായിരുന്നു. നീ ഹോട്ടലിൽ എച്ചിൽപ്പാത്രങ്ങൾ കഴുകി, രാത്രി ഏറെ നേരം പട്ടണത്തിലെ ചുമരുകളിൽ സിനിമാ പോസ്റ്ററുകൾ ഒട്ടിച്ചുനടന്നു. ഇതിൽനിന്നൊക്കെ കിട്ടുന്ന കാശുകൊണ്ടുവേണമായിരുന്നു നിനക്ക് ജീവിക്കാനും പഠിക്കാനും!

ഞങ്ങൾക്ക് കുറ്റബോധമുണ്ട്.

“നാൻ പെറ്റ മകനേ...”

ഈ നിലവിളി ദിഗന്തങ്ങളിൽ ഇപ്പോഴും മുഴങ്ങിക്കൊണ്ടിരിക്കുന്നു.
പ്രിയപ്പെട്ടവനേ,
നീ മരിച്ചിട്ടില്ല. നീ അമരനാണ്.
നീ യാത്ര ആരംഭിച്ചിട്ടേയുള്ളൂ.
നിന്റെ കൂടെ ഞങ്ങളെല്ലാവരുമുണ്ട്.
പക്ഷേ, ഇത്തിരി നേരം നീ ഞങ്ങൾക്കുവേണ്ടി കാത്തുനില്ക്കണം...
ഒഴിച്ചുകൂടാത്ത ചില ജോലികൾ ഇവിടെ ഞങ്ങൾക്കുണ്ട്
ചില കണക്കുതീർക്കലുകൾ
അതിനുശേഷമാകാം ഒന്നിച്ചുള്ള യാത്ര....

ചോറ്റുപാത്രത്തിലെ കത്തിലുമുണ്ടായിരുന്നു അവൻ

എ എസ് ജിബിന

'പട്ടിണി മാത്രമായിരുന്നു ഇന്നത്തെ ദിവസം. ഏതായാലും വയറുനിറച്ച് ഭക്ഷണം കഴിച്ചു. വയറുനിറയെ ഭക്ഷണം തന്നതിന് ഒരുപാട് നന്ദി' ഒരു നേരത്തെ ആഹാരം നല്കിയതിന് സുഹൃത്ത് സൽമാന് നന്ദി അറിയിച്ച് അഭിമന്യു ചോറ്റുപാത്രത്തിനകത്തുവച്ച കത്താണിത്. അന്ന് 'സഖാവ് വട്ടവട'യെ ഇതുപറഞ്ഞ് സൽമാൻ ഒരുപാട് കളിയാക്കി. പ്രിയ സഖാവിനെ അവസാനമായി കാണാൻ വട്ടവടയിലെ വീട്ടിലെത്തിയപ്പോൾ മാത്രമാണ് അന്ന് അഭിമന്യു ചോറ്റുപാത്രത്തിൽ എഴുതിവച്ച കത്തിന്റെ അർത്ഥവും യാഥാർത്ഥ്യവും സൽമാന് മനസ്സിലായത്.

ഇല്ലായ്മകളൊന്നും പ്രകടിപ്പിക്കാതെ മഹാരാജാസിൽ പാറിച്ചിരിച്ചു നടന്ന അഭിമന്യുവിന്റെ മരണം കാമ്പസിന് ഇനിയും ഉൾക്കൊള്ളാനായിട്ടില്ല. ബുധനാഴ്ച തുറന്ന കാമ്പസിന്റെ ഹൃദയത്തിൽ വട്ടവട... അഭി... അഭിമന്യു... സഖാവ്... എന്നീ പേരുകളിൽ അവൻ വിങ്ങുകയാണ്.

അന്ന് അഭിമന്യു ഒരു ശരീരത്തിലാണ് ജീവിച്ചിരുന്നെങ്കിൽ ഇന്ന് ഒരുപാട് ഹൃദയങ്ങളിൽ ജീവിക്കുകയാണെന്ന് മഹാരാജാസ് കാമ്പസ് ഒരേ സ്വരത്തിൽ പറയുന്നു.

സുഹൃത്ത് നിഹാദിന്റെ മനസ്സിൽ ഇപ്പോഴും അഭിമന്യുവിന്റെ "ടാ... നേതാവേ" എന്ന വിളി മുഴങ്ങുകയാണ്. വട്ടവട കാണിക്കാൻ കൊണ്ടുപോകാൻ പറഞ്ഞപ്പോൾ "ഇപ്പം പോയിട്ട് കാര്യം ഇല്ല... ഇപ്പോ അവിടെ ഒന്നും ഇല്ലെടാ കാണാൻ... കൃഷി ഇറക്കുന്ന സമയം ആവട്ടെ. അന്ന് ഇഷ്ടംപോലെ തിന്നാനും കിട്ടും. കാണാൻ പ്രത്യേക ഭംഗിയും കാണും" എന്നായിരുന്നു മറുപടി. അടുത്ത കൃഷിക്ക് തോട്ടത്തിലുണ്ടായിരുന്ന സബർജല്ലി എടുത്തുതരാൻ ഇനിയവനില്ലല്ലോ! നിഹാദ് ചോദിക്കുന്നു.

വെക്കേഷനെന്തായിരുന്നു പരിപാടിയെന്നു ചോദിച്ച സുഹൃത്തുക്ക

ളോട് "ഞാൻ ഇവിടെത്തന്നെ ഉണ്ടായിരുന്നെടാ... നമുക്കെന്തു പരിപാടി" എന്നായിരുന്നു മറുപടി. ലുലുമാളിന്റെ ഉൾഭാഗം നീ കണ്ടിട്ടുണ്ടോയെന്ന് ചോദിച്ചപ്പോൾ വെക്കേഷന് അവിടെയായിരുന്നു ജോലി. പ്ലമ്പിങ് വർക്കായിരുന്നുവെന്ന് നിഷ്കളങ്കമായി പറഞ്ഞ അഭിമന്യു പഠനച്ചെലവിനായി പണം സ്വരുക്കൂട്ടുകയായിരുന്നു. പാവപ്പെട്ടവന്റെ കണ്ണുനീർ തുടയ്ക്കണമെന്നാഗ്രഹിച്ച് എൻ എസ് എസിൽ പ്രവർത്തിക്കുമ്പോൾ തന്റെ ഇല്ലായ്മകൾ അവൻ പുഞ്ചിരിയോടെ മറച്ചുവച്ചു.

"തിങ്കളാഴ്ച ഫസ്റ്റ് ഇയേഴ്സ് വരുവല്ലേ. ഡിപ്പാർട്ടുമെന്റ് ഒക്കെ ഒന്ന് ഓൺ ആക്കണ്ടേ?... ഞാൻ ഇന്ന് നാട്ടിൽപോവും.. ഞായറാഴ്ച രാത്രി ഇങ്ങ് എത്തും.." എന്നു പറഞ്ഞ് നാട്ടിലേക്കുതിരിച്ച വട്ടവടയാണ് ഏവരുടെയും ഹൃദയത്തിൽ "സ്വന്തം കാര്യം നോക്കാനാണെങ്കിൽ എനിക്ക് വേറെ പ്രസ്ഥാനത്തിൽ വിശ്വസിച്ചാൽ പോരെ" എന്നു ചോദിച്ച അഭിമന്യുവിന്റെ പക്വതയും കാമ്പസ് നെഞ്ചിലേറ്റുന്നു.

വാക്കുകൾ കൊണ്ടു നിർവ്വചിക്കുവാൻ കഴിയാതെ

ജൂലി

അഭിമന്യൂ എനിക്ക് ആരായിരുന്നു... അറിയില്ല... ഓരോ ദിവസവും കഴിയുംതോറും നെഞ്ചിലെ ഭാരം കൂടുന്നതല്ലാതെ...

അവന്റെ അച്ഛനും അമ്മയ്ക്കും നഷ്ടപ്പെട്ടതു പോലെ ആവില്ല ആർക്കും. അവരുടെ ദുഃഖത്തിന്റെ ഏഴയലത്തു വരില്ല നമ്മുടെ ദുഃഖം എന്നൊക്കെ കുട്ടികളോട് പറഞ്ഞെങ്കിലും... അറിയില്ല എനിക്ക് അവൻ എന്റെ ആരൊക്കെ ആയിരുന്നോ... ഭാരം കുറയുന്നില്ലല്ലോ... ഈശ്വരാ...

ഡിഗ്രി ഒന്നാം വർഷക്കാരൻ, അതായത് പതിനെട്ടു വയസ്സിൽ മുടി നരച്ചൊരു പയ്യൻ അങ്ങനെ ആണ് ആദ്യം ഞാൻ അവനെ ശ്രദ്ധിക്കുന്നത്.

എസ് എഫ് ഐയുടെ കൊടിയുമായി ഏറ്റവും മുൻപിൽ വളരെ ആത്മാർത്ഥമായി മുഷ്ടി ചുരുട്ടി മുദ്രാവാക്യം വിളിച്ചുപോയപ്പോഴാണ് പിന്നെ കാണുന്നത്...

ഫ്രഷേഴ്സ് ഡേയിൽ ഒരു സ്റ്റേജ് ഫിയറും ഇല്ലാതെ ഡാൻസ് കളിക്കുമ്പോഴാണ് ഇവൻ ആള് കൊള്ളാമല്ലോ എന്ന് തോന്നിയത്..

എൻ എസ് എസ് ആപ്ലിക്കേഷൻ പരിശോധിക്കുമ്പോൾ ഇവനെ എടുക്കണോ മിസ്സ് എന്ന് ആരോ ചോദിച്ചത് ഞാനോർക്കുന്നു... പിന്നോക്ക സമുദായത്തിൽ നിന്നായതുകൊണ്ട് അവനെ ഉൾപ്പെടുത്തണമെന്ന് എന്റെ മനസ്സ് പറഞ്ഞു. ആദ്യമൊന്നും റെഗുലർ ആയി എൻ എസ് എസ് പ്രവർത്തനങ്ങളിൽ അവൻ പങ്കെടുത്തിരുന്നില്ലായിരുന്നു... ഇനി വന്നില്ലെങ്കിൽ ഒഴിവാക്കി താല്പര്യത്തോടെ നില്ക്കുന്ന മറ്റു കുട്ടികളെ ഉൾപ്പെടുത്തുമെന്ന് ഞാൻ അവനോട് പറഞ്ഞു...

എൻ എസ് എസിൽ ചേർന്നാൽ അറ്റന്റൻസും മാർക്കും കിട്ടുമെന്നാണ് അവനോട് ആരൊക്കെയോ പറഞ്ഞു കൊടുത്തിരുന്നത്.. എൻ

എസ് എസ് എന്താണെന്ന് മിസ്സ് ഇപ്പോ പറഞ്ഞപ്പോഴാണ് എനിക്ക് മനസ്സിലായത്. പാവപ്പെട്ടവർക്ക് വേണ്ടി എന്തെങ്കിലും ഒക്കെ ചെയ്യാം. ഇനി മുതൽ ഞാൻ ഉണ്ടാവും മിസ്സ് എന്നെ വിളിച്ചാൽ മതിയെന്നൊക്കെ പറയുമ്പോൾ അത് വെറും വാക്കല്ലായെന്നും അവന്റെ ആത്മാർത്ഥതയും സ്നേഹവും ഞാൻ തിരിച്ചറിയുകയായിരുന്നു.

പിന്നെ എന്തിനും ഞാൻ അവനെ വിളിക്കുമായിരുന്നു... ഫോണിൽ വിളിച്ചയുടനെ കാര്യം എന്താണ് എന്ന് കേൾക്കാതിരിക്കാതെ മിസ്സ് എവിടുണ്ട് ഞാൻ വരാമെന്നു പറഞ്ഞു എന്നെ കാണാനെത്തുമായിരുന്നു... പറയുന്ന കാര്യങ്ങൾ തികച്ചും ആത്മാർത്ഥതയോടെ ചെയ്തു തരും.

എന്നെ കാണുമ്പോൾ ആദ്യം ഒളിക്കുന്ന കുട്ടികളുണ്ട് എന്തെങ്കിലും പണി ഏല്പിച്ചാലോ എന്ന് കരുതിയിട്ട്. അവിടെ അഭിമന്യു വ്യത്യസ്തനായിരുന്നു..

എവിടെ വച്ച് കണ്ടാലും മുൻപിലേക്കു വരും. എന്തെങ്കിലും വിശേഷം ചോദിക്കും.. നമുക്ക് കോളേജിൽ ചെയ്യേണ്ട കാര്യങ്ങളെക്കുറിച്ച് പറയും... ഹോസ്റ്റൽ ബുദ്ധിമുട്ടുകളായിരുന്നു എപ്പോഴും പറഞ്ഞിരുന്നത്.. മിസ്സിന് എന്തെങ്കിലും ഈ വിഷയത്തിൽ ചെയ്യാൻ പറ്റുവോ എന്ന് എപ്പോഴും ചോദിക്കുമായിരുന്നു. മറ്റുള്ളവരെ നന്നായി കെയർ ചെയ്യുന്നവനായിരുന്നു.. പ്രായത്തിൽ കവിഞ്ഞ പക്വതയോടെ കാര്യങ്ങളെ വീക്ഷിച്ചിരുന്നു. കൂടെയുള്ള പെൺകുട്ടികളെക്കുറിച്ച് എപ്പോഴും ഒരു കരുതൽ ആയിരുന്നു...

ഈ മെയ് മാസത്തിൽ ഒരുദിവസം ഏകദേശം ഒന്ന് രണ്ടു മണിക്കൂർ എന്റെടുത്തു നിന്ന് കുറേ സംസാരിച്ചു... മൊബൈലിൽ കുറേ ഫോട്ടോസ്, വീഡിയോസ് ഒക്കെ കാണിച്ചു തന്നു. അതൊക്കെ ഫ്രണ്ട്സിന്റെ ആയിരുന്നു...

മിസ്സ് ഇനി എന്താ പരിപാടി എന്ന് ചോദിച്ചപ്പോ കൂടെയുള്ള ടീച്ചേഴ്സ് ഒത്തു കൊടൈക്കനാലിൽ പോകുന്ന കാര്യം പറഞ്ഞപ്പോ അവന്റെ മുഖത്തെ സന്തോഷം കാണണമായിരുന്നു. മിസ്സിനു റിലാക്സ് ചെയ്യാലോ, ടൂർ അടിപൊളി ഫോട്ടോസ് ഒക്കെ ആയിട്ട് മിസ്സ് ഒ ജി ആക്കും...

(ഒ ജി അവന്റെ മാത്രം ഭാഷ ആയിരുന്നു. എന്താ അതിന്റെ അർത്ഥം എന്ന് പലവട്ടം ചോദിച്ചിട്ടും പറഞ്ഞിട്ടില്ല... അടിപൊളി എന്നോ മറ്റോ ആണ് അതിന്റെ അർത്ഥം എന്നാണ് എനിക്ക് തോന്നിയിട്ടുള്ളത്)...

വെക്കേഷന് ലുലു കർ... സെറ്റിൽ പ്ലംബിങ് വർക്കിന് പോകാൻ ഇരുന്നവനോടാണ് ഞാൻ ടൂർ പോകുന്ന കഥയൊക്കെ പറഞ്ഞത്... കഷ്ടം പക്ഷേ, ഇപ്പോ ഓർക്കുമ്പോ.... ഞാനതു പറയുമ്പോ അവന്റെ മുഖത്തു നിരാശയോ വിഷമമോ ഒന്നും കണ്ടിട്ടില്ല. നിറഞ്ഞ സന്തോഷമായിരുന്നു...

മറ്റുള്ളവരുടെ സന്തോഷം അവന്റെ സന്തോഷമായിരുന്നു...

ഈ മലമുകളിലെ കാടിനുള്ളിലെ ഒറ്റമുറി വീട്ടിൽനിന്ന് നിറയെ സ്വപ്നങ്ങളുമായി മഹാരാജാസ് കോളേജിൽ വന്നത് നിറയെ സൗഹൃദ

ങ്ങളും സ്നേഹവും നേടാനും അത് വഴി അവന്റെ നാടിനു തണലേകാനും..

ഞാൻ ഓർക്കുന്നു അഭി ജാതിമത രാഷ്ട്രീയ ഭേദമെന്യേ സൗഹൃദ വലയം സൃഷ്ടിച്ചിരുന്നു... നമ്മുടെ "വട്ടവട" എന്ന് പറയുമ്പോൾ സുഹൃത്തുക്കളുടെ മുഖത്തു ചിരിയും സന്തോഷവും... അഭിമന്യുവിനെ എൻ എസ് എസ് വളന്റിയർ സെക്രട്ടറി ആയി നോമിനേറ്റ് ചെയ്തപ്പോ എല്ലാവരും 'വട്ടവട' എന്നും 'ഓ ജി' എന്നും പറഞ്ഞു ചിരിച്ചു കൈകൊട്ടിയതു ഞാൻ ഓർക്കുന്നു... എല്ലാവർക്കും സമ്മതനായിരുന്നു.. ഈ ചുരുങ്ങിയ കാലത്തിനുള്ളിൽ എങ്ങനെ നിനക്ക് സാധിച്ചു അഭിമന്യൂ നീ ഒരു സംഭവം തന്നെ ആയിരുന്നു. നിന്നെ മനസ്സിൽ കണ്ടുകൊണ്ടു വരും വർഷത്തെ പ്രവർത്തനങ്ങൾ ഞാൻ ആലോചിച്ചുകൂട്ടുകയായിരുന്നു... കഴുകന്മാർ നിന്നെ കൊത്തിക്കൊണ്ടു പോകുമെന്ന് അറിഞ്ഞിരുന്നില്ലല്ലോ... അറിഞ്ഞിരുന്നില്ലല്ലോ മോനെ...

ഫോണിൽ അഭിമന്യുവിന്റെ വാട്സാപ്പ് സന്ദേശങ്ങൾ ഇപ്പോ വായിച്ചു നോക്കുമ്പോ എത്ര സത്യസന്ധനും എത്ര നല്ല മനസ്സിന്റെ ഉടമയുമായിരുന്നു അവൻ...

ഇത്രയും നന്മയുള്ള മകനെ പെറ്റ അമ്മേ, നിങ്ങൾക്കു പ്രണാമം.

കോഴിക്കോടുനിന്ന് ഒരമ്മ അവർക്കു പിറക്കാതെ പോയ മകനെ ഓർത്തു വിലപിക്കുന്നു. അഭിമന്യുവിനോട് അടുത്ത് പെരുമാറിയ ടീച്ചർ എന്ന നിലയിൽ അവർ എന്നെ കാണാൻ വരുന്നു.

"അഭീ നീ ഒരു മഹാൻ ആയിരുന്നു... എനിക്ക് വാക്കുകൾകൊണ്ട് നിന്നെ നിർവ്വചിക്കാൻ അറിയില്ല മോനെ... ഒന്നുറപ്പാ എനിക്കും നീ ആരൊക്കെയോ ആയിരുന്നു."

(അസിസ്റ്റന്റ് പ്രൊഫസർ, മഹാരാജാസ് കോളേജ്)

ജീവിതത്തെ ഒരുപാട് സ്നേഹിച്ചവൻ

സീന ഭാസ്കർ

സഖാവ് അഭി വീണ്ടും വീണ്ടും കരയിപ്പിക്കുന്നു.

വയറ് നിറഞ്ഞ് ആഹാരം കഴിക്കുന്നൊരു ജീവിതം നേടിയെടുക്കുന്നതിനും മുന്നേയാണ് അവനെയവര് കൊന്നു കളഞ്ഞത്!

എത്രയോ രക്തസാക്ഷികളുടെ വീടുകളിൽ പോയിരിക്കുന്നു. പക്ഷേ, അന്നൊന്നും തോന്നാത്തയത്ര വേദനയാണ് ഈ കാമ്പസിൽ ഇപ്പോൾ നില്ക്കുമ്പോൾ എനിക്കുള്ളത്, അവനത്രയ്ക്ക് പാവമായിരുന്നു. ജീവിതത്തെ ഒരുപാട് സ്നേഹിച്ചവന്, ഒട്ടും കൊതി തീരാതെയാണവൻ പോയത്..

ബ്രിട്ടോയുടെ യാത്രാ വിവരണം കേട്ടെഴുതിയെടുക്കുന്നതിനു വേണ്ടിയായിരുന്നു അഭി വീട്ടിൽ വരുന്നത്. പിന്നെയവൻ ഞങ്ങളുടെ കൂട്ടത്തിൽ ഒരാളായി മാറി. ബ്രിട്ടോയെപോലൊരാളുടെ കൂടെ നില്ക്കണമെങ്കില് അപാരമായ ക്ഷമാശക്തിയും സഹനവും വേണം. പക്ഷേ, അഭി ബ്രിട്ടോയെ കീഴടക്കുകയായിരുന്നു. അവന്റെ പെരുമാറ്റവും ആളുകളോടുള്ള ഇടപെടലുംകൊണ്ട് ആരെയും അവൻ കീഴടക്കും. പിന്നെയവന്റെ എഴുത്ത്. അതൊരു അത്ഭുതമായിരുന്നു. തമിഴ് പശ്ചാത്തലത്തിൽനിന്ന് വന്നൊരാളാണ്, പഠിച്ചതും തമിഴ് മീഡിയത്തില്. മലയാളം അവൻ പിന്നീട് പഠിച്ചെടുക്കുകയായിരുന്നു. നല്ല വൃത്തിയായി വലുതാക്കി അവൻ എഴുതും. ആ കൈയക്ഷരം കണ്ടാൽ അവന്റെ പശ്ചാത്തലം അറിയുന്നവർ ആണെങ്കിൽ തീർച്ചയായും അത്ഭുതപ്പെടും. ബ്രിട്ടോയുടെ സംസാരം വേഗത്തിലാണ്. അത് പിന്തുടർന്ന് എഴുതിയെടുക്കുക എന്നതു സാധാരണക്കാർക്ക് ബുദ്ധിമുട്ടാണ്. അഭി പക്ഷേ, അതേ വേഗത്തിൽ എഴുതും. അതും മനോഹരമായി. ബ്രിട്ടോ തന്നെ പലവട്ടം അതേക്കുറിച്ച് പറഞ്ഞിട്ടുണ്ട്.

ആഴ്ചയിൽ മൂന്നു ദിവസത്തോളം അഭി ഞങ്ങളുടെ വീട്ടിൽ എത്തും. വ്യാഴം മുതൽ ശനി വരെ കാണും. ഞായർ വീട്ടിൽ പോകും. ഈ ദിവസങ്ങളിൽ അവന് സന്തോഷമാണെന്നു പറയും. കാരണം, മൂന്നു ദിവസത്തോളം ഞങ്ങളുടെ വീട്ടിൽനിന്നും കഴിക്കാം. പിന്നെയവൻ അവന്റെ വീട്ടിൽ പോകും. തിങ്കളാഴ്ച വരുമ്പോള് വീട്ടിൽനിന്നും ചോറും പൊതിഞ്ഞു കൊണ്ടുവരും. വയറ് നിറച്ച് ആഹാരം കഴിക്കാൻ കഴിവില്ലാത്തൊരു കുഞ്ഞായിരുന്നു അഭി. അതവൻ പറഞ്ഞിട്ടുണ്ട്.

ജീവിതത്തിൽ ഞാനെന്റെ വയറ് നിറഞ്ഞ് ഭക്ഷണം കഴിച്ചിട്ടില്ല ചേച്ചീയെന്ന്... അഭിയെപ്പോലുള്ള കുട്ടികൾ വീട്ടില് വരുമ്പോൾ ബ്രിട്ടോ പറയും അവർക്ക് എന്തെങ്കിലും ഇറച്ചിയോ മറ്റോ വാങ്ങി വച്ചു കൊടുക്കാൻ. അഭി അപ്പോഴും ചോദിച്ചിരുന്നത് എന്തിനാ ചേച്ചി ചിക്കനൊക്കെ വാങ്ങി കാശ് കളയുന്നതെന്നാണ്. കറി വേണ്ടേടാ എന്നു തിരിച്ചു ചോദിച്ചാൽ. ഞങ്ങള് പലപ്പോഴും പച്ചച്ചോറാണ് ചേച്ചീ കഴിക്കുന്നതെന്നായിരുന്നു അവന്റെ ചിരിയോടെയുള്ള മറുപടി.. അങ്ങനെ വളർന്നു വന്നൊരു കുഞ്ഞിനെയാണ്...!

മഴ നനഞ്ഞു പാടിയ കാലം

അനുരാഗ് ശശീന്ദ്രൻ

അഭി... നമ്മുടെ ഹോസ്റ്റൽ ഇപ്പോൾ നിശ്ശബ്ദമാണ്. കഴിഞ്ഞ രാത്രി പന്ത്രണ്ട് മണി വരെ നിന്റെ ഉച്ചത്തിലുള്ള ശബ്ദവും കളിയാക്കലുകളും പാട്ടും നിലച്ച് ഒരു ശ്മശാനമെന്നോണം എം സി ആർ വി വിറങ്ങലിച്ച് നില്ക്കുകയാണെടാ...

നമ്മൾ ഒന്നിച്ചിരുന്ന് ലോകകപ്പ് കാണുമ്പോൾ നീയുണ്ടാക്കുന്ന ആവേശം. നിന്റെ കളിയാക്കൽ ഭയന്നാണ് ഓരോരുത്തരും സ്വന്തം ടീം ജയിക്കാനാഗ്രഹിക്കുന്നത്. കഴിഞ്ഞ ദിവസം പോർച്ചുഗൽ തോറ്റപ്പോൾ നീ നാട്ടിലായിരുന്നതിനാൽ ഞാൻ ആശ്വസിച്ചിരുന്നു. നാട്ടിൽ ചേച്ചിയുടെ കല്യാണ ഒരുക്കവും ഡി വൈ എഫ് ഐ സമ്മേളനവും കഴിഞ്ഞ് സ്റ്റീൽ ബോംബിനെ കളിയാക്കാൻ ഞാൻ വരാം, ഞാനില്ലാത്തതിന്റെ പേരിൽ അധികം ആശ്വസിക്കണ്ട എന്ന് തലേന്ന് പറഞ്ഞാണ് നീ പോയത്...

ഞായർ രാത്രി നിന്റെ കളിയാക്കൽ പേടിച്ച് ഞാൻ നിന്റെ മുന്നിൽപ്പെടാതെ മാറി നില്ക്കുകയായിരുന്നു പക്ഷേ, ആ ഒളിച്ചുകളിക്ക് അധിക നേരം ആയുസ്സുണ്ടായിരുന്നില്ല. നീ എന്നെ കണ്ടെത്തി വയറുനിറച്ച് തന്നാണ് വിട്ടത്. അന്ന് ഞാൻ നിന്റെ ടീമായ കൊളംബിയ തോറ്റുപോകണേയെന്ന് പ്രാകിയിരുന്നു. ഇന്ന് നിന്റെ ടീമിന്റെ കളിയുണ്ടെടാ. കാണാൻ നീയില്ലാ... ഇന്ന് നിനക്ക് വേണ്ടി നിന്റെ ടീം ജയിക്കണം. അത് കണ്ടെങ്കിലും ഞങ്ങൾക്ക് സന്തോഷിക്കാലോ..

ഉള്ളുനിറയെ സ്നേഹം നിറച്ച നിന്റെ നെഞ്ച് കുത്തിക്കീറിയ ക്രൂരതയ്ക്ക് പക്ഷേ, നിന്റെയുള്ളിലെ സ്നേഹത്തിനെ, നന്മയെ ഒരു പോറൽപോലും ഏല്പിക്കാൻ കഴിഞ്ഞിട്ടില്ലെടാ... നീ പോയ രാത്രി ആ ആശുപത്രിക്ക് പുറത്ത് പെയ്ത മഴ മുഴുവൻ നനഞ്ഞാണ് ഞങ്ങൾ

നിന്നത്. അന്ന് പെയ്തത് നീ തന്നെയാണ്... നിന്റെയുള്ളിലെ നന്മയാണ് എന്നു തന്നെയാണ് ഞാൻ വിശ്വസിക്കുന്നത്.

കോളേജ് വിട്ട് വൈകുന്നേരം ഹോസ്റ്റൽ ഗേറ്റിൽ നീ പാടിക്കൊണ്ടിരുന്ന വൈകുന്നേരങ്ങൾ. ഹോസ്റ്റലിലെ നടുമുറ്റത്ത് നമ്മൾ മഴ നനഞ്ഞ് പാടിയ കാലം...

മെസ്സില്ലാത്ത അവധിക്കാലത്ത് കഞ്ഞിവെച്ച് കുടിച്ച് കഴിച്ചു കൂട്ടിയ രാത്രി... അവധിക്ക് എല്ലാരും നാട്ടിൽപോയപ്പോൾ ട്രെയിനിൽ യാത്ര ചെയ്യാനാഗ്രഹിച്ച് കോഴിക്കോട്ടെയും മലപ്പുറത്തെയും സുഹൃത്തുക്കളുടെ വീട്ടിലും സന്ദർശിച്ച്, അവസാനം എന്റെ വീട്ടിലുമെത്തി. ആ അനുഭവങ്ങൾ മുഴുവൻ പറഞ്ഞ് 'ഇനി നാട്ടിലേക്ക്' എന്നും പറഞ്ഞ് ഇറങ്ങിപ്പോയത് ഇപ്പഴും ഓർമ്മകളിൽ അലയടിക്കുന്നുണ്ട്.

നിനക്ക് ഒരുപാട് സ്വപ്നങ്ങളുണ്ടായിരുന്നു. നിന്റെ നാട്ടിൽ നിലനില്ക്കുന്ന ജാതി വിവേചനം ഇല്ലായ്മ ചെയ്യണം. നാട്ടിലെ കുട്ടികൾക്ക് വിദ്യാഭ്യാസം നല്കി വരുംതലമുറയെ മുഴുവൻ ആ വിപത്തിൽനിന്നും പുറത്തെത്തിക്കണം എന്നൊക്കെ നീ ആഗ്രഹിച്ചിരുന്നല്ലോ. മഹാരാജാസിൽ ഡിഗ്രിയിലും പി ജിയിലും പഠിക്കുന്ന പലരോടും തന്റെ നാട്ടിൽ വന്ന് ക്ലാസെടുക്കാൻ നീ ക്ഷണിച്ചിരുന്നു.. ഒരിക്കൽ എന്നോടും വരണമെന്ന് നീ പറഞ്ഞിരുന്നു. അതൊക്കെ സാധിച്ചെടുക്കാൻ നീ ഇപ്പോൾ ഈ ഭൂമിയിലില്ലെന്ന് വിശ്വസിക്കാൻ കഴിയുന്നില്ലെടാ..

നിന്നെക്കുറിച്ച് എഴുതിയാലും എഴുതിയാലും തീരില്ല. ഇന്നലെ രാത്രി മുഴുവൻ നീ ഉറങ്ങുന്ന ജനറൽ ഹോസ്പിറ്റലിന്റെ പുറത്ത് ഞങ്ങളെല്ലാം കഴിഞ്ഞുപോയ നശിച്ച നിമിഷത്തെ പഴിച്ച് കാത്തിരുന്നു. എല്ലാം ഒരു ദുഃസ്വപ്നമാകണേയെന്ന് ആഗ്രഹിച്ച് നിന്റെ തിരിച്ചുവരവ് കൊതിച്ച് വൃഥാ അങ്ങനെ...

നീ ഞങ്ങളുടെയൊക്കെ പ്രിയപ്പെട്ടവനായിരുന്നു. വരാനിരിക്കുന്ന ചേച്ചിയുടെ കല്യാണത്തിന് മുഴുവൻ എം സി ആർ വികാരെയുംകൊണ്ടു പോകാൻ വണ്ടിയേർപ്പാടാക്കുമെന്നും ആ നാട് മുഴുവൻ നിങ്ങളെ ഞാൻ കാണിക്കുമെന്നും പറഞ്ഞ് ആ ദിവസത്തിനുവേണ്ടിയുള്ള കാത്തിരിപ്പിലായിരുന്നു നീ. നിന്റെ സ്വർഗ്ഗത്തിലേക്ക് ആഘോഷപൂർവ്വം വരാൻ ഞങ്ങളും...

ഇന്നലെ നീ പറഞ്ഞ ആ മനോഹരമായ നാട്ടിലേക്ക് ഞങ്ങൾ വന്നിരുന്നു. പക്ഷേ, ആ യാത്രയ്ക്ക് നിന്റെ പാട്ടുകളുടെ അകമ്പടിയില്ലായിരുന്നു. നിന്റെ തമാശകളും നിർദ്ദേശങ്ങളുമില്ലായിരുന്നു പകരം തളംകെട്ടി നില്ക്കുന്ന മൗനവും ഘനീഭവിച്ച ദുഃഖവും ചിതയിലേക്കെടുക്കും മുമ്പ് നിനക്കായി നെഞ്ചു തട്ടി ഉറക്കെ വിളിക്കാൻ മനസ്സിൽ കെട്ടി നില്ക്കുന്ന മുദ്രാവാക്യങ്ങൾ മാത്രമായിരുന്നു കൂട്ട്.

അഭീ...

നീയെന്നും ഞങ്ങളിലുണ്ടാകും. നിന്റെ ശബ്ദം നമ്മുടെ കാമ്പസിൽ ഇപ്പോഴും അലയടിക്കുന്നുണ്ടാകും. മതേതര യൗവന മഹാ സ്മാരക മായ മഹാരാജാസിൽ വർഗ്ഗീയതയുടെ വിഷവിത്തുപാകാനെത്തിയ നര ഭോജികളെ ഇടനെഞ്ചുകൊണ്ട് നീ ചെറുത്ത ഈ ദിനം.

നിന്റെ ഉജ്ജ്വല രക്തസാക്ഷിത്വത്തിന്റെ പേരിൽ എന്നും ഓർമ്മിക്ക പ്പെടും.

ഭാഗം 4

കാലം മായ്ക്കാത്ത അടയാളങ്ങൾ

അഭിമന്യുവിന്റെ ഫെയ്സ്ബുക്ക് പോസ്റ്റുകൾ

അഭിമന്യു മഹാരാജാസ്- ആഗസ്ത് 21-2017

മഹാരാജാസേ നിന്നെ ആർക്കും വിട്ടുകൊടുക്കില്ല... പ്രിയ മഹാരാജാസുകാരെ. നിങ്ങളുടെ വിരലുകളാൽ മഹാരാജാസിന്റെ ചരിത്രം കുറിക്കുവാനുള്ള സമയം വന്നെത്തി. ഇവിടെ നിങ്ങളുടെ വിലയേറിയ സമ്മതിദാനാവകാശം ആർക്ക് നല്കണമെന്ന് നിശ്ചയിക്കാം. എന്നാൽ അത് മഹാരാജാസിനു കൂടി വേണ്ടിയാവുമ്പോൾ ഇരുവട്ടം ചിന്തിക്കേണ്ടിയിരിക്കുന്നു. നമ്മുടെ രാജകീയ കലാലയത്തെ അപകീർത്തിപ്പെടുത്തുന്ന രീതിയിൽ അവിടെ ചില വിദ്യാർത്ഥിസംഘടനകൾ നമ്മുടെ ചരിത്രത്തെയു പൈതൃകത്തെയും വളച്ചൊടിച്ച് അങ്ങേയറ്റം ദുസ്സഹമായ ഒന്നായി ചിത്രീകരിക്കുന്നുണ്ട് എന്നത് പറയാതെ വയ്യ. നമ്മുടേത് തികച്ചും അപകീർത്തികരമായ ചരിത്രമാണ് എന്ന് സൂചിപ്പിച്ചു കൊണ്ട് മാറ്റത്തിന് വേണ്ടി വോട്ട് ചോദിക്കുന്നവർ അറിഞ്ഞിട്ടില്ല നമ്മൾ മഹാരാജാസുകാരുടെ ചരിത്രം. പല മെയ്യും ഒറ്റ മനസ്സും എന്ന് പാടി പഠിച്ചിട്ടുള്ള നമ്മൾ മഹാരാജാസുകാരുടെ വിരൽത്തുമ്പിനാൽ തീർക്കുന്ന പ്രതികാരമാകട്ടെ അവർക്കു മുന്നിൽ നാളെ നിങ്ങൾ എസ് എഫ് ഐയ്ക്കു നല്കുവാൻ വേണ്ടി പോകുന്ന ഓരോ വോട്ടും.

കലോത്സവ നാളിൽ തന്റെ സ്ഥാനം ഇട്ടെറിഞ്ഞു പോയ ചരിത്രമുള്ളവർക്കല്ല, കലാലയത്തിന്റെ ചരിത്രം പറയുന്ന മാഗസിൻ ഇറക്കാത്തവർക്കല്ല, അക്ഷരങ്ങൾ ചൂഴ്ന്നെടുത്തിയിട്ടുള്ളവർക്കല്ല, വിദ്യാർത്ഥി സമൂഹത്തിനു മുൻപിൽ മഷിക്കുപ്പിയിൽനിന്നുള്ള രക്തം കൊണ്ട് കപട വിപ്ലവം രചിച്ചവർക്കല്ല, മഹാരാജാസിന്റെ മണ്ണിൽ വർഗ്ഗീയതയുടെ വേരുറപ്പിക്കാൻ വരുന്നവർക്കല്ല, ഓരോ കാലത്തും പേരുകൾ മാറ്റിക്കൊണ്ട് വർഗ്ഗീയതയുടെ മുഖം മറയ്ക്കുന്ന സഹോദര്യത്തിനുമല്ല, മഹാരാജാ

സിന്റെ ചരിത്രം പറയുന്ന, പൈതൃകം സംസാരിക്കുന്ന വിപ്ലവ വിദ്യാർത്ഥി പ്രസ്ഥാനത്തിനാകട്ടെ നിങ്ങളുടെ ഓരോ വോട്ടും.

vote for sfi
#SFI Maharajas
#Its your choice
#make it count

അഭിമന്യു മഹാരാജാസ് - ആഗസ്ത് 24 - 2017

കോളേജ് യൂണിയൻ തിരഞ്ഞെടുപ്പു കഴിയുമ്പോൾ നമ്മുടെ മനസ്സിൽ കുറേ മുഖങ്ങളുണ്ട് പക്ഷേ, നമ്മൾ കാണാതെ പോവുന്ന കുറെ മുഖങ്ങളുണ്ട്. സ്ഥാനാർത്ഥികളാകാത്തവർ. ബോർഡിലും ബാനറിലും പേര് വരാത്തവർ. സോഷ്യൽ മീഡിയകളിലെ പോസ്റ്റുകളിൽ നാം മുഖം കാണാത്തവർ. പക്ഷേ, അവരാണീ തിരഞ്ഞെടുപ്പിലെ യഥാർത്ഥ പോരാളികൾ.

തിരഞ്ഞെടുപ്പ് പ്രഖ്യാപിച്ചനാൾ മുതൽ രാവും പകലും കഷ്ടപ്പെടുന്ന പ്രിയപ്പെട്ട സഖാക്കൾ, നാടു നീളെ നടന്ന് കൊടിയും തോരണവും സംഘടിപ്പിച്ച് കോളേജ് ചുവപ്പിക്കാൻ പാടുപെടുന്നവർ, നേരം പുലരുവോളം ബോർഡും ബാനറുമെഴുതി രാവിലെ 5 മണിക്ക് ഉറങ്ങി തെളിയാത്ത കണ്ണുമായി 8 മണിക്ക് കോളേജിന്റെ മുന്നിൽ നിറപുഞ്ചിരിയുമായി നില്ക്കുന്ന സഖാക്കൾ, സ്ഥാനാർത്ഥികളെയും കലാസംഘങ്ങളെയും ക്ലാസുകൾതോറും എത്തിക്കാൻ ഓടി നടക്കുന്നവർ, ഉച്ചഭക്ഷണം കഴിക്കാതെ ആ പൈസ കൊണ്ട് അധികമായി ഒരു ബോർഡ് വെക്കാൻ നടക്കുന്നവർ, നാടുനീളെ നടന്ന് അഞ്ചും പത്തുമായി ഫണ്ട് ശേഖരിച്ച് തളരാതെ നടന്നു നീങ്ങുന്നവർ, പ്രകടനങ്ങളിൽ ആളെ കൂട്ടാനും കൊട്ടിക്കലാശത്തിന് ചെണ്ടകൊട്ടാനും ഉറക്കെ മുദ്രാവാക്യം വിളിച്ച് പ്രകടനങ്ങൾ ആവേശമാക്കാനും അവരുണ്ടാകും. തിരഞ്ഞെടുപ്പ് തലേന്ന് ഉറക്കം വരാതെ കണക്കുകൾ കൂട്ടി കുറച്ച് യൂണിയൻ ഓഫീസിൽ ഇരുന്ന് നേരം വെളുപ്പിക്കുന്നവർ, വോട്ടെണ്ണൽ കഴിഞ്ഞ് കാതടിപ്പിക്കുന്ന മുദ്രാവാക്യങ്ങൾക്കിടയിലൂടെ നടന്നു വരുന്ന വിജയികൾക്ക് നല്കാൻ യൂണിയൻ ഓഫീസിന്റെ വരാന്തയിൽ കെട്ടിവച്ച കൊടിയും ബാനറുകളും ചുമലിലേറ്റി ഓടിവരുന്ന പ്രിയസഖാക്കൾ, പ്രിയപ്പെട്ട പോരാളികൾക്ക് ഹൃദയാഭിവാദ്യങ്ങൾ...

അഭിമന്യു മഹാരാജാസ് - ഫെബ്രുവരി 7-2018

സ്കൂളിൽ പഠിക്കുന്ന കാലത്തു തിക്കിത്തിരക്കിയ ബസിൽ സീറ്റ് കിട്ടാത്തതുകൊണ്ട് എന്റെ കൈയിൽ ഏല്പിച്ച ബാഗ് അതു തുറക്കല്ലേ എന്ന പ്രത്യേക നിർദ്ദേശം അവൾ തന്നപ്പോൾ യാഥാസ്ഥിതിക മലയാളിയായി വളർന്ന എനിക്ക് മറ്റുള്ളവരുടെ സ്വകാര്യതയിലേക്ക് എത്തി

നോക്കാൻ ഉണ്ടായ ജിജ്ഞാസ കൊണ്ട് അവളുടെ ബാഗ് തുറക്കുകയും അതിനുള്ളിൽ അവളുടെ പാഡ് കാണുകയും ചെയ്തപ്പോൾ ദേഷ്യത്തോടെ ബാഗും പിടിച്ചുവാങ്ങി പോകുന്ന അവളുടെ മുഖം... കുറച്ചു കൂടി വളർന്നു രാഷ്ട്രീയബോധവും പൊതുബോധവും സിരകളിൽ ഒഴുകിയ കാലം. ഷോപ്പിൽ പെൺകുട്ടികൾ ആരും ഇല്ലാത്തതുകൊണ്ട് പാഡ് വാങ്ങാൻ മടിച്ചുനിന്ന കൂട്ടുകാരിയുടെ കൈ പിടിച്ചുകൊണ്ടുപോയി. “ചേട്ടാ ഒരു Whisper വേണം” എന്ന് പറഞ്ഞപ്പോൾ അവജ്ഞയോടെ നോക്കിയ ഷോപ്പുകാരന്റെ മുഖത്തേക്ക് അഭിമാനത്തോടെ നോക്കിയ അവളുടെ മുഖം.... ഡ്രസിന്റെ പുറകിൽ പറ്റിപ്പിടിച്ച രക്തക്കറയെ ഒരു കൈകൊണ്ട് മറച്ചുപിടിച്ചു തലതാഴ്ത്തി പോയ ക്ലാസിലെ ഏറ്റവും വായാടിയായ സുന്ദരിപ്പെണ്ണിന്റെ വാടിയ മുഖം... പാറിപ്പറന്ന മുടിയുമായി ക്ലാസിലേക്ക് വന്ന പെൺകുട്ടിയോട് ‘ചോരയൊക്കെ ഒരുപാട് പോയോടീ?’ എന്നു ചോദിച്ചവന്റെ മുഖത്തേക്ക് ‘നിന്റെ അമ്മയ്ക്കും ഇടയ്ക്കിടെ പോകാറുണ്ട്, എന്ന് ധൈര്യമായി പ്രതികരിച്ച മറ്റൊരു മുഖം... ‘ഇന്ന് എനിക്ക് പിരീയഡ്സ് ആണ് ഒട്ടും വയ്യ’ എന്നു പറയുന്ന പ്രിയപ്പെട്ടവളുടെ നിഷ്കളങ്കമായ മുഖം.... ഇങ്ങനെ ആയിരമായിരം മുഖങ്ങൾ പറയുന്നത് ശ്രദ്ധിച്ചു കേട്ടോളൂ നാളെ ആ ശബ്ദം നിന്റെ പ്രിയപ്പെട്ടവരുടെയാകാം. ആർത്തവനാളുകളിൽ രക്തം കട്ടപിടിച്ച് ഒഴുകി പടർന്നത് എനിക്കായ് മാത്രമല്ലല്ലോ, വരാനുണ്ട് ഇനിയൊരു തലമുറയെന്ന സത്യത്തിനല്ലേ, മണ്ണുകൊണ്ട് മനുഷ്യനെ സൃഷ്ടിക്കാൻ എനിക്കറിയില്ല. എങ്കിലും ഉദരമൊരുക്കാം ഇനിയൊരു തലമുറയെ പെറ്റുകൂട്ടാൻ. ആർത്തവമെന്നുകേട്ടാൽ ഉറക്കെ പറഞ്ഞുപോയാൽ മുഖം ചുളിച്ചവരേ. നിങ്ങളറിയണം. നിങ്ങൾ നിങ്ങളായതീ ഒഴുകി പടർന്ന രക്തത്തിന്റെ പവിത്രതയാലാണെന്ന്.. ഈ രക്തമാണ് നീയെന്ന്.’

അഭിമന്യു മഹാരാജാസ് - ജൂൺ 17-2017

സംഘപരിവാർ പോഷക സംഘടനകളായ വിശ്വഹിന്ദു പരിഷത്തും ബജ്റംഗ്ദളും മത അക്രമസംഘടനകളെന്ന് സി ഐ എ റിപ്പോർട്ട്. സി ഐ എയുടെ വാർഷിക പ്രസിദ്ധീകരണമായ *ഫാക്ട് ബുക്കി*ലാണ് ഇത് സംബന്ധിച്ച വിവരങ്ങൾ അടങ്ങിയിരിക്കുന്നത്. വിവിധ രാജ്യങ്ങളിൽ നിന്ന് ശേഖരിച്ച വിവരങ്ങളുടെ അടിസ്ഥാനത്തിലാണ് കണ്ടെത്തൽ. വിവിധ സർക്കാരുകളുടെ സഹായവും സി ഐ എ ഇതിനായി ഉപയോഗപ്പെടുത്തിയിട്ടുണ്ട്. ക്ഷേത്രത്തിലേക്കുള്ള വഴി തടസ്സപ്പെടുത്തുന്നതായി ആരോപിച്ച് വിശ്വഹിന്ദു പരിഷത്ത് പ്രവർത്തകർ താജ്മഹലിന്റെ പടിഞ്ഞാറു ഭാഗത്തെ മതിൽ തകർത്ത സംഭവവും സി ഐ എ റിപ്പോർട്ടിൽ പ്രതിപാദിച്ചിട്ടുണ്ട്. അതേസമയം ട്രംപിനെയും ട്രംപിസത്തെയും പ്രോത്സാഹിപ്പിക്കുകയും ട്രംപിന്റെ മതപരമായ വിദ്വേഷപ്രസംഗങ്ങളെ പ്രോത്സാഹിപ്പിക്കുകയും ചെയ്ത സംഘടനയായിരുന്നു വിശ്വ ഹിന്ദുപ

രിഷത്ത്. സി ഐ ഐ അവരുടെ കാര്യം നോക്കിയാൽ മതിയെന്നും ഇന്ത്യയുടെ കാര്യം നോക്കേണ്ടതില്ലെന്നുമാണ് ബജ്റംഗ്ദൾ കൺവീനർ പ്രകാശ് ശർമ്മ പ്രതികരിച്ചത്. സി ഐ എയുടെ പരാമർശം ദൗർഭാഗ്യകരമെന്ന് വി എച്ച് പി ഓൾ ഇന്ത്യ സെക്രട്ടറി ഡോക്ടർ സുരേന്ദ്ര ജെയ്ൻ പ്രതികരിച്ചു. ഇന്ത്യയുടെ മതേതര മൂല്യങ്ങൾക്ക് മുറിവേല്പിക്കുന്ന സംഘടനകളാണ് ഇവയൊന്നും വിലയിരുത്തപ്പെടുന്നുണ്ട്.

അഭിമന്യു മഹാരാജാസ് - ആഗസ്ത് 15 - 2017

വർഗ്ഗീയത- മഹാരാജാസിൽ
#എതിർക്കുക തന്നെ ചെയ്യും

Fraternity, abvp, msf, campus friend.....തുടങ്ങിയ വർഗ്ഗീയ സംഘടനകളെ എതിർക്കുക തന്നെ ചെയ്യും... കാമ്പസിൽ വിദ്യാർത്ഥികൾക്കിടെ ചേരിതിരിവ് ഉണ്ടാക്കിക്കൊണ്ടിരിക്കുകയാണിവർ... ഞങ്ങൾക്ക് എന്നും ഞങ്ങളുടെ മഹാരാജാസ് # മഹാരാജാസ് ആയിട്ടു ഇരിക്കുന്നതാണ് ഇഷ്ടം...

ഞങ്ങൾക്ക് ഇവിടെ അമ്പലങ്ങളും, ദേവാലയങ്ങളും, ജുമാ അത്തുകളും വേണ്ട... ഞങ്ങൾ സ്നേഹിക്കുന്ന, ഞങ്ങൾ പ്രണയിക്കുന്ന, ഞങ്ങളുടെ മഹാരാജാസ് തന്നെ വേണം...

ഇതു ആക്ഷേപമല്ല # അപേക്ഷയാണ്...

www.ingramcontent.com/pod-product-compliance
Lightning Source LLC
LaVergne TN
LVHW041108150826
845673LV00007B/1970

* 9 7 8 9 3 8 7 8 4 2 6 9 4 *